'तेजज्ञान'च्या प्रकाशात

॥रामायण॥

वनवास रहस्य

सरश्री

सकाळ प्रकाशन

सकाळ प्रकाशन

Ramayan : Vanvas Rahasya by Sirshree Tejparkhi
© First published in Marathi by Sakal Papers Pvt. Ltd.
by arrangement with Tejgyan Foundation
© Tejgyan Global Foundation

रामायण : वनवास रहस्य

'विचारनियम' या बेस्टसेलर पुस्तकाचे रचनाकार
सरश्री

प्रथम आवृत्ती : नोव्हेंबर २०१६

द्वितीय आवृत्ती : एप्रिल २०२३

अक्षरजुळणी व मांडणी
अश्विनी महाजन

मुखपृष्ठ
सिद्धिका वैद्य
bee.siddhika@gmail.com

प्रकाशक
सकाळ पेपर्स प्रा. लि.
५९५, बुधवार पेठ, पुणे ४११ ००२

ISBN : 978-93-86204-23-3

अधिक माहितीकरिता :
०२०-२४४० ५६७८/८८८८८ ४९०५०
sakalprakashan@esakal.com

रामकथा सामान्य जनमानसाच्या हृदयापर्यंत पोहोचवून
ज्ञानाची आणि भक्तीची दिव्यज्योत
ज्यांनी प्रज्वलित केली,
ज्यांच्या अनन्य भक्तीने आणि अथक प्रयासांनी
'रामचरितमानस'ची निर्मिती झाली,
त्या महान संत तुलसीदासांना
हा ग्रंथ समर्पित आहे.

अनुक्रमणिका

आरंभ

राम एक - नावे अनेक

राम... राम... राम... हा दोन अक्षरी शब्द एकदा मनातल्या मनात हळुवारपणे आणि प्रेमभावाने पुनःपुन्हा उच्चारून पाहा. असे केल्याने काय जाणवते? हे नाव घेताच काही लोकांचे मन शांत होते, आनंदून जाते; तर काही लोकांना प्रभू श्रीरामांचे महान चरित्र, त्यांच्याशी संबंधित कथा आणि रामलीलांचे स्मरण होते. या पवित्र स्मरणाबरोबर त्यांचे मन सकारात्मक ऊर्जेने भारून जाते. हाच तर रामनामाचा महिमा आहे. या दोन अक्षरी शब्दातील जादू एक सच्चा रामभक्तच सांगू शकेल. हा केवळ शब्द नाही, तर असीम शांतीचा आणि आनंदाचा वर्षाव करणारा, मन मुग्ध करणारा दोन अक्षरी मंत्र आहे. कोणी म्हणेल, रामनामाच्या जपाने जीवनाची विसकटलेली घडी नीट होते. कोणी म्हणेल, रामनामाच्या शक्तीने संकटातही कर्तव्याचे विस्मरण होत नाही; तर कोणी म्हणेल, रामनामाच्या जपानेच दुर्विचारांच्या जंजाळातून मुक्त होत निर्विचार अवस्थेपर्यंत पोहोचता येते. या रामनामाने कुणाला दुःखातही धीर दिला, ईश्वरावर विश्वास ठेवायला शिकवले; तर कुणाला या नामाने आत्मसाक्षात्कार घडवला.

दशरथपुत्र - इंद्रियसूर्य

मानवी शरीर म्हणजे जणू दशरथ! ऐकून आश्चर्य वाटले ना? इंद्रियरूपी दहा अश्वांचा रथ म्हणजे दशरथ. कोणते आहेत हे दहा अश्व? दोन डोळे, दोन कान, नाक, जीभ, त्वचा, मन, बुद्धी आणि प्राण; आणि या दशरथाचा सारथी आहे, दशरथपुत्र, अर्थात राम.

राम म्हणजे इंद्रियसूर्य! त्याच्याच तेजाच्या ऊर्जेने इंद्रिये कार्यान्वित होतात, जेणेकरून शरीर त्याची सर्व कामे सहजपणे पार पाडू शकते. शरीररूपी रथावर जेव्हा चेतनारूपी राम आरूढ होऊन इंद्रियरूपी दहा अश्वांचे लगाम आपल्या हाती घेत रथाचे सारथ्य करतो, तेव्हाच शरीर सचेतन होते. मग असे सचेतन शरीर अभिव्यक्तीसाठी सिद्ध होते. शरीर दशरथ आहे तर राम सारथी! शरीर शव आहे तर राम शिव अर्थात चेतना! रामाचा वियोग होताच दशरथाचे अस्तित्वच संपून जाते. म्हणजेच देहरूपी दशरथातून चैतन्यरूपी राम निघून जाताच देह अचेतन होतो; तर या दोघांच्या मीलनाने अनुभव आणि अभिव्यक्तीचे, जड आणि चेतनेचे, परा आणि प्रकृतीचे मीलन घडते! राम सारथी नसेल तर दशरथाची धाव निरुद्देश आहे. मग दशरथाशिवाय राम अभिव्यक्ती कशी करू शकणार? या दोघांच्या संयोगामुळेच जगरहाटी (रामलीला) सुरू आहे.

दशरथ रथ असेल, तर त्याचा चालक आहे दशरथपुत्र राम...
दशरथ शरीर असेल, तर त्याचा नियंत्रक आहे दशरथपुत्र राम...
डोळे बघतात, पण पाहणारा आहे दशरथपुत्र राम...
कान ऐकतात, पण ऐकणारा आहे दशरथपुत्र राम...
नाक गंधज्ञान देते, पण गंध जाणणारा आहे दशरथपुत्र राम...
त्वचेमुळे स्पर्शाची जाणीव होते, पण स्पर्श अनुभवणारा आहे,
दशरथपुत्र राम...
जीभ स्वाद देते, पण स्वाद जाणणारा आहे दशरथपुत्र राम...

विचार चालू असतात, पण त्या विचारांचा स्रोत आणि ज्ञाता आहे
दशरथपुत्र राम...
हृदयातील शांती, मौन आणि आनंद यांचे दुसरे नाव म्हणजे
दशरथपुत्र इंद्रियसूर्य राम...

या ग्रंथाच्या माध्यमातून आता आपणही त्या चालक, नियंत्रक, ऊर्जास्रोत, ज्ञाता, दशरथपुत्र 'रामा'चा अनुभव घेणार आहोत. ज्याच्या अनुभवाने संत तुकाराम, संत ज्ञानेश्वर, मीराबाई, कबीर, गुरू नानकांसारख्या महात्म्यांना तारले. कारण राम हेच स्व, ईश्वर, साक्षी, परम चेतनेचे नाव आहे, राम हेच अंतिम सत्य आहे. तोच प्रत्येक मानवाच्या हृदयस्थानी विराजमान आहे. तो निराकार, निर्गुण, अनंत, निरंतर, असीम आणि सर्वव्यापी आहे. खरे तर आपण सर्वांनीच राम (परमचैतन्य) अनुभवलेला असतो. पण त्या परमचैतन्याला जाणून त्या स्थितीत स्थिर होणारा विरळाच! कबीरदास म्हणतात,

कस्तूरी कुंडल बसे, मृग ढूँढ़े बन माहि।
ऐसे घट-घट राम हैं, दुनिया देखे नाहि ।।

या दोह्याचा अर्थ आहे - कस्तुरीच्या सुगंधाने मोहित झालेले हरिण ती शोधण्यासाठी रानोमाळ भटकत राहते. कारण कस्तुरी त्याच्याच बेंबीत लपलेली आहे, या सत्यापासून ते अनभिज्ञ असते. माणसाची अवस्थाही त्या हरिणासारखीच तर असते. राम अर्थात 'स्वानुभव' त्याच्याच अंतःकरणात असतो. त्याला त्याचा अनुभवही होतो; पण तो ओळखता न आल्याने रामाला रानावनांत, डोंगरदऱ्यांत, मंदिरात, मशिदीत आणि कर्मकांडांत शोधत भटकत राहतो.

रामायण म्हणजे आपलीच आंतरिक कथा

रामायण... एक महान ग्रंथ! यातील सर्व प्रसंग, पात्रे आणि त्यांची वर्तणूक यांविषयीच्या ज्ञानातून वर्षानुवर्षे लोकांना मार्गदर्शन मिळत आहे. लहानपणी आजीआजोबांनी सांगितलेल्या गोष्टी, पुस्तके, कॉमिक्स, दूरदर्शन मालिका, नाटक-चित्रपट किंवा रामलीलेच्या रंगमंचीय आविष्काराच्या माध्यमातून रामगाथा आपल्या हृदयावर कोरली गेली आहे. म्हणूनच रामनाम उच्चारताच प्रभू श्रीरामांचे संपूर्ण चरित्र आपल्या डोळ्यांसमोर उभे राहते.... आपल्यामध्ये उच्चतम चेतना जागृत करते. परिणामी, सकारात्मक ऊर्जेने भारून आपण भक्ती, शांती आणि आनंद यांचा अनुभव घेऊ लागतो.

रामकथेतील काही पात्रे तर खूपच प्रभावी आहेत. ती आपल्यापुढे आदर्श निर्माण करतात. शिवाय, आदर्श जीवनाचा वस्तुपाठ निर्माण करून आपल्याला प्रेरित करतात. रामभक्त हनुमान, बंधू भरत आणि लक्ष्मण, पत्नी सीता ही अशीच काही आदर्श पात्रे; तर दुसरीकडे मंथरा, कैकेयी, रावण आणि कुंभकर्णासारख्या पात्रांविषयी वाचताच 'मनुष्याने कशा प्रकारे जगू नये' याबाबत बोध मिळतो.

काही लोक रामायणाला ईश्वरी अवतार असणाऱ्या प्रभू श्रीरामांची लीला समजतात. या श्रद्धेपोटी ते नित्यनेमाने रामायणाची पारायणे करतात; तर काही लोक रामायणाला महान भारतीय ऐतिहासिक गाथा समजून वर्तमानात त्याच्या खाणाखुणा शोधण्याचा प्रयत्न करतात. पण प्रस्तुत ग्रंथ आपल्याला रामायण जाणून घेण्याचा आगळावेगळा दृष्टिकोन प्रदान करतो आणि तो म्हणजे, शोधाचा... आत्मशोधाचा.

श्रीराम खरेच लंकेला गेले होते का, सीतेने खरेच अग्निपरीक्षा दिली असेल का, असे प्रश्न बऱ्याचदा चर्चेत असतात. पण प्रस्तुत ग्रंथात केवळ अशा वरवरच्या गोष्टींचा शोध घेतलेला नसून यात 'स्व'चा सखोल शोध घेण्यात आला आहे. रामायणातला प्रत्येक प्रसंग वाचल्यावर वाचकाने आपल्या अंतर्मनात बुडी मारून आत्मशोध घ्यायचा आहे, 'माझ्या अंतःकरणात राम (स्वानुभव) केव्हा जागृत होतो, तो केव्हा वनवासाला निघून जातो, तो रावण केव्हा बनतो आणि मंथरेच्या भूमिकेत तो केव्हा शिरतो, म्हणजे त्याच्यात विकार कधी उत्पन्न होतात', हे तपासून पाहायचे आहे.

ही शोधयात्रा वाचकाला आश्चर्यचकित करेल, कारण वाचक या पुस्तकाद्वारे स्वतःविषयी असे ज्ञान प्राप्त करेल, ज्यामुळे त्याच्या जीवनाला सर्वार्थाने दिशा प्राप्त होईल. तुमच्या मनाची भावावस्था कशीही असो, प्रत्येक क्षणी हा ग्रंथ तुम्हांला मार्गदर्शन करत राहील.

वास्तविक रामायण म्हणजे मानवी भावभावनांची सुंदर गुंफण आहे. यातील प्रत्येक घटना मनुष्याच्या अंतर्मनाचे प्रतिबिंब आहे. यातले प्रत्येक पात्र, मनुष्याच्या अंतर्यामी असते आणि वेळप्रसंगी ते बाहेर डोकावते. खरे तर आपण सर्व जण रामायणातील प्रत्येक भूमिका कधी ना कधी साकारतच असतो. जेव्हा तुमचा मित्र दुसऱ्या कोणाबद्दल तुमचे कान भरत असेल आणि तुम्हीही त्याच्या बोलण्यावर विश्वास ठेवत असाल, तर त्या वेळी तुम्ही कैकेयीची भूमिका साकारत असून तुमचा मित्र मंथरेचे काम करत आहे, असे निश्चित समजावे.

वासनेच्या आणि क्रोधाच्या आहारी जाऊन मर्यादा ओलांडणारा मनुष्य रावणाची भूमिका बजावत असतो. जेव्हा एखाद्या व्यक्तीची सत्यनिष्ठा इतकी दृढ होते, की ती

व्यक्ती प्रियजनांनी केलेल्या अयोग्य कर्मात मुळीच सहभागी होत नाही. शिवाय, संपूर्ण ताकदीनिशी त्यांच्याविरुद्ध संघर्षासाठी सज्ज होते, तेव्हा तिच्यात बिभीषण अवतरलेला असतो.

ईश्वर (सेल्फ) जेव्हा एखाद्या शरीराच्या माध्यमातून स्वतःचा अनुभव करून दिव्य गुणांचा आविष्कार करू इच्छितो, तेव्हा त्या मनुष्याच्या जीवनात सत्याची आस जागवणाऱ्या अनेक घटना घडू लागतात. मग त्या मनुष्याच्या हृदयातून सत्यप्राप्तीसाठी आर्त प्रार्थना उमटू लागते. ही आर्तता तिच्या जीवनात सत्य प्रकाशमान करते.

याउलट मनुष्याच्या मनात जेव्हा अहंकाररूपी रावण जागा होतो, तेव्हा त्याच्या जीवनातून सत्याचा अनुभव (राम) निघून जातो. मग त्याची अवस्था 'रामाशिवाय अयोध्या' अशी होते. रामाशिवाय अयोध्यानगरी दुःखी, उदास, सुनीसुनी आणि उत्सवहीनच असेल ना? कारण दुःख, निराशा, चिंता, भीती, संशय हे अहंकाराचे शेपूट असल्याने ते अहंकाराच्या मागे येणारच. परमचैतन्य म्हणजेच खरा 'मी' लुप्त होताच, मनुष्य स्वतःला इतरांहून श्रेष्ठ आणि वेगळा समजू लागतो. मग या खोट्या 'मी'मुळेच त्याची अयोध्यानगरी (जीवन) उद्ध्वस्त होते.

मनुष्याला जीवनात रामाचे महत्त्व समजताच तो 'माझ्याही जीवनात राम अवतरावा' यासाठी प्रयत्न करू लागतो. गुरूंच्या मार्गदर्शनाने तो स्वतःमधील सत्याची शक्ती वृद्धिंगत करून विकार व अहंकाररूपी रावणाशी युद्ध करून त्याला पराजित करतो. मग जीवनात अंतिम सत्यरूपी राम जागृत होताच, त्याच्या जीवनरूपी अयोध्येत साजरी होते दीपावली! दीपावली म्हणजे असत्याच्या अंधारातून सत्याच्या प्रकाशाकडे नेणारा उत्सव, उल्हास, उत्साह, प्रेम, आनंद आणि मौन... आपणही रामाच्या निरंतर सहवासात प्रेम, आनंद, मौनासह जीवनाचा आनंद घ्यावा, हीच शुभेच्छा!

- सरश्री

या ग्रंथाचा लाभ कसा घ्यावा?

या ग्रंथात युगानुयुगे प्रचलित असलेली रामकथा एक नवा दृष्टिकोन आणि नव्या आकलनासह सादर केली आहे. या रामकथेमधला प्रत्येक प्रसंग, छोटासा अंशदेखील आपल्याला खूप काही शिकवून जातो. म्हणूनच यातला प्रत्येक प्रसंग सावकाश वाचा. त्यात दिलेल्या शिकवणुकीचा सखोल विचार करा. या ग्रंथातील विषय समजून घेण्यासाठी तुम्हांला खालील मुद्द्यांचा उपयोग होईल :

१. तुम्ही पृथ्वीवर जे लक्ष्य घेऊन आला आहात ते म्हणजे– विकाररूपी रावणाला नष्ट करून जगात (शरीरात) रामराज्याची (स्वानुभवाची) स्थापना करणे. यासाठी पूर्व लीला (खंड - १) आणि बाल लीला (खंड - २) वाचा.

२. 'रामाहून श्रेष्ठ रामनाम' या उक्तीमागे असलेला विचार सहाव्या खंडात विस्तृतपणे समजावला गेला आहे.

३. इतरांनी सांगितलेल्या गोष्टींमुळे तुमचे निर्णय बदलत असतील, तुम्हांला योग्य-अयोग्य यातला फरक कळत नसेल, तर याचाच अर्थ तुम्हांला तुमच्या जीवनात प्रवेश करणाऱ्या मंथरेची जाणीव नाही. यासाठी अकरावा आणि बारावा अध्याय तुम्हांला मार्गदर्शन करेल.

४. आपल्या भक्तीला उच्च स्तरावर घेऊन जाण्यासाठी वाचा– अध्याय १३ (केवट प्रसंग), अध्याय १६, १७ (भरत मिलाप प्रसंग) आणि अध्याय १८, १९, २० (वनवासातले प्रसंग). त्याबरोबरच भक्तीचे नऊ प्रकार अर्थात नवविधा भक्ती जाणून घेण्यासाठी वाचा अध्याय २३.

५. ईश्वर म्हणजे काय? ज्ञान-विज्ञान, माया-जीव, वैराग्य-भक्ती म्हणजे काय? या गूढ प्रश्नांची उत्तरे जाणून घेण्यासाठी वाचा अध्याय २१ आणि २२.

६. वनवासात जाणे म्हणजे संकट नसून ती एक चांगली संधी आहे; जी तुम्हांला तुमचे लक्ष्य साध्य करण्यासाठी सज्ज करते. वनवासाचा खरा अर्थ, महत्त्व, वनवासाचा लाभ कसा घ्यावा, हे विस्तृतपणे समजण्यासाठी वाचा– खंड ७, तुमच्या जीवनातला अल्प वनवास.

७. वाचकांना विशेष लाभ देण्यासाठी या ग्रंथात कबीरदास, गुरू नानकजी आणि संत तुलसीदासांचे दोहे दिले आहेत आणि ते अशा (   ) चिन्हाने दर्शवले आहेत. त्या दोह्यांमधून भक्ताच्या भावना समजून घेता येतील.

खंड १

पूर्वलीला

रामजन्माची कारणे

अध्याय १

मनु-शतरूपा आणि रावण कथा

जीवनात सत्य अवतरित करण्याचा संकल्प

श्रीराम पृथ्वीवर अवतरले यामागे अनेक कथा प्रचलित आहेत. उदाहरणार्थ, रावण असुरांच्या मदतीने देवदेवतांवर करत असलेले अत्याचार आणि ईश्वराने देवतांना त्यांचे रक्षण करण्याचे दिलेले वचन, श्रावण बाळाच्या आईवडिलांनी राजा दशरथाला दिलेला शाप, नारदमुनींनी भगवान विष्णूंना दिलेला शाप, मनु-शतरूपा (हेच नंतर दशरथ-कौसल्या म्हणून जन्मले) यांनी केलेले तप आणि 'मीच तुमच्या पुत्राच्या रूपात जन्म घेईन', असे भगवान विष्णूंनी त्यांना दिलेले वचन... इत्यादी. कारण काहीही असो, पण श्रीरामांनी मनुष्यरूपात अवतार घेतला, हे महत्त्वाचे आहे.

एखाद्या सत्यशोधकाने त्याच्या जीवनात मागे वळून पाहिले, तर त्याच्या लक्षात येईल, त्याच्याही जीवनात अशा काही घटना घडल्या होत्या, अशी काही माणसे आली होती, जी त्याच्या साधक होण्याचे कारण बनली. या जगात येण्याचा उद्देश केवळ पैसे कमावणे, खाणे-पिणे, मुलांना जन्म देणे, त्यांना वाढवणे, त्यांची लग्ने लावून देणे एवढाच नाही तर आणखीही काही आहे, हे त्यांच्यामुळेच जाणवले आहे. मगच तो मनुष्य त्या वेगळ्या उद्देशाचा शोध घ्यायला तयार झाला. घटना चांगली असो की वाईट, ती माणसाच्या जीवनात राम (स्वानुभव) अवतरण्याचे (जागृत होण्याचे) कारण ठरत असेल तर तिच्यासाठी धन्यवादच द्यायला हवेत.

या अध्यायात रामजन्माची दोन कारणे त्यामागच्या अर्थांसह सांगितली आहेत. यातील पहिले कारण म्हणजे मनु-शतरूपा यांनी ईश्वरप्राप्तीसाठी केलेली कठोर तपस्या.

दुसरे कारण म्हणजे रावणाने ऋषिमुनी आणि सद्‌गुणी, सद्‌वर्तनी लोकांवर केलेले अत्याचार. वास्तवात ते थांबवण्यासाठीच श्रीरामाने जन्म घेतला. चला तर मग, आधी आपण मनु-शतरूपाची कथा जाणून घेऊ या.

मनु-शतरूपा यांची कथा

पुराणात मनुला सृष्टीवरील पहिला मानव मानले जाते. मनु आणि त्याची पत्नी शतरूपा हे दाम्पत्य सदाचारी, धर्माचे पालन करणारे आणि ईश्वरभक्त होते. अनेक वर्षे राज्य केल्यावर राजा मनुला असे जाणवले, की राज्यकारभार सांभाळताना आणि कौटुंबिक जबाबदाऱ्या पार पाडताना मोहमायेतून त्याची सुटका होत नाही. शिवाय, ईश्वरभक्तीसाठी त्याला पुरेसा वेळही मिळत नाही आणि आता तर म्हातारपण येऊन ठेपले आहे. आपण अजूनही भक्ती केली नाही तर जीवन व्यर्थ ठरेल. तेव्हा आता राज्यकारभार मुलांवर सोपवून संन्यासधर्माचे पालन करावे आणि उर्वरित जीवन ईश्वरभक्तीत लीन होऊन जगावे, असा विचार करून राजा-राणीने सर्व राजसी सुखसुविधांचा त्याग केला आणि त्यांनी वनाकडे प्रस्थान केले.

वनात गेल्यावर त्यांना साधुसंतांचा मेळा भेटला. त्यांच्या सहवासात त्यांनी ईश्वरप्राप्तीसाठी घोर तप आरंभले. ईश्वरभक्तीत ते असे काही लीन झाले, की तहानभूक, शरीर याची जाणीवच त्यांना उरली नाही. त्यांचे हे कठोर आणि अखंड तप पाहून अनेक देवदेवता भयभीत झाल्या. ते त्यांच्याजवळ आले आणि मनु-शतरूपानी तपश्चर्या थांबवावी म्हणून त्यांना अनेक वरदानांची, सिद्धींची प्रलोभने दाखवली. पण मनु-शतरूपा कोणत्याही प्रलोभनाला भुलले नाहीत किंवा त्यांनी तपही थांबवले नाही. शेवटी भगवान विष्णू मनु-शतरूपावर प्रसन्न झाले आणि त्यांनी आपल्या दिव्य स्वरूपाचे दर्शन त्यांना दिले.

आपले आराध्य असणाऱ्या भगवान विष्णूंचे दर्शन झाल्याने मनु-

शतरूपा यांच्या आनंदाला पारावार उरला नाही. भान हरपून ते भगवान विष्णूंच्या चरणी नतमस्तक झाले. विष्णू प्रेमभराने त्यांना उठवत म्हणाले, "तुमच्या या खऱ्या भक्तीने मी प्रसन्न झालो आहे. सांगा, काय वर देऊ तुम्हांला?" तेव्हा मनु म्हणाला, "हे भगवंता, तुमच्या दर्शनाने आम्ही धन्य झालो आहोत. पण तरीही एक कामना आहे. ती व्यक्त करताना आम्हांला संकोच वाटत आहे."

विष्णूंनी अभय दिल्यावर मनु म्हणाला, "भगवंता, आम्हांला तुमच्यासारखा गुणवान पुत्र हवा आहे." हे ऐकून विष्णू विचारात पडले. कारण भगवान विष्णू तर अद्वितीय आहेत. म्हणजेच त्यांच्यासारखा दुसरा कोणी असूच शकत नाही. मग त्यांच्यासारखे गुण असलेला अन्य कोणी कसा निर्माण होऊ शकेल? तेव्हा थोडा विचार करून भगवान विष्णूंनी मनु-शतरूपाला वरदान दिले, "तुमच्या पुढच्या जन्मी मी स्वतःच तुम्हा दोघांच्या पुत्राच्या रूपात जन्म घेईन आणि तुमची इच्छा अवश्य पूर्ण करेन."

या वरदानानुसार, पुढच्या जन्मी मनुने राजा दशरथाच्या रूपात, शतरूपाने कौसल्येच्या रूपात, तर भगवान विष्णूंनी श्रीरामाच्या रूपात त्यांच्या पोटी जन्म घेतला.

रावणाची वरदानप्राप्तीची कथा

रावण नावाचा एक राक्षस होता. त्याला दहा तोंडे होती. खरे तर तो एक शूरवीर योद्धा होता. महाज्ञानी होता; पण अहंकारी, महत्त्वाकांक्षी, निर्दयी, दुष्ट, हिंसक असल्याने तो देवतांचा शत्रू होता. त्याला अजेय आणि अमर होऊन समस्त विश्वावर राज्य करण्याची महत्त्वाकांक्षा होती. त्याला दोन भाऊ होते, बिभीषण आणि कुंभकर्ण. कुंभकर्ण हादेखील रावणाप्रमाणेच राक्षसी स्वभावाचा; पण बिभीषण मात्र ईश्वरभक्त, विवेकी आणि सात्त्विक स्वभावाचा होता.

तिन्ही भावांच्या स्वभावानुसार त्यांच्या अशा काही ना काही इच्छा होत्याच. त्या पूर्ण करून घेण्यासाठी तिघेही कठोर तपश्चर्या करायला लागले. त्यांच्या कठोर तपश्चर्येने ब्रह्मदेव प्रसन्न झाले आणि त्यांनी तिघांनाही वरदान मागायला सांगितले. खरे तर रावणाला अमर व्हायचे होते. पण भगवान कोणालाही अमरत्व देत नाहीत, हे त्याला माहीत होते. कारण निसर्गनियमानुसार ज्याचा जन्म झाला आहे, त्याचा मृत्यू होणार हे निश्चित असते. ईश्वर हा सृष्टीच्या आधीपासून आहे आणि सृष्टीच्या कणाकणांत निरंतर सामावलेला आहे. त्यामुळे त्याला जन्मच नाही; आणि ज्याला जन्म नाही, त्याला मृत्यूही नाही. म्हणजेच मृत्यू नसतो तो केवळ जन्ममृत्यूपासून मुक्त असलेल्या, अनादी आणि अनंत अशा ईश्वरालाच! तेव्हा भगवान काही आपल्याला अमरत्व

देणार नाहीत, हे लक्षात घेऊन रावणाने आपले चातुर्य पणाला लावले. त्याने विचार केला, त्याच्यासारख्या शक्तिशाली शूरवीराशी सामना करण्याची शक्ती सर्वसामान्य मानवामध्ये असूच शकत नाही; तेव्हा त्याच्यासारख्या शूरवीर महान योद्ध्याचा अंत केवळ सर्वशक्तिमान अशा ईश्वराच्या हातानेच होऊ शकतो. म्हणून त्याने ब्रह्मदेवाकडे वरदान मागितले, ''हे ब्रह्मदेवा, माझा मृत्यू कोणा देवतेच्या किंवा राक्षसाच्या हाताने न होता केवळ एका मनुष्याद्वारेच व्हावा.'' रावणाला वाटले, आपण चतुरपणाने अमरत्वाचे वरदान मागून घेतले आणि ब्रह्मदेवानेही रावणाला 'तथास्तु' म्हटले.

मनासारखे वरदान प्राप्त होताच रावण निश्चिंत झाला. त्याला वाटले, आता आपण अमरच झालो आहोत. कारण विश्वातल्या एकाही मानवामध्ये शक्ती आणि शौर्याच्या बाबतीत रावणाच्या नखाचीही सर नव्हती. मग त्याला ठार करण्याचे धाडस कोण करणार? भक्त प्रल्हादाचा पिता राक्षसराज हिरण्यकश्यपू यानेही अगदी हीच चूक केली होती. त्याने असे वरदान मागितले होते, 'माझा मृत्यू दिवसा आणि रात्री, महालाच्या आत आणि बाहेर, धरतीवर आणि आकाशात, कोणत्याही शस्त्राने आणि अस्त्राने होऊ नये. जनावर, माणूस, देवता किंवा विश्वात जन्मलेल्या कोणत्याही प्राण्याच्या विश्वातील कोणत्याही जीवाच्या हातून होऊ नये.' असे अनेक अटी असलेले वरदान प्राप्त केल्यावर हिरण्यकश्यपूला वाटले, आता आपला मृत्यूच होणार नाही. पण तरी भगवान विष्णूंनी त्या वरदानाच्या अटी पाळून हिरण्यकश्यपूचा वध केला. त्यांनी मनुष्य (नर) आणि पशू (सिंह) अशा मिश्र रूपात नरसिंह अवतार धारण केला. दिवस संपून रात्र सुरू होण्याच्या संधिकालात, हिरण्यकश्यपूच्या महालाच्या उंबरठ्यावर बसून, शस्त्र-अस्त्र न वापरता नखांनी हिरण्यकश्यपूचे पोट फाडून त्याला ठार केले. अशा प्रकारे हिरण्यकश्यपूची कोणतीही अट न मोडता भगवान विष्णूंनी त्याचा वध केला. रावणाच्या बाबतीतही हेच घडले. कसे, ते पुढे आपण जाणून घेणारच आहोत.

रावणाला वरदान दिल्यावर कुंभकर्णाच्या

तपश्चर्येने प्रसन्न झालेले ब्रह्मदेव कुंभकर्णाकडे गेले आणि त्यांनी त्यालाही वरदान मागायला सांगितले. पण त्याला पाहून ब्रह्मदेवांनी विचार केला, हा विशालकाय राक्षस रोज पोटभर भोजन करत राहिला तर पृथ्वीवर अन्नटंचाई निर्माण होईल. शिवाय त्याचे वरदान विश्वासाठी त्रासदायकही ठरू शकेल. त्यामुळे त्यांनी युक्ती केली. त्यांनी देवी सरस्वतीची मदत घेतली. ज्या व्यक्तीची वाणी उत्तम असेल, वाक्‌चातुर्य, वक्तृत्व उत्तम असेल, तिच्या जिभेवर सरस्वती वास करते आहे, असे आपण म्हणतो; तर असे बुद्धीचे वरदान देणाऱ्या देवी सरस्वतीला त्यांनी विनंती केली, ''वरदान मागत असताना कुंभकर्णाची जीभ अडखळू दे आणि त्याच्या तोंडून चुकीचे वरदान मागितले जाऊ दे.'' त्याप्रमाणे सरस्वतीच्या लीलेमुळे वरदान मागत असताना कुंभकर्णाची जीभ अडखळली आणि त्याने वरदानामध्ये ब्रह्मदेवाला इंद्रासनाऐवजी निद्रासन मागितले. इंद्राचे आसन म्हणजे देवलोकाचे राज्य! पण कुंभकर्णाने इंद्रासनाऐवजी निद्रासन म्हणजे सतत निद्राधीन राहण्याचे वरदान मागितले. म्हणूनच देवलोकांवर राज्य करण्याऐवजी तो सतत निद्रेच्या अधीन राहू लागला. बिभीषण सद्विवेकी, सत्कर्मी होता. त्यामुळे त्याने मात्र वरदानाचा सदुपयोग केला आणि ब्रह्मदेवाकडून ईश्वराची निष्काम, अखंड भक्ती मागून घेतली. त्यामुळेच पुढे त्याला श्रीरामांचा सहवास लाभला. अशा प्रकारे मनाजोगते वरदान घेऊन तिन्ही भाऊ आपापल्या भवनात परत आले.

भगवान विष्णूंकडून प्राप्त झालेल्या वरदानाने रावण स्वतःला अमर समजू लागला.

त्यामुळे मुळातच अहंकारी असलेल्या रावणाचा अहंकार आणखीनच वाढला. कालांतराने सुंदर आणि गुणवती अशा दानवकन्या मंदोदरीशी त्याचा विवाह झाला.

त्रिकूट पर्वतावर लंका नावाची एक नगरी वसली होती. चारही बाजूंनी सागराने वेढलेल्या या सुंदर सुवर्णनगरीवर कुबेर नावाच्या देवतेचे राज्य होते. ही सुंदर, समृद्ध अशी लंका रावणाच्या डोळ्यांत भरली. लंकेची लालसा त्याच्या मनात निर्माण झाली. त्यामुळे लंका ताब्यात घेण्यासाठी त्याने आपल्या राक्षसी सेनेसह लंकेवर आक्रमण केले आणि कुबेराला पळवून लावून लंकेवर कब्जा मिळवला. मग लंकेलाच आपली राजधानी करून रावण त्या संपूर्ण साम्राज्यावर राज्य करू लागला.

अशा प्रकारे दिवसेंदिवस बळाच्या, शक्तीच्या जोरावर रावणाचे साम्राज्य, त्याचा प्रभाव, सत्ता आणि त्याचा परिवार वाढतच जात होता. त्याला अनेक राण्या होत्या. त्यांच्यापासून त्याला अनेक मुलेमुली, नातवंडे होती. राज्याचा कारभार सांभाळण्यासाठी अनेक मंत्री आणि सैनिक होते. ते सर्व रावणाप्रमाणेच बलशाली होते. हळूहळू रावणाचा दरारा इतका वाढला, की समस्त पृथ्वीवर रावणासमोर मान वर करू शकेल, अशी एकही व्यक्ती उरली नाही. त्यामुळे रावणाची महत्त्वाकांक्षा इतकी वाढली, की त्याच्या मनात देवतांचाही विनाश करण्याचा विचार येऊ लागला.

रावण अतिशय पराक्रमी असल्याने त्याच्या पराक्रमासमोर देवताही हार मानत. म्हणून रावणाशी युद्ध करायला देवता तयारच होत नसत. मग रावणाने देवतांना दुर्बल करण्याचा आणखी एक उपाय शोधून काढला. त्याने त्याच्या राक्षसी सेनेला आज्ञा दिली, की जिथे कुठे देवतांची पूजाअर्चा, होमहवन होत असेल, देवतांच्या नावाने आहुती देऊन त्यांचे बल वाढवण्याचा प्रयत्न केला जात असेल, ती सर्व यज्ञकार्ये उद्ध्वस्त करून टाका. देवतांचे पूजन करणाऱ्या ऋषिमुनींना ठार मारून टाका. त्याला वाटले, असे केल्याने देवता शक्तिहीन होतील आणि आपोआपच त्यांचा विनाश होईल. मग अशा शक्तिहीन देवतांना पराजित करणे आपल्याला आणखी सोपे होईल.

रावणाची ही विध्वंसक आज्ञा मिळताच त्याच्या राक्षसी सेनेने पृथ्वीवर भयंकर उत्पात माजवला. सगळीकडचे पूजापाठ,

होमहवन बंद झाले. ऋषिमुनींच्या आणि ईश्वरभक्तांच्या निर्घृण हत्या होऊ लागल्या. सत्कर्मांचा, सात्त्विकतेचा आणि धर्माचा नाश होऊ लागला. बघावे तिथे केवळ अमंगलच घडू लागले.

असे घोर संकट कोसळल्यावर सर्व देवता भयभीत झाल्या. त्यांनी भगवान विष्णूंना आवाहन केले आणि त्यांना समस्त पृथ्वीचे रक्षण करण्याची प्रार्थना केली. देवतांच्या या करुण हाकेला भगवान विष्णू धावून आले. त्यांनी देवतांना वचन दिले, "रावणाचा आणि समस्त आसुरी शक्तींचा विनाश करण्यासाठी मी लवकरच पृथ्वीवर मनुष्यरूपात जन्म घेऊन राक्षसी अत्याचारातून समस्त पृथ्वीला मुक्त करेन."

रामायणात सांगितल्याप्रमाणे देवतांना दिलेले वचन पूर्ण करण्यासाठी भगवान विष्णूंनी अयोध्येचा राजा दशरथ आणि त्याची पत्नी राणी कौसल्या– पूर्वजन्मीचे मनु-शतरूपा– यांच्या मुलाच्या रूपात जन्म घेतला. ज्यांना संपूर्ण विश्व 'राम' या नावाने ओळखते. पुढे नारदमुनींच्या शापामुळे त्यांना पत्नीचा, सीतेचा वियोग सहन करावा लागला. या दोन्ही प्रसंगांमध्ये कोणती शिकवण आहे, हे आपण पुढच्या अध्यायात जाणून घेणार आहोत.

अध्याय २

श्रीरामाचे आवाहन

आपल्यातील गुण जागृत करा

मागील अध्यायात तुम्ही दोन कथा वाचल्या. पहिली, रावण आणि त्याच्या भावांनी म्हणजे कुंभकर्ण आणि बिभीषण यांनी केलेल्या तपश्चर्येची आणि दुसरी, मनु-शतरूपा यांनी केलेल्या तपश्चर्येची. या दोन्ही कथांमध्ये कोणते साम्य होते? तर पहिले साम्य हे, की दोन्ही कथांमधल्या पात्रांनी त्यांचे घरदार सोडून वनात जाऊन कठोर तपश्चर्या केली. दोन्ही कथांत कठोर तपश्चर्येने ईश्वराला प्रसन्न करून मनाजोगते वरदानही प्राप्त केले. पण या दोन्ही तपश्चर्यांमागची भावना मात्र वेगवेगळी होती. त्यामुळे त्याचे परिणाम ही भिन्न-भिन्न प्राप्त झाले. मनु-शतरूपाला रामाचा ('स्व'चा) लाभ झाला; तर रावण मात्र रामापासून (सत्यापासून) अनंत योजने दूर गेला. कारण वरदान प्राप्त झाल्यावर रावणाचा अहंकार आणि विकार वाढला. त्याचा व्यक्तिभाव प्रबळ झाला. परिणामी, तो त्याच्यामधल्या रामापासून ('स्व'पासून) दुरावला.

भक्तीची कसोटी

या दोन्ही प्रसंगांमधून भक्तीची खरी कसोटी काय असते, हे समजते. भक्ती म्हणजे नेमके काय? तासन्तास एका जागी बसून जपतप, विशिष्ट विधी, कर्मकांड, व्रतवैकल्य करणे, की आणखी काही? तर यातले काहीच नाही. भक्तीची खरी कसोटी म्हणजे भक्तीमागे असणारी भक्ताची भावना (इन्टेंशन).

काही मुले सकाळी उठताच शाळेला सुट्टी मिळावी म्हणून मनापासून प्रार्थना

करतात. असे म्हणतात, की लहान मुलांची प्रार्थना देव लवकर मान्य करतो. पण असे असते तर मग बऱ्याचशा शाळा नेहमी बंदच राहिल्या असत्या, नाही का? पण तसे होत नाही. कारण परिणाम भक्तीचा नाही, तर भक्तीमागे असलेल्या भावनेचा असतो. भक्ती का केली जात आहे? मनात एखादा वाईट हेतू ठेवून की चांगल्या हेतूने, यावर भक्तीचा परिणाम अवलंबून असतो.

राजा मनु आणि त्याची पत्नी शतरूपा यांनी केलेल्या तपामागे कोणताही व्यावहारिक स्वार्थ नव्हता. त्यांची भक्ती शुद्ध होती. म्हणूनच त्यांनी ईश्वराकडून वरदानात प्रत्यक्ष ईश्वरालाच मागून घेतले. म्हणूनच त्यांच्या तपश्चर्येने आणि त्यांच्या शुद्ध भक्तिभावाने प्रसन्न होऊन ईश्वराने त्यांना आपल्या मूळ स्वरूपात दर्शन दिले. जेव्हा ईश्वराने त्यांना वर मागायला सांगितला, तेव्हा त्यांनी कोणता वर मागितला? 'हे ईश्वरा, आम्हांला तुमच्यासारखाच पुत्र व्हावा.' अशा कथांमध्ये मानवी बुद्धीच्या पलीकडे असणारे, मनुष्याला सहज समजून न घेता येणारे अनुभव प्रतीकात्मक रूपाने सोपे करून सांगितले जातात. भगवान विष्णूंनी मनु-शतरूपाला साक्षात दर्शन दिले, याचा अर्थ त्यांना आत्मसाक्षात्काराची अवस्था प्राप्त झाली. या अवस्थेत माणसाला 'स्व'च्या वास्तविक स्वरूपाचा अनुभव मिळतो. त्यांना ईश्वराचे दर्शन घडले, म्हणजेच त्यांना स्वतःमधल्या खऱ्या शुद्ध व्यक्तिभावहीन 'मी'चे दर्शन घडले.

स्वतःमधल्या रामाची अशी ओळख पटणे, तो जागृत होणे ही एक परमानंदाची अवस्था असते. माणूस जेव्हा त्या अवस्थेत जातो, तेव्हा आपल्या मुलाबाळांना, कुटुंबीयांना, आपल्या प्रिय व्यक्तींनाही हा अनुभव लाभावा, त्यांच्या आयुष्यातही सत्य अवतरावे, असे त्याला वाटते. त्याप्रमाणे राजा मनुचीही हीच इच्छा होती, की आपला पुत्रही आत्मसाक्षात्कारी असावा आणि त्याच्या शरीरमाध्यमातूनही ईश्वराची अभिव्यक्ती व्हावी. म्हणजेच आपल्या पुत्राच्या माध्यमातून ईश्वराने त्याचे ईश्वरी कार्य पार पाडावे. ईश्वराने मनु-शतरूपाच्या पोटी श्रीरामांच्या अवतारात जन्म घेऊन त्यांची ही इच्छा पूर्ण केली.

दुसऱ्या कथेत रावणानेही मनु-शतरूपासारखेच कठोर तप केले होते. पण, त्या तपामागे ईश्वराचे प्रेम नव्हते, तर राक्षसी, स्वार्थी आणि व्यक्तिगत महत्त्वाकांक्षा होती. आपल्याला कोणाकडूनही हार पत्करावी लागू नये, आपण सर्वशक्तिमान व्हावे यासाठी रावणाला अमरत्व हवे होते. म्हणूनच 'दैव देते आणि कर्म नेते' ही म्हण रावणाच्या बाबतीत अगदी खरी ठरली. खरे तर ईश्वराचे स्मरण करणे, तप करणे हे सत्कर्मच! तसे पाहिले तर, भगवान विष्णूंची तपश्चर्या करून रावणाने योग्य कर्मच केले होते.

त्या कर्माचे फळ म्हणून त्याला वरदान मागायची संधीही मिळाली होती. पण मुळातच त्याच्या तपश्चर्येच्या कर्मामागची भावना चुकीची होती. त्यामुळेच वरदान लाभूनही त्याचा दुर्दैवी अंत कसा झाला, हे आपण जाणतोच.

भक्ती कशी असावी आणि भक्तीचा उद्देश काय असावा, याविषयीची शिकवण या दोन्ही कथांमधून आपल्याला मिळते. भक्तीमध्ये प्रचंड शक्ती असते. या शक्तीमुळेच मानवी जीवनात जे काही सर्वोत्तम प्राप्त होऊ शकते, उत्तम घडू शकते, ते सर्व प्राप्त होणे शक्य होत असते. भक्तीमधले सर्वोच्च वरदान म्हणजे भक्तीने ईश्वराकडून ईश्वरालाच मिळवले जाऊ शकते. तर मग त्याहून छोटी मागणी करायचीच कशाला?

समजा, कोणी धनाढ्य शेठजी दोन्ही हातांनी भरभरून हिरेमोती वाटत असेल, तर आपण त्याच्याकडची हिऱ्यामोत्यांची रिकामी थैली मिळवण्यातच आनंद मानायचा का? सच्चा भक्त मात्र भक्तीत असा नुकसानीचा व्यवहार कधीच करत नाही. पण रावणासारखा भक्त असेल तर तो कितीही शक्तिशाली असला, तरी त्याची भावना चुकीची असल्याने त्याच्या भक्तीचे परिणामही वाईटच मिळतील.

विकार, व्यक्तीची दुर्बलता ओळखतात

या कथेत रावणाने वरदान मागितले होते, मला मृत्यू मनुष्याकडूनच यावा. यावरून त्याचे विचार समजतात. रावणाला वाटत होते, कोणताही माणूस त्याला कधीच पराजित करू शकणार नाही, त्याचा अंत करू शकणार नाही. यात खूपच गहन अर्थ सामावलेला आहे. खरे तर रावण म्हणजे आपल्यामधल्या विकारांचे, वाईट सवयींचे प्रतीक! त्याची दहा तोंडे म्हणजे क्रोध, घृणा, द्वेष, ग्लानी, भ्रम, भय, लोभ, अहंकार, तुलना, निराशा इत्यादी. हे विकार मनुष्यात अज्ञानामुळे निर्माण होतात.

मानवी शरीर हे 'स्व'च्या अभिव्यक्तीचे म्हणजेच ईश्वरी कार्याचे माध्यम आहे. 'स्व' हीच त्याची चेतना आहे. पण जेव्हा 'स्व' आपले मूळ स्वरूप विसरतो आणि विकारांच्या अधीन होऊन (मोहमायेत गुरफटून) स्वतःला वेगळाच 'मी' समजायला लागतो, म्हणजेच तो स्वतःला शरीर (व्यक्ती) समजायला लागतो. त्याचा हा भ्रम इतका पक्का होतो, की तोच खरा आहे, असे वाटायला लागते. तिच्यात आत्मभावाऐवजी व्यक्तिभाव जागा होतो. अशा भ्रमाच्या आहारी गेलेल्या शरीरात रामलीला ('स्व'ची लीला) नाही, तर व्यक्तिलीला सुरू होते. व्यक्ती जेव्हा सत्य ('स्व'ची खरी ओळख) सोडून असत्याच्या मार्गावर चालू लागते, तेव्हा तिच्यामध्ये लपलेला विकाररूपी रावण जागा होतो. मग त्याला अशा भ्रमित व्यक्तीमध्ये विकारी विचारांची लंका वसवण्याची

संधी मिळते. जिथे ज्ञानाचा प्रकाश लोप पावला आहे, अशा अज्ञानाच्या अंधाऱ्या लंकेत रावण म्हणजेच सर्व विकार अगदी सुरक्षित राहू लागतात. कारण तिथे ज्ञानाचा प्रकाशच नसल्याने विकार उजेडात येऊ शकत नाहीत. म्हणून ते नष्टही केले जाऊ शकत नाहीत. विकारांना माहीत असते, की व्यक्तीमध्ये आपल्याला ओळखण्याची क्षमताही नाही आणि नष्ट करण्याची शक्तीही नाही. तात्पर्य, ज्या शरीरात 'स्व'ऐवजी व्यक्तीचे राज्य असते, तिथे सर्व विकार अगदी सुरक्षित असतात. शिवाय व्यक्तीला भ्रमित करून मुक्तपणे मनमानी कारभार करत असतात. कारण त्यांना माहीत असते, की इथे आपल्याला रोखणारे कोणीही नाही. हा माणूस आपला दास आहे आणि आपण त्याचे मालक आहोत.

आपल्यामध्ये देवतांना आवाहन करा

आता पुढची कथा जाणून घेऊ. मनाजोगते वरदान मिळाल्याने रावण निर्भय झाला होता. त्याच्यावर शक्तीचा कैफ चढला होता. तो देवतांना शत्रू मानत होता. देवतांचे अधिकारक्षेत्रही बळकावण्याचा विचार करत होता. देवतांची शक्ती कमी व्हावी म्हणून त्यांच्यासाठी केले जाणारे होमहवन तो उद्ध्वस्त करू लागला. देवतांची भक्ती करणाऱ्या ऋषिमुनींचा वध करू लागला. कारण देवतांना शक्ती लाभणे म्हणजे रावणाचा अंत होण्याची शक्यता वाढणे.

रामायणातला हा प्रसंग वाचताना तो या कथेचाच एक भाग वाटतो. पण, खरे तर हा प्रसंग म्हणजे स्वतंत्रपणे विचार करण्याची घटना आहे. कारण ती प्रत्येक माणसाच्या अंतर्यामी घडणारी घटना आहे. माणूस म्हणजे देव आणि दानव यांचे मिश्र रूप! प्रत्येक माणसात देवताही आहेत आणि राक्षसही आहेत. देवत्व म्हणजे माणसाच्या चांगुलपणाचे, सद्‌गुणाचे, ज्ञानाचे आणि विवेकाचे प्रतीक... तर दानवी वृत्ती म्हणजे वाईटपणा, विकार, व्यसने, अयोग्य विचार आणि अयोग्य भावनांचे प्रतीक आहे.

थोडक्यात सांगायचे तर माणसाचा सकारात्मक दृष्टिकोन, सत्कर्म म्हणजे त्याच्यातले देवत्व; आणि नकारात्मक दृष्टिकोन, दुष्कर्म म्हणजे त्याची दानवी वृत्ती, राक्षस पक्ष. आता आपल्यामधल्या कोणत्या दृष्टिकोनाला प्रोत्साहन द्यायचे आणि कोणाच्या पक्षात आपण जायचे, हे आपल्यावरच अवलंबून आहे. आपण ज्याच्यावर लक्ष केंद्रित कराल, ज्याच्या इच्छा पूर्ण करत राहाल, तेच वाढत राहील. म्हणजे आपण आपल्यातला देव जागवून देवाच्या इच्छा पूर्ण करत राहिलो, दैवी इच्छेने सत्कर्म करत राहिलो तर आपल्यातले देवत्व वाढेल. आपल्यातला दानव जागवून त्याच्या दानवी

इच्छा पूर्ण करण्यासाठी असत्याच्या मार्गावर जाऊन कुकर्म करत राहिलो तर दानवी वृत्ती वाढीला लागेल. आपण आपल्यातला देव निवडायचा की दानव, हे सर्वस्वी आपल्यावरच अवलंबून आहे. हे सगळे वाचून, ऐकून निवड करायला सोपे वाटते. प्रत्यक्षात राक्षस कोणालाच व्हायचे नसते. कोणालाही विचारा, तुम्ही कोणाच्या पक्षात आहात? उत्तर येईल, सत्कर्माच्या म्हणजेच देवपक्षात आहे. पण प्रत्यक्ष कृती करण्याची वेळ येते, तेव्हा मात्र असे होत नाही. कारण... कारण तेच. व्यक्तीची दुर्बलता. म्हणजेच आत्मबलाची कमतरता आणि विकारांची सबलता. आपल्याला मुळात आपल्यातल्या विकारांची जाणीवच नसते आणि ते नष्ट करण्याची पद्धतही माहिती नसते. हिंसा करू नये, खोटे बोलू नये, कपट करू नये, चिंता करू नये... असे आपण काय करावे आणि काय करू नये, हे आपल्याला अगदी लहानपणापासून वारंवार सांगितले जाते. तरीही कळत-नकळत आपल्याकडून काही ना काही अयोग्य वर्तन घडतच असते. त्या वेळी आपण कसे सावध राहायचे, त्या अयोग्य गोष्टी कशा टाळायच्या, याचे उत्तर मात्र कोणाकडेही नसते. त्यामुळेच खोटे बोलायचे नाही, कपट करायचे नाही, हिंसा करायची नाही, हे माहीत असूनही कित्येकदा बेभान अवस्थेत नकळत आपण त्याच गोष्टी करत असतो. मग इच्छा नसतानाही आपोआपच राक्षसपक्षात जात असतो.

ही बेहोश अवस्था येऊ नये म्हणून आपल्याला स्वतःलाच प्रयत्न करावे लागतील. आत्मबल प्राप्त करण्यासाठी देवतांना आवाहन करून होमहवन करावे लागेल. पण, हे होमहवन म्हणजे मंत्र म्हणून, समिधा अर्पण करून आणि कर्मकांड करून देवतांना प्रसन्न करून घेण्याचे बाह्य जगतातले हवन नाही; तर हा होमाग्नी आपल्याला आतच चेतवायचा असून अंतर्यामी चाललेल्या सत्यप्राप्तीच्या हवनात आपल्या जाणिवांची आहुती द्यायची आहे. जाणीव म्हणजे आपल्यातील विकार, वाईट सवयी, वाईट वृत्ती जाणून त्या नष्ट करण्याची इच्छा बाळगणे. ही जाणीव प्राप्त होते ती नियमित सत्यश्रवण, पठण, मनन आणि सत्याच्या शोधामुळे. हा असा एक मार्ग आहे, जिथे आपल्याला काय करायचे आणि काय नाही; हेच समजते असे नव्हे, तर ते कसे करायचे आणि का करायचे, या प्रश्नांची उत्तरेही मिळतात.

याचबरोबर आपल्या संगतीविषयी म्हणजेच आपण कोणत्या संघामध्ये, कोणत्या लोकांमध्ये राहतो, याविषयीही सतत सजग राहिले पाहिजे. नेहमी सत्संगात म्हणजेच सत्य संघात, सत्याच्या मार्गावर चालणाऱ्या, सद्वर्तनी व्यक्तींच्या सहवासात राहिले पाहिजे. कारण आपण ज्या संघात राहतो, काही काळानंतर तसेच बनतो. आपण जर निम्न चेतना असलेल्या लोकांच्या सहवासात राहिलो, जिथे विकार, व्यसन, नकारात्मक

आणि मायेच्या गोष्टी चालतात, तर त्याचा परिणाम आपल्यावरही होऊ लागतो. त्यांच्या राक्षसी प्रवृत्ती आपल्यातही तशाच वृत्ती निर्माण करतील. मात्र, सत्संघात राहिल्याने आपल्यात सद्‌गुणांचे आगमन होईल आणि आपल्या जीवनात सत्य प्रकाशित होईल.

सत्संघात इतकी शक्ती असते, की सत्यप्रेमी व्यक्तीच्या केवळ सहवासाने मनात सत्याची आस जागी होते. म्हणूनच तर गौतम बुद्धांच्या अल्प काळाच्या सहवासाने अंगुलीमाल डाकूचे पूर्ण आयुष्यच बदलून टाकले. एका डाकूचे रूपांतर बौद्ध भिक्षूमध्ये झाले. नारदमुनींच्या भक्तीने प्रभावित झाल्यामुळे रानोमाळ भटकून वाटमारी करणारा वाल्या कोळी ऋषी वाल्मिकी झाला. तेव्हा आधी आपण कोणत्या संघामध्ये आहोत ते पाहा आणि संघ योग्य नसेल तर लवकरात लवकर तो सोडण्याचा प्रयत्न करा. प्रार्थना करा, 'हे ईश्वरा, मला नेहमी उच्च चेतना असलेल्या, सत्यप्रेमी, सत्यशोधक लोकांचाच संघ मिळो.'

जीवनातला सर्वोच्च लाभ म्हणजे मनाचे समाधान, संतोष. जीवनाला सर्वोच्च गती, दिशा प्राप्त करून देतो तो सत्संग. जे सत्याचा शोध घेते, तेच सर्वोच्च ज्ञान आणि शांती हेच परमोच्च सुख आहे.

सत्यसंघ प्राप्तीसाठी केलेल्या प्रार्थनेने आपली समज हळूहळू वाढत जाते. आपल्याला जीवनाकडे पाहण्याचे नवनवीन दृष्टिकोन मिळत जातात. आपल्यात चांगले गुण विकसित होऊ लागतात. स्वतःचा सातत्याने घेतलेला शोध आणि त्याविषयी मनन केल्याने आपण स्वतःमध्ये लपलेल्या रावणाला म्हणजे विकाररूपी शत्रूला आणि त्यांच्या शक्तीला ओळखू शकतो. जसे शत्रूचे सगळे मनसुबे, योजना आणि कार्यपद्धती लक्षात येताच त्याला हरवणे अगदी सोपे होते, तसेच विकारांच्या बाबतीतही होते. त्याचे आकलन झाले, ते प्रकाशात आले, की मगच त्यांना नष्ट करणे शक्य होते.

आपल्या अंतरंगातील राम जागृत करा

समजा, तुम्ही सत्संगाचे महत्त्व जाणून सतत चांगल्या लोकांमध्ये राहू लागलात आणि स्वतःमधल्या सर्व वाईट गोष्टींतून मुक्त झालात. आता तुम्ही प्रामाणिक, विकारमुक्त, सद्वर्तनी, सत्कर्म करणारे आणि परोपकारी झाला आहात; तुम्ही सुखी, संतुष्ट आहात; लोक तुमचा आदर करत आहेत; तुमच्यावर प्रेम करत आहेत; म्हणजे तुम्हांला सगळे काही मिळाले आहे का? हे परिपूर्ण जीवन आहे का? पृथ्वीवर येण्यामागचे तुमचे लक्ष्य पूर्ण झाले का? तर नाही. केवळ विकारहीन होणे, सत्त्वगुणी होणे, हे माणसाचे अंतिम लक्ष्य नाही. अंतिम लक्ष्य तर याहून कितीतरी पुढे आहे. विकारमुक्त होणे हे केवळ लक्ष्य प्राप्त करण्याच्या तयारीमधली एक पायरी आहे.

मग माणसाचे अंतिम लक्ष्य आहे तरी काय? ते आहे आपल्या अंतर्यामी असलेल्या रामाला आवाहन करणे, स्वतःमध्ये राम (स्वानुभव, 'स्व'ची जाणीव) जागवणे. मग उर्वरित आयुष्य त्याच अनुभवात राहून, आपले शरीर हे केवळ माध्यम आहे, असे समजून त्यात ईश्वरी गुणांची अभिव्यक्ती करत राहणे. म्हणजेच ईश्वरी गुणांनुसार जीवन व्यतीत करणे. एकदा हृदयात राम अवतरल्यावर तिथे प्रज्वलित असलेल्या सत्याग्नीच्या हवनात व्यक्तिभावाची पूर्ण लंकाच जळून जाते. मग छोटेमोठे विकारी राक्षस तिथे कसे तग धरणार? मानवाने स्वानुभव घेऊन स्वतःचे खरे रूप ओळखावे, हेच त्याच्या जीवनाचे अंतिम लक्ष्य आहे. मी म्हणजे शरीर नाही. व्यक्ती म्हणजे केवळ एक भ्रम आहे. वास्तवात तो राम (स्व) म्हणजेच सर्व काही आहे.

या कथेमध्ये तुम्ही वाचले, की देवतांचा धावा ऐकून भगवान विष्णूंनी स्वतः अवतार घेण्याचे वचन त्यांना दिले. त्याचप्रमाणे जेव्हा तुम्ही योग्य प्रकारे, योग्य कारणासाठी प्रार्थना कराल आणि तुमच्या प्रार्थनेला शुद्ध भावनेची शक्ती प्राप्त होईल, तेव्हा तुमच्याम ध्ये निश्चितच राम अवतार घेईल. म्हणजेच तुम्ही स्वानुभव घेऊ शकाल. स्वतःचे खरे स्वरूप जाणून घेऊ शकाल. त्यासाठी फक्त भक्तीच्या शक्तीने अंतरंगातील रामाला जागृत करत राहायला हवे.

अध्याय ३

वनवास लीला

दशरथाचे अनुमान

ही गोष्ट म्हणजे रामकथेशी संबंधित एक महत्त्वाची घटना आहे. कारण या घटनेनेच श्रीरामांच्या जीवनाला एक वेगळी दिशा मिळाली. हीच घटना श्रीरामांच्या वनवासाचे कारण ठरली. पण इथे मात्र युगानुयुगे प्रचलित असलेली ही गोष्ट एका वेगळ्या दृष्टिकोनातून सादर केली आहे. तेव्हा ही संक्षिप्त गोष्ट आता लक्षपूर्वक वाचून त्यातला गहन अर्थ समजून घ्यायचा प्रयत्न करू या.

श्रावणकुमार हा एक आदर्श पुत्र होता. दिवसरात्र आईवडिलांची सेवा करणे, त्यांच्या आज्ञेचे पालन करणे, त्यांच्या इच्छा पूर्ण करणे हाच त्याचा धर्म होता. एकदा त्याच्या आईवडिलांनी तीर्थयात्रेला जाण्याची इच्छा व्यक्त केली. श्रावणकुमाराला त्यांची ही इच्छासुद्धा पूर्ण करायची होती, पण ते अतिशय वृद्ध होते. अंध आणि अशक्तही होते. त्यांना तीर्थयात्रेला नेणार तरी कसे? पण आईवडिलांची इच्छा तर पूर्ण करायचीच होती. मग श्रावणाने एक मोठी कावड तयार केली. त्याच्या एका पारड्यात आईला आणि दुसऱ्या पारड्यात वडिलांना बसवले. आणि कावड

खांद्यावर घेऊन तो तीर्थयात्रेला निघाला.

रस्त्यात एक घनदाट जंगल लागले. तिथून जात असताना श्रावणाच्या आईवडिलांना तहान लागली, तेव्हा त्याने खांद्यावरची कावड उतरवून एका झाडाखाली सावलीत ठेवली आणि तो एक घडा घेऊन पाण्याच्या शोधात जंगलात गेला. थोडे पुढे गेल्यावर त्याला एक नदी दिसली. नदी पाहून तो आनंदला. आता आईवडिलांना पाणी मिळणार या आनंदातच त्याने नदीच्या खळाळत्या पाण्यात घडा बुडवला. घड्यात पाणी शिरताच बुड... बुड... बुड... असा आवाज झाला. त्याच वेळी त्या जंगलात राजा दशरथ शिकारीसाठी आला होता. एका हरणाचा पाठलाग करत तो नेमका नदीच्या परिसरात येऊन हरणाचा शोध घेत होता. त्याला बुड... बुड... असा आवाज ऐकू आला. पण घनदाट

झाडीमुळे तो आवाज कशाचा आहे, हे त्याला समजू शकले नाही. तो आवाज ऐकून दशरथाला वाटले, की हरिणच नदीवर पाणी प्यायला आले आहे. राजा दशरथ शब्दवेधी होता. त्याने मागचापुढचा काही विचार न करता आवाजाच्या दिशेने बाण सोडला आणि तो सरसरत येऊन थेट श्रावणाच्या काळजात घुसला. श्रावणाची आर्त किंकाळी ऐकून राजा धावतच तिथे गेला. श्रावण तिथे रक्ताच्या थारोळ्यात पडला होता. आपल्या बाणाने हरणाऐवजी एका तरुण मुलाचा वेध घेतलेला पाहून राजा दशरथ व्याकूळ झाला. त्याने वेदनेने कळवळणाऱ्या श्रावणाची विचारपूस केली, तेव्हा त्याला श्रावण आणि त्याचे आईवडील तीर्थयात्रेला निघाल्याची हकिकत समजली. शेवटच्या घटका मोजत असलेला श्रावण राजाला म्हणाला, "हे राजा, कृपया माझ्या तहानलेल्या आईवडिलांसाठी पाणी घेऊन जा आणि माझ्या या अवस्थेबद्दल त्यांना काहीही सांगू नका; नाहीतर दुःखावेगाने त्यांचाही अंत होईल." एवढे बोलून श्रावणाने प्राण सोडला.

आपल्या एका चुकीच्या अंदाजामुळे झालेली ही दुर्घटना पाहून राजा दशरथ खूपच दुःखी झाला होता. तरीही धीर एकवटून तो श्रावणाच्या आईवडिलांना पाणी द्यायला गेला. राजाने जेव्हा पाण्याने भरलेला घडा त्यांच्या हाती दिला तेव्हा त्यांना वाटले, श्रावणच पाणी घेऊन आला आहे. पण तो काहीच बोलत नाही हे जाणवून ते म्हणाले,

"काय झाले रे, बाळा? तू बोलत का नाहीस? तू बोलला नाहीस तर आम्ही हे पाणी पिणार नाही." असे म्हणून दोघांनी पाण्याचा घडा बाजूला ठेवून दिला. ते पाहून दुःख आणि पश्चात्तापदग्ध स्वरात राजा दशरथाने त्यांना झालेली दुर्घटना ऐकवली. शिवाय, झालेल्या अपराधाबद्दल त्यांची क्षमाही मागितली. पण आपल्या एकुलत्या एक मुलाच्या मृत्यूची बातमी ऐकून दोघेही पुत्रवियोगाने व्याकूळ झाले. त्या शोकाकुल अवस्थेत त्यांनी राजा दशरथाला शाप दिला, "हे राजा, पुत्रवियोगाने तळमळत आता आम्ही जसे प्राणत्याग करत आहोत, तसाच एक दिवस तूही प्राणत्याग करशील." आणि दोघांनी प्राण त्यागले.

खरे तर श्रीरामांच्या वनवासाचे कारण इथूनच सुरू झाले होते. कैकेयी आणि मंथरा त्यासाठी केवळ निमित्त ठरल्या. आता हीच गोष्ट आपण एका नव्या दृष्टिकोनातून जाणून त्याचा प्रतीकात्मक अर्थ समजून घेऊ.

श्रावण, दशरथ आणि हरिण हे नेमके कोण?

या गोष्टीत श्रावण हा सत्यश्रवणाचे प्रतीक आहे, तर त्याचे आईवडील म्हणजे श्रवण घडवणाऱ्या दोन कानांचे प्रतीक आहेत. कानांना जेव्हा सत्य श्रवण करायचे असते, तेव्हा त्यांना तीर्थयात्रा करावीशी वाटते. इथे तीर्थस्थान म्हणजे असे स्थान, जिथे केवळ सत्य ऐकायला मिळते. ते स्थान म्हणजे सत्संग, सद्गुणी लोकांचा संघ असलेले श्रवणस्थान. अशा तीर्थस्थानी जाऊन सत्यश्रवण केल्याने जीवनाचा खरा अर्थ गवसतो, जीवनाचे लक्ष्य उमजते आणि पृथ्वीलक्ष्य सफल होते म्हणजेच पृथ्वीवर येण्याचा उद्देश सफल होतो. या गोष्टीमधला श्रावण आज्ञाधारक असतो. आपल्या आईवडिलांची आज्ञा तो काटेकोरपणे पाळतो. म्हणजेच कानांना जे ऐकायचे असते, ते त्यांना ऐकवत असतो. त्यासाठी कितीही कष्ट घेण्याची त्याची तयारी असते. तो त्यांना सत्य समजून घेण्याची संधी देत असतो.

आता दशरथाची भूमिका समजून घेऊ या. इथे दशरथ हा दश-रथ असलेल्या मनोशरीर यंत्राचे प्रतीक आहे, तर हरिण हे माणसाच्या अतेज इच्छांचे आणि

महत्त्वाकांक्षांचे! भौतिक सुखरूपी, धनरूपी हरणाला पकडण्याच्या नादात माणूस योग्य-अयोग्याचा विचार करणे सोडून देतो. आभासांनाच सत्य मानून फसत जातो. त्या धावपळीत तो आपले पृथ्वीलक्ष्यही पणाला लावतो– म्हणजे त्याला पृथ्वीवर येण्याच्या उद्देशाचे विस्मरण घडते. अतेज म्हणजेच फसव्या इच्छांची अशी हरणे माणसाला नेहमीच संकटात टाकून त्याला त्याच्या प्रियजनांपासून, ध्येयापासून दूर नेतात. लोकांना सोन्याचे हरिण दिसले तर ते त्याच्यामागे धावून त्याला पकडतात. पण त्या वेळी ते त्यांचे मूळ लक्ष्य विसरून जातात. सोन्याचे हरिण दिसताच सीताही ते लक्ष्य विसरली होतीच. असे होण्याचे कारण म्हणजे तेव्हा सत्य अनुभवापासून दूर गेलेले असते. त्या वेळी सत्य आणि असत्य यांमधला फरक ओळखण्याची माणसाची विवेकबुद्धी भ्रमित झालेली असते.

वृत्ती आणि इच्छांचे गुलाम होऊ नका

मानवी शरीर हे वृत्तींचे आणि संस्कारांचे जणू गुलामच झालेले असते. त्याला योग्य ज्ञान मिळणे आवश्यक आहे. अन्यथा, ते कोणत्याही प्रकारच्या परिस्थितीत प्रतिक्रिया देताना किंवा निर्णय घेताना आपल्या आयुष्यात घडलेल्या जुन्या घटना आठवून, अंदाज बांधूनच प्रतिक्रिया देत असते. वर्तमानाचा विचार करत नाही. राजा दशरथानेही वर्तमान परिस्थितीचा विचार न करता केवळ पूर्वीच्या अनुभवावरून अंदाज बांधला. पूर्वी कधीतरी शिकारीला गेला असताना त्याने हरिण पाणी पितानाचा बुडबुड आवाज ऐकलेला होता. श्रावण नदीत घडा भरत असताना आलेला आवाज त्याला पूर्वी ऐकलेल्या आवाजासारखा वाटला. पण तो आवाज खरेच कशाचा आहे, कुठून येत आहे, हे वास्तव त्याने जाणून घेतले नाही. त्याचा नव्याने विचार केला नाही. वर्तमान स्थिती समजून घेतली नाही. केवळ पूर्वीच्या अनुभवाच्या आधारे तो आवाज हरणाचा आहे, असे समजून त्याने आवाजाच्या दिशेने बाण सोडला, तो लागून श्रावणाचा मृत्यू झाला. तात्पर्य, माणसाने आपल्या फसव्या इच्छांमागे धावणे थांबवले नाही आणि स्वतःमधील दुष्प्रवृत्ती नष्ट केल्या नाहीत, तर तो कपट-अनुमान-अविश्वास या असत्याच्या त्रिकोणात अडकेल. म्हणजेच काहीही करून आपल्या इच्छा पूर्ण करण्यासाठी तो कपटाची मदत घेऊ लागेल. सत्य जाणून न घेता पूर्वीच्या अनुभवांवरून अंदाज बांधत राहील आणि त्यानुसार चुकीचे निर्णय घेईल. त्यामुळे वर्तमान स्थितीवर त्याचा विश्वास बसणार नाही आणि त्याचे सत्यश्रवण बंद होईल. अशा प्रकारे माणूस स्वानुभवापासून म्हणजेच रामापासून, परमसत्यापासून दूर होत जाईल. सत्य दुरावले की मग असत्याच्या प्रभावामुळे दुःख,

समस्या, अडचणी यायला लागतात. म्हणूनच सत्यश्रवण कधीच थांबवू नका. कारण सत्यश्रवण थांबताच माणसाचा विकास थांबून त्याचा पृथ्वीलक्ष्याच्या दिशेने होणारा प्रवासही थांबतो. पृथ्वीलक्ष्य म्हणजे मनाला अकंप, प्रेमळ, निर्मळ आणि आज्ञाधारक बनवणे. वास्तविक मनुष्य यासाठीच जन्माला येतो.

प्राण सोडण्यापूर्वी श्रावणाने माझ्या आईवडिलांना पाणी द्या, असे दशरथाला सांगितले होते. याचा अर्थ त्यांचा अंत होण्यापूर्वी त्यांना सत्य (राम) श्रवण करता यावे. मी म्हणजे केवळ शरीर नाही, तर परम चेतना आहे, सेल्फ आहे. मृत्यू होतो तो शरीराचा, सेल्फचा मृत्यू कधीच होत नाही. हे सत्य अगदी मृत्युसमयी जरी एखाद्याला समजले, तरीही त्याला मुक्ती मिळू शकेल, हाच त्यामागचा उद्देश होता.

दशरथ श्रावणाच्या आईवडिलांना पाणी द्यायला गेला, तेव्हा त्याच्या हातून श्रावणाचा वध झालेला ऐकून त्यांनी शोक केला. पुत्रवियोगाच्या शोकामध्येच त्यांनी दशरथालाही पुत्रवियोगाचा शाप दिला. तो शाप कसा फलित झाला, हे तर आपण जाणतोच. दशरथाला श्रीरामाचा वियोग सहन करावा लागला आणि श्रीरामांनाही तो शाप फलित होण्यासाठी वनवास पत्करावा लागला. दशरथाच्या कर्माचे फळ त्याच्याप्रमाणेच श्रीरामांनाही भोगावे लागले. म्हणूनच प्रत्येक कर्म करताना विवेकासह करा. म्हणजेच त्या कर्माचे परिणाम काय होऊ शकतील, याचा कर्म करण्यापूर्वीच विचार करा. अन्यथा त्या कर्माची फळे जशी आपल्याला भोगावी लागतात, तशीच ती संचित होऊन आपल्या पुढच्या पिढ्यांनाही भोगावी लागतात.

अध्याय ४

रामजन्मबीज

सीतावियोगाचे रहस्य

देवर्षी नारदमुनी म्हणजे महान विष्णुभक्त! त्यांच्याशी संबंधित एक घटना इथे सांगितली गेली आहे. रामायणानुसार हीच घटना श्रीरामाचा जन्म आणि सीतेच्या वियोगाचे कारण ठरली. या कथेतून मिळणाऱ्या संदेशाचे मनन करून भक्त आपल्या चुका सुधारून भक्तीच्या उच्च शिखरावर पोहोचू शकतो.

एकदा नारदमुनी हिमालयात गेले होते. तिथे त्यांना एक गुहा दिसली. त्या गुहेत भगवान शिवांनी कित्येक हजार वर्षे ध्यान आणि तपसाधना केली होती. तेव्हा अशी पवित्र गुहा आढळल्यावर नारदांच्याही मनात तिथे बसून तप करण्याची इच्छा जागृत झाली. ते तिथे ध्यानाला बसले आणि अनेक वर्षे ध्यानमग्न राहिले. नारदमुनींची ही कठोर तपश्चर्या बघून देवाधिदेव इंद्रदेव घाबरले. आपले सिंहासन आता नारदमुनी हिरावून घेतात की काय, अशी शंका त्यांना वाटायला लागली. हे संकट टाळण्यासाठी त्यांनी कामदेवाला बोलावून नारदमुनींची तपश्चर्या भंग करण्याची आज्ञा दिली. पण अनेक प्रयत्न करूनही कामदेवाला नारदमुनींची तपश्चर्या भंग करण्यात

यश आले नाही. उलट, तपश्चर्या भंग करण्याचा प्रयत्न केल्यामुळे ते आपल्याला शाप देतील, अशी भीती कामदेवाला वाटायला लागली. पण तसे काहीच झाले नाही. नारदमुनींनी तपश्चर्या पूर्ण झाल्यावर कामदेवाचे अभिनंदन केले. त्याला धन्यवाद दिले. कारण त्यांच्या मनात कामदेवाविषयी राग, द्वेष असे काहीच नव्हते. होती ती फक्त समभावना. कामदेवाला याचे खूपच आश्चर्य वाटले आणि तो प्रसन्न होऊन निघून गेला.

नारदमुनींनी जिथे तपश्चर्या केली, ती गुहा भगवान शिवांच्या तपःसाधनेमुळे पवित्र झाली होती. त्या पवित्र आणि विकारांपासून सुरक्षित अशा वातावरणात तपश्चर्या केल्यामुळे नारदमुनींनी कामभावनेवर अगदी सहज विजय मिळवला होता; पण त्यांना याची माहिती नव्हती. त्यांना वाटले, त्यांना केवळ त्यांच्या तपामुळेच विकारांवर विजय मिळवता आला आहे. त्यांनी ही सर्व घटना भगवान शिवांना सांगितली. ते ऐकून भगवान शिवांनी नारदमुनींची स्तुती केली आणि त्यांना निरोप देताना शेवटी म्हणाले, ''पण नारदा, हे सगळे तू भगवान विष्णूंना सांगू नकोस हं!'' हे शेवटचे वाक्य म्हणजे एक महत्त्वाची आज्ञा होती आणि ती नारदाची परीक्षा घेण्यासाठीच होती. पण त्या वेळी नारदमुनी इतके आत्ममग्न होते, की त्या आज्ञेचा अर्थ ते समजू शकले नाहीत. ते भगवान विष्णूंकडे गेले आणि भगवान शिवांनी जे करू नको असे सांगितले होते, नेमके तेच त्यांनी केले. तपश्चर्येची सगळी घटना त्यांनी भगवान विष्णूंपुढे वर्णन केली आणि भगवान शिवांनी दिलेल्या आज्ञेचा भंग केला.

सर्व काही ऐकल्यावर भगवान विष्णूंनीही नारदमुनींची स्तुती केली. मग विष्णुलोकातून निघताना नारद म्हणाले, ''आता मी पृथ्वीवर जातो आणि जे लोक ध्यानधारणा करत नाहीत, त्यांच्या समस्या काय आहेत हे जाणून घेतो.''

पृथ्वीवर आल्यावर नारदमुनींनी एक खूप सुंदर राज्य पाहिले. त्या राज्याच्या अतीव सौंदर्याने नारदमुनी भारावून गेले. आश्चर्यचकित अवस्थेतच त्यांनी त्या सुंदर राज्यात प्रवेश केला. तिथे गेल्यावर त्यांना समजले, त्या राज्याच्या राजकुमारीचे, विश्वमोहिनीचे स्वयंवर रचले जात आहे.

खरे तर ही सर्व लीला नारदमुनींचे आराध्य भगवान विष्णूंनीच रचलेली होती. त्यांनीच नारदमुनींची परीक्षा घेण्यासाठी या काल्पनिक नगराची रचना केली होती. विष्णूंच्या लीलेनुसारच नारदमुनींनी राजकुमारी विश्व-मोहिनीला पाहिले आणि तिला पाहताच ते तिच्या सौंदर्याने मोहित झाले. त्यांच्या मनात विश्वमोहिनीविषयी लालसा निर्माण झाली. त्यांनी विश्वमोहिनीशी स्वयंवर करण्याचे ठरवले. मग विश्वमोहिनीला मोहित करण्यासाठी नारदमुनींनी भगवान विष्णूंकडून त्यांचे दिव्य रूप मागितले. पण विष्णूने त्यांना वानराचे रूप दिले. त्यामुळे विश्वमोहिनीशी त्यांचे मीलन होऊ शकले नाही. अपमानित आणि संतप्त झालेल्या नारदमुनींनी विष्णूंना शाप दिला, ''जसा मी पत्नीच्या वियोगाने तडफडतो आहे, तसेच तुम्हीही पुढच्या जन्मी तुमच्या पत्नीच्या वियोगात तडफडत राहाल.'' भगवान विष्णूंनी नारदांसमोर जेव्हा आपले सर्व लीलारहस्य कथन केले, तेव्हा कुठे नारदांचे डोळे उघडले. ते सुंदर नगर, सौंदर्यवती राजकुमारी सगळे काही तत्काळ गायब झाले. कारण मुळात ते अस्तित्वातच नव्हते. ती होती केवळ माया! तो केवळ विष्णूंच्या लीलेचा एक भाग होता. सत्य समजताच नारदमुनींना पश्चात्ताप झाला आणि त्यांनी आपल्या वर्तणुकीबद्दल भगवान विष्णूंची क्षमा मागितली.

नारदांनी बेभान अवस्थेत भगवान विष्णूंना शाप तर दिला, पण नंतर ते स्वतःच्या वर्तणुकीमुळे व्यथित झाले. ते पाहून भगवान विष्णू त्यांना म्हणाले, ''नारदा, तू दिलेल्या शापाची चिंता करू नकोस. ती तर केवळ एक अभिव्यक्ती असेल. माझ्या लीलेचाच एक भाग असेल. सीतेसाठी व्याकूळ होणे म्हणजे सत्यासाठी व्याकूळ होणे आणि सत्यासाठी व्याकूळ होण्यात मला नेहमी आनंदच वाटेल.'' म्हणजेच भगवान विष्णूंनी नारदमुनींच्या शापाचाही वरदान समजून स्वीकार केला. पण काही लोक छोट्या-छोट्या समस्यांनीही गांजलेले असतात. थोड्याशा अडचणी आल्या तरी ते आपले ध्येय सोडून देतात. पण या कथेत भगवान विष्णूंनी नारदाच्या शापामुळे उद्भवलेल्या प्रतिकूल परिस्थितीतही दिलेला हा सकारात्मक प्रतिसाद आपल्याला खूप काही शिकवून जातो. सत्याचा शोध घेणाऱ्यांना सर्व स्थिती, सर्व गोष्टी सकारात्मकच वाटत असतात. त्यांच्या वाटेत

येणाऱ्या समस्याही त्यांच्यासाठी वरदान ठरतात. प्रतिकूल परिस्थितीमुळे त्यांची शक्ती वाढत जाते. कारण त्यांच्यासाठी काहीच नकारात्मक नसते. म्हणूनच अशा सकारात्मक वृत्तीच्या लोकांना शाप मिळाला तरी ते त्याचे रूपांतर वरदानात करून त्याचा लाभ करून घेतात. जर सत्याचा शोध घेतला गेला नाही, वृत्ती नकारात्मक असेल आणि वरदान सांभाळण्याची क्षमताही नसेल, तर ते वरदान शापामध्ये रूपांतरित होऊ शकते. प्रत्येक घटनेकडे सकारात्मक दृष्टिकोनातून पाहिले तर त्यात आपला विकास करून घेण्याची संधी आढळते. म्हणूनच प्राप्त परिस्थिती कशीही असली तरी तिला वरदान समजूनच आपण वागले पाहिजे.

भगवान विष्णूंनी शापातही सत्य शोधण्याची संधी पाहिली. म्हणूनच त्यांच्यासाठी शापही वरदानच ठरला. आपल्या जीवनात अशा संधी नेहमीच येत असतात. जरा विचार करा, आजपर्यंत आपल्याला अशा किती संधी मिळाल्या आणि आपण त्यातल्या किती संधींमागे लपलेले वरदान ओळखू शकलो? असत्यामध्ये न अडकता सत्य शोधायचे असेल तर अशा संधी ओळखता आल्या पाहिजेत. भगवान विष्णूंच्या माध्यमातून इथे हे सांगितले गेले आहे, की ईश्वरालाही सत्याची किती आस आहे. सत्यासाठी तळमळण्याची संधी मिळणार आणि पुन्हा एकदा सत्यप्राप्तीचा आनंद लाभणार म्हणून ईश्वर किती आनंदित आहे. प्रत्येक भक्ताने ईश्वराचा हा सत्यप्रेमाचा गुण अंगीकारला पाहिजे. आपले मन-शरीररूपी अस्तित्व हे ईश्वराच्या अभिव्यक्तीसाठी नेहमी सज्ज ठेवले पाहिजे. कारण वास्तव हे आहे, की प्रत्येक भक्ताच्या माध्यमातून ईश्वरच त्याचा अनुभव घेत असतो.

(या अध्यायामध्ये कथा आणि कथेमधले संकेत संक्षिप्त स्वरूपात सांगितले आहेत. ते तपशिलासह वाचण्यासाठी परिशिष्ट- २, पृष्ठ क्रमांक २३९ वाचावे.)

खंड २

बाललीला

अध्याय ५

अजन्मा कसा जन्मला?

दश-रथ निमित्त आहे

दशरथपुत्र रामाचा जन्म चैत्र शुक्ल पक्षात नवमीला झाला. त्या तिथीला आपण रामनवमी म्हणतो आणि त्या दिवशी अगदी धूमधडाक्यात रामजन्मोत्सव साजरा करतो. पण विचार करा, खरेच रामाचा जन्म होऊ शकतो का? नाही. भौतिक अर्थाने रामाचा जन्म होऊच शकत नाही. राम (स्व) हा असा अनुभव आहे, असे चैतन्य आहे, जे प्रत्येक मनुष्याच्या तेजस्थानात म्हणजेच हृदयात सामावलेले आहे. समस्त सृष्टीत अंतर्बाह्य सामावलेले आहे. सृष्टीच्या कणाकणांत ते विराजमान आहे. राम म्हणजे आपल्या असण्याचा, आपल्या अस्तित्वाचा अनुभव आहे. वास्तविक, राम निराकार आहे. तो सर्वत्र भरून राहिलेला आहे. तो अजन्मा आहे, म्हणून त्याचा जन्म होऊ शकत नाही. त्याला भौतिक स्वरूप नसल्याने जन्म-मृत्यू किंवा आदि-अंत नाही. म्हणजेच त्याला आरंभ नाही आणि शेवटही नाही. म्हणून तो अनादी अनंत आहे. असीम, अखंड आणि सर्वव्यापी आहे. त्यामुळे रामनवमीला साजरा होणारा जन्मोत्सव हा रामाचा नव्हे, तर रामाच्या मनोशरीर यंत्राचा म्हणजे मानवी शरीराचा असतो. कारण त्याचे मानवी शरीर हे तर केवळ त्याच्या अभिव्यक्तीचे निमित्त होते. निराकार रामाने आपल्या कार्यपूर्तीसाठी तात्पुरता घेतलेला तो एक शरीराकार होता. निराकार रामाने त्या शरीराच्या माध्यमातून अभिव्यक्ती केली, कार्य केले. चारित्र्याचे असे आदर्श निर्माण केले, जे अनेक युगे लोटल्यानंतर आजही आपल्यासाठी आदर्शच आहेत. त्याचे ते मानवी शारीरिक रूप हे समस्त विश्वासाठी एक महानिमित्त होते आणि ते नेहमीच राहणार आहे. म्हणूनच आपण वास्तवात राम

आणि त्याचे भौतिक शरीर यांतला फरक समजून घेतला पाहिजे.

रामाच्या निमित्त दिवसाची म्हणजेच जन्मदिवसाची कथा

अयोध्येचा राजा दशरथ याला तीन राण्या होत्या– कौसल्या, कैकेयी आणि सुमित्रा. पण तरीही राजा दशरथ संतानहीन होता. तेव्हा संतानप्राप्तीसाठी राजाने गुरू वसिष्ठांच्या सल्ल्यावरून पुत्रकामेष्टी यज्ञ केला. त्या यज्ञातून अग्निदेव प्रकट झाले. त्यांच्या हातात खिरीने भरलेले एक सुवर्णपात्र होते. अग्निदेव राजाला म्हणाले, ‘‘हे राजा, ही खीर तुझ्या राण्यांना वाटून दे. त्यांनी या खिरीचे प्राशन करताच तुमची अपत्यप्राप्तीची कामना पूर्ण होईल.’’ ते ऐकून आनंदित झालेल्या राजाने अग्निदेवांकडून त्या खीरपात्राचा स्वीकार केला आणि आपल्या राण्यांना ती खीर वाटून दिली. कालांतराने तिन्ही राण्यांपासून राजाला चार पुत्रांची प्राप्ती झाली. राजा दशरथ आणि राणी कौसल्येने पूर्वजन्मापासूनच मनु आणि शतरूपाच्या रूपात ईश्वरप्राप्तीसाठी कठोर तपश्चर्या केली होती. तेव्हा भगवान विष्णूंनी त्यांना वरदान दिले होते, की तुमच्या पुत्राच्या रूपाने मी स्वतःच पृथ्वीवर जन्म घेईन. आपल्या वरदानाची पूर्ती करण्यासाठी भगवान विष्णूंनी दशरथ आणि कौसल्येच्या पोटी रामाच्या रूपाने जन्म घेतला, तसेच कैकेयीच्या पोटी भरताचा आणि सुमित्रेच्या पोटी लक्ष्मण आणि शत्रुघ्न यांचा जन्म झाला. पुत्रप्राप्तीची कामना पूर्ण झाल्याने राजा आणि त्याच्या तिन्ही राण्या आनंदित झाल्या. राजाच्या आनंदात प्रजाही सामील झाली. राजवाड्याप्रमाणे संपूर्ण राज्यात रामजन्माचा सोहळा धूमधडाक्यात साजरा झाला.

या कथेनुसार रामायणात रामाप्रमाणेच लक्ष्मण, भरत आणि शत्रुघ्न या मुख्य पात्रांचेही आगमन झाले. रामनामाचे महत्त्व या ग्रंथाच्या आरंभीच विस्ताराने सांगितले गेले आहे. आता कथेमधल्या अन्य पात्रांच्या नावांचे अर्थ समजून घेऊ.

दशरथ : दहा इंद्रियांचा रथ म्हणजे आपले शरीर अर्थात मनोशरीर यंत्र. हा रथ ओढणारे घोडे म्हणजे आपले दोन कान, दोन डोळे, नाक, मुख, त्वचा, मन, बुद्धी आणि प्राण. जेव्हा या शरीरात चेतनारूपी रामाचा अवतार होतो, तेव्हा त्यातून अभिव्यक्ती (ईश्वरी कार्य) होऊ लागते. दशरथाने ईश्वरप्राप्तीसाठी तप केले, तेव्हाच त्याच्या जीवनात राम आला. सत्यावरचे अनन्य प्रेम, निष्काम भक्ती आणि ज्ञानामुळेच जीवनात रामाचा अवतार होतो. म्हणजेच भक्त अनुभव घेण्यासाठी, स्वतःचे खरे रूप जाणून घेण्यासाठी समर्थ होतो.

लक्ष्मण : सत्य हेच ज्याचे लक्ष्य असते, ते मन म्हणजे लक्ष्य-मन अर्थात लक्ष्मण. असे मन सर्व विकारांपासून मुक्त असते. ते जणू काही शुद्ध लक्षणांचे, सद्गुणांचे भांडार असते. म्हणूनच रामकथेत लक्ष्मण हा सत्कर्म, लक्ष्यसिद्धी, शिस्त, पुरुषार्थ आणि निर्भयता यांचे प्रतीक आहे. शिवाय तो सत्यप्रेमी आणि निरपेक्ष सेवकही आहे. लक्ष्मणाचे चरित्र सविस्तर जाणून घेण्यासाठी वाचा– परिशिष्ट १.

भरत : भरत म्हणजे भरण करणारा. भरत हा समर्पित भक्तीचे आणि निष्काम कर्माचे प्रतीक आहे. तो आसक्तिहीन आणि निर्मल हृदयाचा आहे. रामाची आज्ञा शिरोधार्य मानून तो अकर्ता भावनेने राज्य करतो आणि राजप्रासादात राहूनही रामाप्रमाणेच संन्यस्त जीवन जगतो. भरताचे चरित्र म्हणजे खऱ्या भक्ताचा आणि शुद्ध भक्तीचा आदर्श आहे. ते सविस्तर जाणून घेण्यासाठी वाचा– अध्याय क्रमांक १५, १६ आणि १७.

शत्रुघ्न : शत्रुघ्न म्हणजे शत्रूंचा (विकार आणि वासना यांचा) विनाश करणारा. काम, क्रोध, मोह, लोभ, अहंकार इत्यादी विकारांवर विजय मिळवल्यावरच जीवनात सत्याचे दर्शन होते आणि रामराज्याचा आरंभ होतो.

जीवनात जेव्हा सत्यरूपी राम अवतार घेतो, तेव्हा मन लक्ष्यसिद्धीसाठी सज्ज होते, म्हणजेच लक्ष्मण अवतरतो. हृदयात राम जागृत झाल्यावर भौतिकतेची आसक्ती नष्ट होऊन दैवी गुण अवतरतात, भरत अवतरतो. त्यामुळे आपोआपच सर्व विकार आणि वृत्ती यांचा नाश करणारा शत्रुघ्नही अवतार घेतो किंवा असे म्हणू या, की या तिघांच्या सहयोगामुळेच दशरथाच्या घरी (विकारांवर विजय मिळवलेल्या शरीरात) राम (सेल्फ) जन्म घेऊन अभिव्यक्ती करतो. तुम्हांलाही तुमच्या जीवनात सत्यदर्शन करायचे असेल तर दशरथ आणि कौसल्येसारखी तपश्चर्या करावी लागेल. म्हणजेच श्रवण, सेवा, भक्ती करावी लागेल. त्याचबरोबर लक्ष्मण, भरत आणि शत्रुघ्न यांचे गुण आत्मसात करावे लागतील. सत्याकडे नेणारा हाच एकमेव प्रशस्त मार्ग आहे.

अध्याय ६

रामलीला प्रारंभ

शारीरिक सीमेपलीकडील विचार

रामाच्या बाललीलेत अनेक अद्‌भुत प्रसंग आहेत. त्या प्रसंगांत लपलेले संकेत समजून घेता आले तर अध्यात्माचे सखोल ज्ञान प्राप्त होईल. त्यातलेच दोन प्रसंग, त्यात असलेल्या संकेतांच्या स्पष्टीकरणासह पुढे दिले आहेत.

मातेला विराट रूपात दर्शन देणे

एकदा माता कौसल्येने बाल रामाला अंघोळ घातली आणि त्याला पाळण्यात झोपवले. मग तिने देवघरातली पूजाअर्चा आटोपून देवांना नैवेद्य दाखवला आणि ती पुढच्या काम ांसाठी स्वयंपाकघरात निघून गेली. पण ती जेव्हा परत देवघरात गेली तेव्हा तिने पाहिले, की बाल राम देवघरात बसला असून देवापुढचा नैवेद्य खात आहे. ते पाहून गोंधळलेल्या कौसल्येने पाळण्याकडे धाव घेतली. बघितले तर राम पाळण्यामध्ये शांत झोपलेला होता. मग ती पुन्हा देवघरात गेली तर तिथे राम नैवेद्य खात असलेला तिला दिसला. हा चमत्कार पाहून कौसल्या बावरून गेली. एकाच वेळी दोन वेगवेगळ्या जागी राम कसा असू शकतो, या विचाराने ती अस्वस्थ झाली. आपल्या मातेला असे बावरलेले पाहून बाल रामांनी स्मितहास्य केले. मग त्यांनी मातेला आपले विराट रूप, विश्वरूप दाखवले. त्या रूपाच्या कणाकणांत नद्या, सागर, पर्वत, वन, पृथ्वी इत्यादी परिचित-अपरिचित असे विश्वातले सर्व प्राणिमात्र आणि तत्त्वे सामावलेली होती. शिवाय, त्याने आपल्या मातेला ईश्वराची माया, मायेने प्रभावित होणारे जीव आणि त्या जीवांना मुक्ती

देणाऱ्या भक्तीचेही दर्शन घडवले.

अशा प्रकारे रामाने म्हणजेच परमचैतन्याने आपल्या मातेला स्वतःचे आणि आपल्या लीलेच्या वास्तविक स्वरूपाचे दर्शन घडवले. त्या दैवी रूपाची ऊर्जा सहन करण्यासाठी, तो दैवी अनुभव घेण्यासाठी आधी स्वतःची तयारी करावी लागते. कौसल्येने तशी तयारी केलेली नसल्याने ती आपल्या पुत्राच्या त्या विराट दर्शनाने घाबरून गेली. तिने त्या विराट स्वरूपापुढे नतमस्तक होऊन प्रार्थना केली, ''हे प्रभू, यापुढे मला कधीही तुमच्या या विराट रूपाचे दर्शन घडवू नका. तुम्ही सदैव माझ्या पुत्राच्या रूपातच लीला करत राहा.''

स्वानुभवाचा प्रथम परिचय

आता आपण या प्रसंगातील संकेत समजून घेऊ या. इथे कौसल्या ही सत्याचा शोध घेणारी एक सत्यशोधक आहे. ईश्वराच्या सर्वव्यापी स्वरूपाचा अनुभव घेणाऱ्या सत्यशोधकाचे प्रतीक आहे. तिला ईश्वरकृपेने स्वानुभव म्हणजेच आत्मसाक्षात्कार (सेल्फ रियलायझेशन) झाला, पण तो पेलण्याची पूर्ण तयारी नसल्यामुळे ती बावरून जाते. एकाच वेळी पाळण्यात आणि देवघरात दर्शन देऊन रामाने तिला ईश्वर हा सर्वव्यापी आहे, तो कणाकणांत सामावलेला आहे, हेच दाखवून दिले होते. ईश्वराच्या याच सर्वव्यापी अवस्थेचे दर्शन कौसल्येने तिच्या स्वानुभवात घेतले होते.

भक्त जेव्हा स्वानुभवात असतो, भक्तीच्या परम सीमेवर असतो, तेव्हा प्रत्येक अवस्थेत एकच अनुभव घेत असतो. मग तो स्वयंपाकघरात काम करत असो, रस्त्यावर चालत असो, बाजारात असो, ऑफिसमध्ये असो किंवा शयनगृहात असो. कौसल्येने ईश्वराची हीच लीला अनुभवली. पण या अद्‌भुत अनुभवाची तयारी नसल्याने ईश्वराची ही अपार कृपा ती सहन करू शकली नाही. घाबरून गेल्याने ती परमेश्वराचा अनुभव घेऊ शकली नाही.

सत्यप्राप्तीच्या मार्गावर असे अनेक सत्यशोधक असतात, जे स्वानुभवापर्यंत पोहोचतात; पण आपल्याला आलेला स्वानुभव, त्याची अद्‌भुतता समजून घेण्याची पूर्ण तयारी नसल्याने, त्यासाठीची पात्रता नसल्याने त्या अवस्थेत ते स्थिर राहू शकत नाहीत. अशा वेळी सद्‌गुरूंचे मार्गदर्शन अत्यावश्यक असते. ते सत्यशोधकात अशी क्षमता निर्माण करतात, ज्यामुळे साधक स्वानुभव प्राप्त करून त्यामध्ये स्थिरही राहू शकतो. या परम अवस्थेची महती कळली नाही, तर त्या अवस्थेचा अनुभव घेतल्यानंतरही माणूस त्यातून बाहेर येऊन पुन्हा संसारी मायाजालात अडकू शकतो.

रामाने चंद्रासाठी केलेला हट्ट

रामायणामधला श्रीरामांच्या बाललीलेमधला आणखी एक रोचक प्रसंग म्हणजे रामाने चंद्रासाठी केलेला हट्ट. रामाने एकदा रात्रीच्या वेळी महालाच्या गवाक्षातून आकाशात चमकणारा रूपेरी चंद्र पाहिला. त्याला तो खूप आवडला आणि त्याने मला चंद्र पाहिजे, म्हणून हट्टच धरला. सगळ्यांनी समजावून सांगितले, चंद्र तर आकाशात असतो. तो खाली आणता येत नाही. पण राम काही केल्या आपला हट्ट सोडेना. मग सगळ्यांनी त्याला छान-छान खेळणी, पक्वान्नांची आमिषे दाखवली; पण रामाला ते काहीही नको होते. त्याला फक्त चंद्रच हवा होता. आपला हट्ट पूर्ण होत नाही, हे पाहून रामाचे टपोरे डोळे अश्रूंनी डबडबले. रुसलेला राम गोबरे गाल फुगवून बसला. त्याचे हे रुसलेले रूपडे बघून सगळेच लोक चिंतित झाले.

खूप विचारविनिमय केल्यावर रामाचा हा हट्ट पुरवण्यासाठी एक युक्ती योजली गेली. सेवकांना एक मोठी पसरट थाळी आणण्याची आज्ञा दिली गेली. त्या थाळीत पाणी भरून त्यात चंद्राचे प्रतिबिंब पडेल, अशा ठिकाणी ती ठेवली गेली. थाळीत चंद्राचे प्रतिबिंब पडले आणि चंद्राला इतक्या जवळ पाहून रामाचा रुसवा कुठल्या कुठे पळून गेला. त्याचे मुखही चंद्रासारखेच प्रसन्न झाले. त्याला असे आनंदलेले पाहून सगळ्यांनी सुटकेचा निःश्वास टाकला.

शरीरापलीकडील अनुभव

रामाच्या चंद्रासाठी केलेल्या हट्टाच्या प्रसंगाचा नीट विचार केला तर लक्षात येईल, की यात आपले लक्ष सत्याकडे वेधण्याचा प्रयत्न केला आहे. रामाने चंद्रासाठी केलेला हट्ट म्हणजे स्वानुभवाला शारीरिक स्तरावर प्राप्त करण्याचा प्रयत्न आहे. खरे तर स्वानुभव म्हणजेच स्व, ईश्वर किंवा सत्याची अनुभूती. ती शारीरिक स्तरावर घेतलीच जाऊ शकत नाही. कारण ती शारीरिक सीमेपलीकडील गोष्ट आहे. अनुभव डोळ्यांना दिसू शकत नाही, त्याचा स्पर्श जाणवू शकत नाही. कारण ती काही भौतिक गोष्ट नाही. असा अनुभव घेण्यासाठी शरीर हे केवळ एक माध्यम आहे. त्या माध्यमातून स्वानुभव घेता येतो, पण तो शरीरावर अनुभवता येत नाही. असा अनुभव घेण्यासाठी शरीर, मन, बुद्धी या सगळ्यांपलीकडे जायला हवे. ध्यानधारणेत साधक हीच अवस्था प्राप्त करण्याचा प्रयत्न करत असतात. अनुभव हा सर्व ठिकाणी समानच असतो. ज्याप्रमाणे रसगुल्ल्याच्या आत आणि बाहेर दोन्हींकडे मधुर रस भरलेला असतो, त्याचप्रमाणे अनुभव हादेखील शरीराच्या आणि सृष्टीच्या अंतर्बाह्य व्यापलेला असतो.

पुढे प्रसंगात असे दर्शवले आहे, की थाळीमधले चंद्राचे प्रतिबिंब पाहून रामाचे समाधान होते. त्याला वाटते, आपल्याला चंद्र मिळाला. पण तिथे उपस्थित असलेल्या मोठ्या माणसांना (ज्ञानी लोकांना) हे माहीत असते, की रामाचे हे समाधान खोटे आहे. कारण थाळीतले चंद्राचे प्रतिबिंब म्हणजे प्रत्यक्षात चंद्र नसून केवळ भ्रम आहे.

अनेक साधकांच्या बाबतीत साधनेच्या दरम्यान तेजस्वी प्रकाश दिसणे, शरीर हलके होणे, कुंडलिनी जागृत होणे, तरंग दिसणे अशा गोष्टी घडतात. तेव्हा साधकाला

वाटते, आपली साधना सफल झाली आहे. साधक त्यालाच स्वानुभव समजून तिथेच आध्यात्मिक साधना थांबवतात. असे साधक अहंकारी बनून, स्वतःला ज्ञानी समजू लागण्याची आणि त्यामुळे आपल्या उद्देशापासून दूर जाण्याची दाट शक्यता असते. हे टाळायचे असेल तर साधकाने समजून घेतले पाहिजे, की साधनेच्या दरम्यान चमत्कारासारख्या वाटणाऱ्या कोणत्याही गोष्टीला स्वानुभव समजू नये. अशा चमत्कारी घटनांमुळे प्रभावित होऊन त्यांनी आपली साधना थांबवू नये. रामाची चंद्राच्या हट्टाची बाललीला आपल्याला हाच संकेत देते.

खंड ३

स्वयंवर युद्धलीला

अध्याय ७

सूर्यवंशी योद्ध्याचे युद्ध
स्वानुभवरूपी यज्ञाची पूर्तता

श्रीरामांच्या महान लीलेतील छोट्या-मोठ्या सर्व प्रसंगांत सखोल आध्यात्मिक ज्ञान देणारे संकेत दडलेले आहेत. हे संकेत समजून घेऊन, त्यावर मनन-चिंतन केले तर सत्यसाधक त्यातून अमूल्य ज्ञान प्राप्त करू शकतात.

आध्यात्मिक संकेत देणारा असाच आणखी एक प्रसंग पाहू या. या प्रसंगात श्रीरामांनी वनात जाऊन त्यांच्या गुरूंच्या यज्ञात बाधा आणणाऱ्या क्रूर असुरांचा विनाश केला, तसेच वनात तपसाधना करणाऱ्या ऋषिमुनींना अभय देऊन त्यांचे संरक्षण केले.

महान ऋषी विश्वामित्र आणि अन्य ऋषिमुनी वनात आपल्या आश्रमात तप, ध्यानधारणा, होमहवन करत असत. पण मारिच, सुबाहू आणि त्राटिकेसारख्या असुरांनी आपल्या क्रूरतेने त्या वनात दहशत माजवली होती. कुठेही काही पवित्र दैवी कार्य चाललेले दिसले, की हे असुर त्वरेने तिथे जात आणि ते कार्य उद्ध्वस्त करत असत. ते यज्ञात हाडे आणून टाकत, आश्रम अपवित्र करत आणि ऋषिमुनींची निर्घृण हत्या करत. विश्वामित्र श्रीरामांचे गुण आणि त्यांची शक्ती जाणून होते. फक्त श्रीरामच त्यांना या आसुरी संकटातून वाचवू शकतील, हे त्यांना माहीत होते. म्हणून त्यांनी ठरवले, की श्रीरामांनाच वनात नेऊन तेथील संतमुनींच्या आणि यज्ञासारख्या पवित्र कार्यांच्या रक्षणाचा भार त्यांच्यावर सोपवायचा. यामुळे वनातले सगळे आश्रम आसुरी संकटापासून मुक्त तर होतीलच; शिवाय वनवासीयांना श्रीरामांच्या आनंददायी सहवासाचाही लाभ घेता येईल.

हीच कामना मनात ठेवून ऋषी विश्वामित्र राजा दशरथाकडे गेले. त्यांचे यथोचित स्वागत करून राजाने त्यांना विचारले, ''सांगावे ऋषिवर, मी आपली काय सेवा करू? आज्ञा द्यावी. आपल्या आज्ञेचे निश्चितच पालन केले जाईल.'' राजाचे हे विनम्र वचन ऐकून विश्वामित्रांनी त्यांची

कामना व्यक्त केली, ''हे राजा, आम्ही ऋषिमुनी वनामध्ये जपजाप्य, होमहवन करत असतो. पण अनेक असुर आमच्या कार्यात विघ्न आणून आम्हांला त्रास देत आहेत. ते आमचे यज्ञ उद्ध्वस्त करत आहेत. म्हणून मी तुझ्या राम-लक्ष्मणाला न्यायला आलो आहे. उपद्रवी असुरांचा विनाश करून आता तेच आमचे संरक्षण करू शकतील.''

आपल्या प्राणांहून प्रिय पुत्रांना क्रूर असुरांशी युद्ध करण्यासाठी वनात पाठवायचे, या कल्पनेनेच राजा दशरथ व्याकूळ झाला. त्याचा चेहरा उतरला. आपली व्याकूळता लपवत तो विश्वामित्रांना म्हणाला, ''ऋषिवर, अनेक वर्षांनंतर मला पुत्रप्राप्ती झाली असून राम-लक्ष्मण अजून खूप लहान आहेत. त्या अकराळविकराळ राक्षसांशी ते कसे युद्ध करणार? त्यांच्याऐवजी मी तुम्हांला माझी बलाढ्य सेना देतो, भूमी देतो, संपत्ती देतो. पण माझ्या पुत्रांना नेऊ नका.'' राजा दशरथाची ती व्याकूळ अवस्था पाहून ऋषी विश्वामित्र आणि वसिष्ठ त्याला समजावू लागले, ''चिंता करू नकोस, राजा! अरे, तुझ्या पुत्रांची शक्ती तुला माहीत नाही, म्हणून तू असे म्हणतो आहेस. पण विश्वास ठेव, ते राक्षस कितीही भयंकर असले तरी तुझ्या पुत्रांना काहीही करू शकणार नाहीत.'' अशा प्रकारे ऋषींनी समजावल्यावर राजाच्या मनातली भीती दूर झाली आणि तो राम-लक्ष्मणाला त्यांच्यासोबत वनात पाठवायला तयार झाला.

पित्याने आज्ञा केल्यावर सर्व मोठ्या व्यक्तींचे आशीर्वाद घेऊन

राम-लक्ष्मण ऋषींबरोबर वनामध्ये जायला निघाले. गुरू विश्वामित्रांनी राम-लक्ष्मणाला असुरांशी युद्धासाठी सर्वतोपरी तयार केले. त्यांना असुरांचा पराभव करण्यासाठी आवश्यक असलेल्या विविध कौशल्यांची माहिती देऊन त्यांची क्षमता वाढवली; त्यांना योग्य ते ज्ञान दिले. अशा प्रकारे राम-लक्ष्मणाला असुरांशी युद्धासाठी तयार केल्यावर विश्वामित्र त्यांना म्हणाले, ''या वनामध्ये त्राटिका राक्षसीण आणि तिचा पुत्र मारिच यांची खूप दहशत आहे. त्यांच्या भीतीने सारे वनवासी वन सोडून निघून गेले आहेत. त्यामुळे वन निर्मनुष्य झाले आहे. त्राटिकेच्या भीतीने कोणी वनात पाय टाकायचाही विचार करत नाही.''

हे ऐकताच लक्ष्मण संतापला. कधी एकदा त्राटिका दिसते आणि आपण तिला ठार करतो, असे त्याला झाले. पण राम प्रत्येक कार्य मर्यादेत राहूनच करत असत. त्यांच्या मनात विचार आला, एका स्त्रीचा वध करणे हे आपल्या क्षत्रिय धर्माला शोभेल का? रामाच्या मनातली शंका विश्वामित्रांनी लगेच ओळखली आणि त्यांनी त्याला समजावले, ''अत्याचार करणारी व्यक्ती स्त्री असो वा पुरुष, तिचा वध करून पीडितांचे रक्षण करणे हाच क्षत्रियधर्म आहे. तेव्हा तू आता नि:संकोचपणे त्राटिकेचा वध कर.''

गुरू विश्वामित्रांशी चर्चा करून मनातल्या सगळ्या शंका मिटल्यावर राम त्राटिकेचा वध करायला तयार झाला. त्राटिकेला युद्धाचे आव्हान देण्यासाठी त्याने आपल्या धनुष्याचा जोरदार टणत्कार केला. तो कर्णभेदी आवाज ऐकून विशालकाय त्राटिका संतापली आणि आवाजाच्या दिशेने वेगात निघाली. तिने राम-लक्ष्मणाला पाहिले आणि आपल्याला युद्धासाठी आवाहन देणारी दोन बालके आहेत, हे पाहून ती गडगडाटी हास्य करू लागली. आपल्या हातून स्त्रीहत्या होऊ नये म्हणून रामाने तिला एक संधी दिली. तो म्हणाला, ''त्राटिके, यापुढे कोणत्याही ऋषिमुनींना त्रास देणार नाहीस असे कबूल कर; अन्यथा मरायला तयार हो.'' पण त्राटिकेने रामाचे हे बोलणे धुडकावून लावले. त्यामुळे राम-लक्ष्मणाने त्राटिकेशी युद्धाला आरंभ केला. विश्वामित्रांनी

रामाला त्राटिकेचा वध करण्याची आज्ञा देताच रामाने धनुष्यावर बाण चढवला आणि अचूक नेम साधत त्राटिकेचा वध केला. रामबाण लागताच महाभयंकर त्राटिकेचे पहाडासारखे विशाल धूड धाडकन धरतीवर कोसळले.

त्राटिकेला आपल्या बाणाने जखमी होऊन कोसळलेले पाहताच राम तडफडणाऱ्या त्राटिकेजवळ गेला आणि तिला विनम्रपणे वंदन करून म्हणाला, "त्राटिके, स्वभावाने तू एक राक्षस असलीस, तरी तूदेखील त्या सर्वव्यापी ईश्वराचाच एक अंश आहेस. म्हणूनच मी तुला प्रणाम करतो. माझा उद्देश तुझी हत्या करणे हा अजिबात नव्हता, तर गुरूंच्या यज्ञविधींचे रक्षण करणे आणि या वनाला तुझ्या दहशतीतून मुक्त करणे एवढाच होता. त्यासाठीच तुझा वध करणे आवश्यक होते. हीच माझ्या गुरूंची आज्ञा होती आणि हीच माझ्या क्षात्रधर्माची मर्यादाही होती. तरीही माझ्यामुळे तुला जी पीडा झाली आहे (कर्मबंधन बनले), तिच्यासाठी मी तुझी क्षमा मागतो."

श्रीरामाचे हे विनयशील बोलणे ऐकून, अंतिम क्षणी त्यांचे खरे स्वरूप जाणून त्राटिका राक्षसीने अतिशय शांत मनाने आणि समाधानाने प्राण सोडला. श्रीरामाच्या मनात आपल्या विरोधकांसाठीही असलेली सहानुभूती आणि करुणा पाहून गुरू विश्वामित्रांनी त्याला आपल्या हृदयाशी कवटाळले. त्राटिका वधानंतर सर्व जण आश्रमात परतले. तिथे यज्ञाचा आरंभ केला गेला. यज्ञकार्य यथोचित पार पडावे, म्हणून राम-लक्ष्मण आश्रमाबाहेर अस्त्रशस्त्रांसह सज्ज होऊन पहारा देऊ लागले. कोणी राक्षस यज्ञात विघ्न निर्माण करायला आले तर त्यांना ठार मारायचे असा त्यांचा मनसुबा होता. पाच दिवस यज्ञ निर्विघ्नपणे पार पडला; पण सहाव्या दिवशी मात्र राक्षसांचा हल्ला झाला. मारिच, सुबाहू आणि त्यांची राक्षससेना यज्ञवेदीपर्यंत पोहोचण्यापूर्वीच राम-लक्ष्मणाने त्यांच्यावर बाणांचा वर्षाव करून अनेकांना ठार मारले. मारिचसह काही पळून गेले. अशा प्रकारे

राम-लक्ष्मणाने वनातल्या संपूर्ण राक्षससेनेचा संहार करून आपल्या गुरूंच्या यज्ञकार्याचे आणि ऋषिमुनींच्या जीविताचे रक्षण केले. ज्या ठिकाणी असुरांनी दहशत निर्माण केली होती, जिथे असुरांचे कुराज्य चालू होते, तेच स्थान आता ऋषिमुनींच्या वास्तव्याने आणि नित्य ध्यान-साधनेने पावन तपोभूमी झाले.

इथे राम-लक्ष्मणाने राक्षसांचा वध करून गुरू विश्वामित्रांच्या यज्ञाचे रक्षण करण्याचा प्रसंग पूर्ण होतो. आता यातील संकेत काय आहेत, हे आपण जाणून घेऊ या.

गुरू कोणता यज्ञ करतात?

संसाररूपी वनामध्ये सद्‌गुरूंचा कोणता यज्ञ चालला आहे? हा यज्ञ आहे, पृथ्वीवर उच्चतम विकसित समाज निर्माण करण्याचा. एक असा समाज जो नेहमी प्रेम, आनंद आणि मौनामध्ये लीन असेल, अव्यक्तिगत जीवन जगेल, ज्यात राहणाऱ्या लोकांच्या चेतनेचा स्तर उच्च असेल, आपण कोण आहोत आणि पृथ्वीवर का आलो आहोत, हे ते स्वानुभवातून जाणून घेतील. शिवाय तिथे राहणाऱ्या लोकांना आत्मसाक्षात्कार झालेला असेल आणि आत्मस्थितीत राहूनच ते ईश्वरी गुणांची अभिव्यक्ती करतील. प्रत्येक मानव अशा एका उच्चतम विकसित समाजाचा घटक व्हावा, हीच गुरूंची इच्छा असते. पण मानवी मनात काही असुरांनी कुराज्य आरंभ केल्याने हा यज्ञ पूर्ण होऊ शकत नाही. कोण आहेत हे असुर? अज्ञान, गैरसमजुती, कपट, अनुमान, अविश्वास, अहंकार, भीती, असुरक्षितता, लालसा, क्रोध, द्वेष, सुखसुविधांची माया, पदाची आणि सत्तेची महत्त्वाकांक्षा इत्यादी. गुरूंचा यज्ञ निर्विघ्नपणे पार पडण्यासाठी ते सत्यशोधकांना ज्ञानदान करून तयार करत असतात. ज्यायोगे, सर्व सत्यशोधक अगदी सहजतेने या सर्व असुरांचा पराजय करण्यासाठी सक्षम होतील आणि उच्चतम विकसित समाजाचे घटक

होण्यास पात्र ठरतील.

साधक मनाने, बुद्धीने आणि शरीराने प्रशिक्षित होऊन गुरूंची शिकवण आपल्या आयुष्यात अनुसरतात, सत्याच्या त्रिकोणात (श्रवण, सेवा, भक्ती) राहून गुरूंच्या आज्ञेचे पालन करतात, तेव्हा हळूहळू त्यांच्यातील असुर अर्थात आसुरी वृत्ती समाप्त होत जातात. ते कुकर्मांचा त्याग करून सत्कर्म आणि सेवा करू लागतात. त्यांचे हृदय शांत, निर्मल, भक्तिमय आणि आनंदी होते. शेवटी ज्ञान आणि भक्तिरूपी अमृताचे प्राशन केल्याने त्यांना अंतिम ज्ञान म्हणजेच स्वानुभव प्राप्त होतो. तेव्हाच सत्यशोधकाचे परम लक्ष्य असलेला त्याचा महायज्ञ अर्थात स्वानुभवाच्या प्राप्तीचे ध्येय साध्य होते.

जीवनात सत्यालाच आमंत्रित करा

गुरू विश्वामित्रांना असुरांपासून आपल्या यज्ञाचे रक्षण करायचे होते. म्हणून ते श्रीराम आणि लक्ष्मण यांना आपल्या आश्रमात घेऊन आले होते. कारण विश्वामित्रांना श्रीरामाचे गुण आणि शक्ती ज्ञात होती. केवळ श्रीरामच आपल्याला असुरांपासून मुक्ती देऊ शकतात, हे ते योग्य प्रकारे जाणून होते. आता या प्रसंगात मनन करायचा मुद्दा असा आहे, की ज्याप्रमाणे विश्वामित्रांनी त्यांचा यज्ञ पूर्ण करण्याचा दृढ निश्चय केला होता, त्याप्रमाणे तुमच्यामध्ये कुल-मूल लक्ष्य (आत्मसाक्षात्कार) प्राप्त करण्याची दृढ शक्ती आहे का? विश्वामित्र त्यांच्या यज्ञात विघ्न आणणाऱ्या राक्षसांना जसे पूर्णपणे ओळखून होते आणि केवळ रामच आपल्या यज्ञाचे रक्षण करू शकतो, हेही त्यांना माहीत होते; तसेच तुम्हांला तुमच्यातील राक्षसांची म्हणजेच विकार, दुर्बलता, चुकीच्या धारणा, वाईट सवयी, अवगुणांची ओळख आहे का? तुम्ही कधी स्वतःचा शोध घेतला आहे? आत्मसाक्षात्कार प्राप्त करण्यामध्ये तुमच्यातील कोणता राक्षस विघ्न आणतोय, हे जाणून घेण्याचा प्रयत्न कधी केला आहे? ते विघ्न दूर करण्यासाठी आवश्यक असणारी दृढता आणि संकल्पशक्ती तुमच्याकडे आहे? ते विघ्न दूर करण्यासाठी तुम्ही कधी प्रयत्न केले आहेत? ज्या प्रकारे विश्वामित्रांना श्रीरामाची आवश्यकता होती, त्याप्रमाणे तुम्हांलाही तुमच्या जीवनात रामाची (सत्याची) आवश्यकता जाणवते का? सत्याचे गुण आणि शक्तीविषयी तुमच्या मनात काही शंका आहेत का?

तुम्हांला जर खरेच तुमच्यामधल्या असुरांपासून मुक्त व्हायचे असेल तर जीवनात शुभ विचारांना, सत्याला आणि गुरूंना आमंत्रित करा. गुरूंच्या आज्ञेत राहा. सत्याच्या त्रिकोणात राहा.

गुरू शंकांचे निरसन करून विश्वास जागवतात

असुरांशी युद्ध करायला विश्वामित्र राम-लक्ष्मणाला घेऊन जायला आले आहेत, हे समजल्यावर दशरथ भय, चिंता आणि आसक्तीने कसा व्याकूळ होतो, हे आपण पाहिले. मानवाची अवस्थाही काहीशी अशीच होते. सत्यमुख म्हणजे सत्याचा मार्ग दाखवणारा जेव्हा एखाद्या मनुष्याला अध्यात्माचा मार्ग दाखवतो, तेव्हा याच तीन गोष्टी त्याला संभ्रमात टाकतात. त्याला अशी भीती असते, की या मार्गावर गेल्याने व्यावहारिक प्रगती, प्रतिष्ठा, धनदौलत, श्रेय, सन्मान वगैरे गोष्टी आपण गमावून बसू. आपल्याला ना माया मिळेल ना राम! अर्धवट माहितीच्या आधारे त्याने बांधलेले अंदाज, अध्यात्माविषयी ऐकलेल्या चुकीच्या गोष्टी आणि मायेविषयीची आसक्ती मनुष्याला सत्याच्या मार्गावर जाण्यापासून रोखत असते.

अशा वेळी माणूस पुन्हा तर्क लढवायला लागतो. तो म्हणतो, 'हे वय कामधाम करण्याचे आहे, पूजाअर्चेत रमण्याचे नाही. अध्यात्माच्या मागे लागलो तर माझे घर, संसार कोण बघणार? मुलांना कोण सांभाळणार? आताच्या काळात सत्याने वागून चालत नाही. सध्या सगळीकडे खोट्याची चलती आहे. कपटानेच कामं करून घेतली जातात.' पण जेव्हा गुरू त्याचे हे अंदाज आणि शंका दूर करून त्याला समजावतात, 'घाबरू नकोस. तू काहीही गमावणार नाहीस, उलट बोनसमध्ये तुला आणखी बरंच काही मिळेल', तेव्हा हळूहळू त्याचा विश्वास बसायला लागतो आणि तो सत्यशोधक बनतो. जसजसे गुरूंनी सांगितलेल्या गोष्टींचे पुरावे त्याला मिळू लागतात, तसतसा त्याचा विश्वास वाढू लागतो. मग गुरूंच्या मार्गदर्शनाने प्रथम तो शोधक, मग शिष्य आणि शेवटी भक्त होऊन अंतिम सत्य प्राप्त करतो.

त्राटिका एक स्त्री असल्यामुळे श्रीराम तिचा वध करायला तयार नव्हते. तसे पाहिले तर श्रीरामाला मिळालेल्या संस्कारांनुसार एका स्त्रीचा वध करणे हे मर्यादेविरुद्ध होते. तेव्हा विश्वामित्रांनी त्यांची ही शंका दूर केली आणि मर्यादेमधील सूक्ष्म फरक त्यांना समजावून सांगितले. म्हणजे एखादी व्यक्ती असुर (आसुरी वृत्तीची) असेल आणि समाजाला तिच्यापासून त्रास होत असेल, तर ती स्त्री आहे की पुरुष, याचा विचार न करता तिला योग्य ते शासन करून समाजाला तिच्यापासून मुक्त केले पाहिजे. शिष्याच्या विकासमार्गात येणारी शंकांची, चुकीच्या धारणांची विघ्ने जाणून ती ज्ञानरूपी तलवारीने छाटून शिष्याचा विकासमार्ग प्रशस्त करणे, हेच गुरूचे महत्त्वाचे कार्य असते. तेव्हा सत्यशोधात बाधा आणणारी कोणतीही शंका किंवा धारणा मनात असेल तर ती निःसंकोचपणे आपल्या गुरूंना सांगावी. गुरू निश्चितपणे तिचे निरसन करतील.

विरोधकांमध्येही ईश्वराचे दर्शन

या प्रसंगात रामाने आपल्या विरोधकांशी व्यवहार करतानाही मर्यादेचे पालन करण्याचा आदर्श घालून दिला आहे. त्राटिकेला पराजित केल्यानंतर त्याच्या मनात त्राटिकेविषयी जराही कटुता राहिली नाही. त्राटिकेविषयी रामाच्या मनात घृणा नाही, तर केवळ करुणाच होती. त्याच्या शब्दांमध्ये विजयाचा अहंकार नव्हता, तर विनय आणि सद्भावना होती. त्राटिकेमध्ये राक्षसी प्रवृत्ती असूनही रामाने तिच्यात ईश्वरालाच पाहिले आणि तिची क्षमा मागितली. रामाने त्राटिकेशी केलेले युद्ध हे अनासक्तीने, धर्माचे नियम समजून आणि मर्यादांच्या पालनासह केले होते.

सत्यावर लक्ष केंद्रित केले तर शत्रूतही ईश्वराचे दर्शन घडते, हीच मोठी शिकवण राम-लक्ष्मण, त्राटिकेच्या युद्धप्रसंगातून आपल्याला मिळते. यासाठीच आपण आपल्या जीवनातला प्रत्येक संघर्ष अनासक्त भावनेने आणि मर्यादांमध्ये राहून केला पाहिजे. जर आपण कळत-नकळत कधी कोणाला दुःख दिले असेल तर त्याची त्वरित क्षमा मागायला हवी. ईश्वराला प्राप्त करून घेण्यासाठी आणि वृत्तींच्या भारातून मुक्त होण्यासाठी क्षमेचा गुण असणे आवश्यक आहे. म्हणून नेहमी क्षमाभावात राहा. क्षमा मागणे म्हणजे दुर्बलता नसून ते सबलतेचे लक्षण आहे. क्षमा मागितल्याने माणूस कधी छोटा होत नाही, हेच श्रीरामाने आपल्याला सहजतेने दाखवून दिले आहे.

अध्याय ८

श्रीरामाद्वारे अहिल्येचा उद्धार

जडतेतून मुक्ती

अहिल्येचा उद्धार अर्थात पाषाणवत झालेल्या चेतनेचा श्रीरामाद्वारे उद्धार होणे, हा रामायणामधला एक महत्त्वाचा प्रसंग आहे. श्रीरामाच्या जीवनातल्या प्रत्येक प्रसंगाप्रमाणे यातही आपल्यासाठी आदर्श जीवनाचे अनेक सखोल पैलू सामावले आहेत. त्यासाठी हा प्रसंग समजून घेऊ या.

गुरुकुलातून ज्ञानार्जन केल्यानंतर श्रीराम आणि लक्ष्मण हे गुरू विश्वामित्रांच्या आज्ञेनुसार त्यांच्याबरोबर वनात गेले. तिथे त्यांनी त्राटिकेसारख्या अनेक भयंकर असुरांचा निःपात करून वनातील ऋषिमुनींचे आणि त्यांच्या यज्ञकार्याचे रक्षण केले. त्यानंतर गुरू विश्वामित्रांच्या आज्ञेनुसार ते मिथिलेच्या राजकुमारीचे (सीतेचे) स्वयंवर पाहण्यासाठी राजा जनकाच्या मिथिला नगरीकडे निघाले. रस्त्यात त्यांना एक आश्रम लागला. आश्रम अगदी सुना होता. तिथे ना पशुपक्षी होते, ना कोणी जीवजंतू. होती ती फक्त एक शिळा!

ते पाहून श्रीरामाने कुतूहलाने विश्वामित्रांना त्या शिळेविषयी विचारले. तेव्हा विश्वामित्र म्हणाले, ''ही शिळा म्हणजे गौतम ऋषींची पत्नी अहिल्या आहे. गौतम ऋषींनी दिलेल्या शापामुळेच अहिल्या शिळा होऊन पडली आहे.'' श्रीरामाने शापाचे कारण विचारले, तेव्हा विश्वामित्रांनी सांगितले, ''एकदा देवराज इंद्राने अहिल्येला पाहिले आणि त्यांच्या मनात अहिल्येविषयी वासना जागृत झाली. अहिल्येला प्राप्त करण्यासाठी त्यांनी कपट केले. एकदा ते गौतम ऋषी आश्रमात नसताना त्यांचेच रूप घेऊन आश्रमात गेले,

तेव्हा अहिल्या त्यांना ओळखू शकली नाही. अशा प्रकारे अहिल्येच्या निरागसतेचा लाभ घेत इंद्राने तिला वश करून तिचे सतित्व भंग केले. आश्रमात परतल्यावर गौतम ऋषींना ही गोष्ट समजली. त्यांनी क्रोधित होऊन अहिल्येला 'तू

शिळा होशील' असा शाप दिला. त्यानंतर अहिल्येने त्यांची क्षमा मागितली आणि या शापातून मुक्तीचा मार्ग विचारला. तेव्हा गौतम ऋषींनी सांगितले, जेव्हा तुला श्रीरामाच्या पवित्र चरणांचा स्पर्श होईल तेव्हाच तू तुझ्या मूळ रूपात येशील. तेव्हापासून ही शिळा होऊन पडलेली अहिल्या तुझी वाट पाहत आहे. आता या शिळेला तुझ्या पवित्र चरणांचा स्पर्श करून अहिल्येचा उद्धार कर.''

श्रीरामाने गुरूंच्या आज्ञेचे पालन केले. श्रीरामांच्या पवित्र चरणांचा स्पर्श होताच शिळेमध्ये चेतना जागृत होऊन ती अहिल्या बनली. आपली गमावलेली चेतना पुन्हा प्राप्त झाल्याने अहिल्येच्या डोळ्यांतून प्रेमानंदाचे अश्रू पाझरू लागले. तिने श्रीरामांना ओळखले. ती त्यांना म्हणाली, ''हे प्रभू, आज मला पटले आहे, की गौतम ऋषींनी मला दिलेला शाप हा माझ्यासाठी वरदान होता. नव्हे, ती माझ्यासाठी कृपा ठरली आहे. कारण त्यामुळेच मी तुमचे दर्शन घेऊ शकले. हे प्रभू, आता मला अंतर देऊ नका. माझे मन सदैव तुमच्या भक्तीत आणि प्रेमात तल्लीन राहावे,'' असे म्हणत अहिल्या श्रीरामांच्या चरणी लीन होऊन मनासारखे वरदान प्राप्त करून आनंदित झाली. ती आता श्रीरामांच्या भक्तीमध्ये रंगून गेली. या प्रसंगात असलेले संकेत आता समजून घेऊ या.

इंद्रियरूपी इंद्राचे कपट

या प्रसंगात आपण पाहिले, की इंद्राने कपट करण्यापूर्वी गौतम ऋषींच्या आश्रमात अहिल्या अगदी शांत जीवन व्यतीत करत होती. आश्रमातल्या सेवा, श्रवण आणि भक्तीच्या सात्त्विक आणि सुरक्षित वातावरणामध्ये जगत होती. इथे अहिल्या ही मन आणि बुद्धीने युक्त अशा मानवी शरीराचे प्रतीक आहे. माणूस जेव्हा सेवा, श्रवण आणि भक्ती यांच्या त्रिकोणात राहून तेजज्ञानाच्या प्रकाशात जीवन जगत असतो, तेव्हा त्याचे जीवन सुखी-शांत आणि आनंदी बनते.

इंद्र हा इथे मानवी शरीरातल्या इंद्रियांचे प्रतीक आहे. माणसाची इंद्रिये त्याच्यावर राज्य करत असतात. आपली तृप्ती करून घेण्यासाठी त्याच्याकडून आपली सेवा करून घेतात. माणसाने सत्य श्रवण करावे, सत्याच्या मार्गावर चालावे, असे त्या इंद्रियांना अजिबात वाटत नाही. कारण त्यामुळे त्यांची तृप्ती होऊ शकत नाही. माणूस सत्संगात जातो, गुरुवचनांचे श्रवण करतो, सत्याचा मार्ग अंगीकारतो, हे त्यांना आवडत नाही. कारण मनुष्याला आत्मज्ञान प्राप्त झाले तर तो आपल्या इशाऱ्यांवर नाचणार नाही, आपली इच्छापूर्ती करणार नाही, हे त्यांना माहिती असते. म्हणून, ज्याप्रमाणे गौतम ऋषींच्या आश्रमात त्यांचेच रूप घेऊन इंद्राने अहिल्येला आपल्या मायाजालात ओढले, त्याप्रमाणे ही इंद्रियेदेखील माणसाला आपल्या मायाजालात गुंतवून ठेवण्याचा प्रयत्न करत राहतात.

या प्रसंगामधून आणखी एक शिकवण मिळते ती म्हणजे ध्यानासाठी बसताना आपल्या मनात येणारे काही छद्मी विचार इंद्राप्रमाणे आपल्याला ध्यानापासून परावृत्त करण्यासाठी आलेले असतात. समजा, ध्यानाला बसताना तुम्हांला वाटले, 'आत्ता नको, नंतर बसू, आधी अमुक एक काम करू, श्रीकृष्णाने नाही का गीतेत सांगितले आहे, कर्म हीच पूजा आहे...' असे विचार मनात येताच ओळखावे, की हा इंद्राचा (इंद्रियांचा) खेळ आहे. सत्संगाला जात असतानाच एखादा मित्र येऊन म्हणाला, 'अरे, आज सत्संगाला जाऊ नकोस. चल, आपण एखाद्या चित्रपटाला जाऊ या. सत्संगाला पुन्हा कधीतरी जा.' तेव्हा निश्चितपणे समजा, की मित्राच्या रूपात इंद्रियांचा खेळ चालला आहे. जेव्हा तुमच्यावर एखादे सेवाकार्य सोपवले जाते, तेव्हा तुमच्या मनात घालमेल सुरू होते, 'हे काम माझ्या आवडीचे नाही, मला एखादी वेगळी सेवा मिळाली असती तर...' तेव्हा नक्की समजायचे, की छद्मी इंद्राने अर्थात इंद्रियांनी तुमच्यावर आक्रमण केले आहे.

माणसामध्ये सत्य प्राप्त करण्यासाठी पुरेशी ओढ, दृढता आणि प्रबळ इच्छाशक्ती नसेल तर बहुरूप्याचे सोंग घेतलेल्या इंद्राला तो ओळखू शकत नाही. तो त्याच्या

जाळ्यात अडकतोच. अशा वेळी एखादी छोटीशी लालसाही माणसाची इच्छाशक्ती कमकुवत करून टाकते. मग तो माणूस इंद्रियांना वश होऊन, आपल्या इच्छा पूर्ण करण्यासाठी वारंवार आपल्या कर्तव्यापासून दूर जातो. माणूस इंद्रियांना वश झाला असेल तर तो इंद्रियांच्या नैतिक, अनैतिक अशा सगळ्या इच्छा पूर्ण करत राहतो. त्यांना विविध सुखसुविधांनी आणि पदार्थांनी संतुष्ट करतो. अशा प्रकारे आपलीच इंद्रिये आपली चेतना हिरावून आपल्याला शिळा करून टाकतात.

कृपा ओळखायला शिका

एखाद्याला सद्गुरू लाभले, ज्यांच्या कृपेने अंतिम सत्य जाणून घेण्याची संधी त्याला मिळाली, सत्यसंघ– सत्संग अर्थात तेज मित्रांचा सहवासही लाभला, शिवाय तेज नातेसंबंध लाभले असतील; पण तो माणूसही इंद्रियांच्या मायाजालात अडकून सत्याच्या मार्गापासून दूर गेला तर याहून मोठा शाप तो काय?

क्षणभंगुर इंद्रियसुखांसाठी जीवनातली सगळ्यांत मोठी सुवर्णसंधी (आत्म-साक्षात्काराची संधी) गमावणे हा शाप आहे, जो अहिल्येला मिळाला होता. अहिल्या शिळा बनली. अहिल्याचा अर्थ काय? अ-हिल्या, जी हलू शकत नाही. म्हणजे एक अशी व्यक्ती, जी सत्यापासून दूर गेली आहे, जिच्यामध्ये चेतनेचा अभाव आहे. त्यामुळेच योग्य-अयोग्य यांतील फरक समजून घेण्याची तिच्यामधली शक्ती नष्ट झाली आहे. अशी व्यक्ती जिवंत असली तरी ती पाषाणवतच असते. कारण ती स्वतःचा विकास करून न घेता उद्देशहीन, लक्ष्यहीन जीवन जगत असते. अज्ञानवश जीवनाची ढकलगाडी ती रेटत असते.

या प्रसंगात आणखी एक संकेत मिळतो, की मानवी शरीरात तीन प्रकारचे गुण असतात : रजोगुण, तमोगुण आणि सत्त्वगुण. ज्या माणसामध्ये तमोगुणांचे (आळस, सुस्ती, तंद्री, निद्रा, जडता) आधिक्य असते, अशा माणसाला निर्जीव मूर्तींची किंवा पाषाणाची उपमा दिली जाते.

आध्यात्मिक दृष्टिकोनातून विचार केला तर रजोगुणी माणूस म्हणजे जो सतत धावतो, पण त्याचे हे धावणे दिशाहीन असते. कारण त्याला पृथ्वीलक्ष्याचे (स्वानुभव प्राप्तीचे) विस्मरण घडते. अशा माणसामध्ये उच्च चेतना, सत्यप्रेम, भक्ती आणि संवेदनशीलता यांचा अभाव असल्याने जणू तो एक चालताफिरता पाषाण होऊनच जगत असतो.

त्याचप्रमाणे सत्त्वगुणी माणूस जेव्हा आपली खरी ओळख म्हणजेच, 'मी कोण

आहे?' हे विसरलेला असतो; तो सत्कर्म करत असला तर ती सगळी कर्मे कर्ताभावाने करत असतो; 'मी चांगली कामं करतो, लोकांचे कल्याण करतो म्हणून मी सर्वांहून श्रेष्ठ आहे...' असे विचार त्याच्या मनात येत असतील, तर हेच विचार त्याच्या अहंकाराला, 'मी'पणाला खतपाणी घालत असल्याने तो माणूसही पाषाणरूप धारण करू लागतो. तसे पाहिले तर तमोगुण, रजोगुण आणि सत्त्वगुण हे तीनही गुण मनुष्यासाठी आवश्यक असतात. परंतु हेच गुण सत्याच्या प्रवासात बाधा बनतात तेव्हा नुकसानकारक ठरतात.

सत्य– सर्व गुणांपलीकडे आहे

श्रीरामांचा चरणस्पर्श होताच पाषाण झालेल्या अहिल्येत चेतना जागृत झाली. तिच्यामध्ये रजोगुणाचा प्रवेश होऊन ती जिवंत झाली. याचाच अर्थ, मुळातच मनुष्यात सर्व गुण असतात आणि संधी मिळताच ते बाहेर येतात. एखाद्या व्यक्तीला सत्याचा स्पर्श झाला, सत्याची जाणीव झाली आणि सत्याची साथ लाभली तर ती व्यक्ती रज, तम आणि सत्त्व अशा तिन्ही गुणांपलीकडे जाते. यालाच अंतिम गुणातीत अवस्था म्हटले आहे. चेतना जागृत झाल्यावर अहिल्येला श्रीरामांची ओळख पटते, तेव्हा ती गुणातीत अवस्थेत प्रवेश करते. तिने प्रार्थना केली तेव्हा ईश्वराकडे ईश्वरालाच मागितले. त्यांच्याकडे संसारसुख मागितले नाही; तर ईश्वरी प्रेमाची, ज्ञानाची आणि भक्तीची याचना केली. जडतेपासून मुक्त होऊन चेतना जागृत झालेली अहिल्या आपल्याला हेच दर्शवते, की मायेची आसक्ती सोडून आपली सर्व कर्म अकर्ता भावाने करणारा माणूस आनंदित राहतो. ईश्वरकृपेने अहिल्येने ही आनंदित अवस्था प्राप्त केली होती.

अध्याय ९

सीता-स्वयंवर

अहंकाराचा मृत्यू

वनात त्राटिका, सुबाहूसारख्या अनेक राक्षसांचा विनाश करून, अहिल्येचा उद्धार केल्यानंतर विश्वामित्र, राम-लक्ष्मणाला घेऊन मिथिला नगरीला गेले. मिथिला ही राजा जनकाची नगरी होती आणि सीता राजा जनकाची मुलगी. सीता रूपगुणांनी संपन्न होती. आपल्या लाडक्या लेकीसाठी सुयोग्य वर शोधण्याकरिता राजा जनकाने तिचे स्वयंवर रचले होते. अनेक वर्षांपूर्वी राजा जनकाला एक शिवधनुष्य भेट मिळालेले होते. ते धनुष्य इतके विशाल आणि अवजड होते, की ते जरा इकडचे तिकडे हलवायचे म्हटले तरी कोणाला शक्य नव्हते. पण सीता मात्र लहानपणी ते धनुष्य अगदी सहजपणे उचलून त्याच्याशी खेळायची. जनकाने जेव्हा सीतेला शिवधनुष्याशी खेळताना पाहिले, तेव्हा

तो आश्चर्यचकित झाला. त्याच्या लक्षात आले, की आपली मुलगी कोणी सामान्य नसून एक दिव्यशक्ती आहे. तेव्हा तिचा विवाहही दिव्य पुरुषाबरोबरच व्हायला हवा. म्हणून सीता स्वयंवरासाठी त्याने असा 'पण' केला होता, 'जो कोणी या शिवधनुष्यावर प्रत्यंचा चढवेल,

त्यालाच राजकुमारी सीता वरमाला घालेल.'

या स्वयंवरासाठी अनेक राज्यांतल्या महान, बलशाली शूरवीरांना, योद्ध्यांना, राजे-महाराजांना आमंत्रित केले होते. सर्वांचे लक्ष या स्वयंवराकडे केंद्रित झाले होते. राजा जनकाने हा मंगल सोहळा पाहायला विशेष अतिथी म्हणून गुरू विश्वामित्रांनाही आमंत्रित केले होते. विश्वामित्र राम-लक्ष्मणाला बरोबर घेऊन सीता स्वयंवर पाहण्यासाठी गेले.

राम-लक्ष्मण मिथिला नगरीत प्रथमच गेले असल्याने गुरूंची आज्ञा घेऊन ते नगरी बघायला गेले. दोघांनी फिरत-फिरत तिथला मोठा बाजार, सुंदर इमारती, विशाल रस्ते, रंगीबेरंगी फुलांनी नटलेली उद्याने पाहिली. भव्य अशा मिथिला नगरीच्या असीम सौंदर्याने ते प्रभावित झाले. नगरीमध्ये जिकडेतिकडे राजकुमारी सीतेच्या स्वयंवराचीच चर्चा चालली होती. सर्व नगरवासी अतिशय आनंदी होते. आपल्या राजकुमारीला तिच्यासारखाच रूपवान, गुणवान पती लाभावा, अशी कामना ते करत होते. सगळीकडे चाललेली ही चर्चा ऐकून राम-लक्ष्मणाच्या मनातही सीतेचे स्वयंवर बघण्याची उत्सुकता निर्माण झाली. मिथिला नगरीत फिरणारी राजबिंड्या राम-लक्ष्मणाची जोडी नगरवासीयांच्या नजरेत भरत होती. ते जिथे-जिथे जात होते, तिथे लोकांचे लक्ष वेधून घेत होते.

दुसऱ्या दिवशी सकाळी विश्वामित्रांनी राम-लक्ष्मणाला पूजेसाठी फुले आणायला राजवाड्याच्या बागेत पाठवले. गुरुआज्ञेचे पालन करण्यासाठी दोघे बंधू बागेत गेले. दैवयोगाने त्याच वेळी राजकुमारी सीता तिच्या सख्यांसह बागेतल्या गौरीमातेच्या मंदिरात 'आपल्याला सुयोग्य वर लाभावा म्हणून' प्रार्थना करायला आली होती. सीतेच्या सख्यांनी बागेत आलेल्या श्रीरामाला पाहिले. तेव्हा त्याच्याकडे निर्देश करून सीतेच्या एका सखीने तिला सांगितले, "अग, हेच ते विश्वामित्रांबरोबर आलेले युवक आहेत. यांनीच त्राटिका आणि सुबाहूचा वध केला. शिवाय अहिल्येचा उद्धारही केला. हे युवक जितके बलशाली आणि शूर आहेत, तितकेच ते सदाचारी आणि विनम्रही आहेत."

श्रीरामांची अशी स्तुती ऐकून सीतेच्या मनात श्रीरामाविषयी पवित्र प्रीती जागृत झाली. अनायास त्यांच्याविषयी तिला ओढ वाटू लागली. त्याच वेळी श्रीरामानेही सीतेला प्रथमच पाहिले आणि त्यांनाही सीतेविषयी आपुलकी निर्माण झाली. सीतेला रामाच्या मनातले गुपित कळून तिने गौरीमातेकडे आपले मनोरथ पूर्ण करावे, अशी प्रार्थना केली. श्रीरामालाच आपला पती समजून त्यांना प्राप्त करण्याची कामना घेऊन व्याकूळ मनाने सीता महालाकडे परतली. आजवर श्रीरामाने स्वप्नातही कधी कुठल्या परस्त्रीचा विचार केला नव्हता. पण सीतेला पाहताच त्यांच्या मनात तिच्या रूप-गुणांचे विचार रुंजी घालू लागले. सीतेशी आपला काहीतरी दैवी संबंध आहे, असे त्यांना वाटू लागले. शिवाय

काहीतरी शुभ होणार, असे संकेतही त्यांना जाणवू लागले.

आता सीता-स्वयंवराचा तो मंगलदिन उजाडला. आपल्या बळाचा, शक्तीचा अभिमान असणारे सर्व राजे-महाराजे स्वयंवराला उपस्थित होते. लंकापती रावणही तिथे आला होता. गुरू विश्वामित्रांबरोबर श्रीराम आणि लक्ष्मणही अतिथी म्हणून उपस्थित झाले. स्वयंवराच्या मंडपात श्रीरामाला पाहताच सीता मनातून आनंदली. पण श्रीराम तर केवळ अतिथी म्हणून आले होते. त्यांना धनुष्याला प्रत्यंचा लावायची संधी मिळेल का? संधी मिळाली तरी ते तसे करू शकतील का? अशा अनेक शंकांनी तिच्या मनात काहूर माजले होते. तिच्या मनाची तगमग वाढल्याने आपली कामना पूर्ण व्हावी, म्हणून ती सारखा देवाचा धावाही करत होती.

ठरलेल्या नियमांनुसार स्वयंवराला आरंभ झाला. स्वयंवराला आलेल्या प्रत्येक राजाला वाटत होते, जनकाने किती सोपा 'पण' ठेवला आहे. एका धनुष्यावर प्रत्यंचा चढवणे, हे आपल्यासारख्या योद्ध्याला सहजशक्य आहे. परंतु धनुष्याला हात लावताच हा 'पण' किती कठीण आहे, हे त्यांना कळत असे. शिवधनुष्यापुढे सगळ्याच वीरांची शक्ती आणि युक्ती असफल ठरत होती. धनुष्यावर प्रत्यंचा चढवणे तर दूरच; पण कोणाला ते साधे हलवताही येत नव्हते. मग विश्वातला सर्वात बलशाली समजला जाणारा रावण अभिमानाने उठला. धनुष्याला प्रत्यंचा लावायला तो पुढे आला; पण तत्काळ अपयशी, अपमानित होऊन मागे फिरला.

अशा प्रकारे स्वयंवर मंडपातले सगळे प्रतिस्पर्धी अपयशी ठरल्याने राजा जनकाला चिंता वाटू लागली. मंडपातील वीरांना उद्देशून ते म्हणाले, ''या पृथ्वीतलावर माझ्या सीतेसाठी योग्य असा वर कोणीच नाही का? ही धरा वीरहीन झाली की काय? हे आधीच माहीत असते तर मी स्वयंवरासाठी असा 'पण' लावलाच नसता. आता 'पण' मागे

घेतला जाऊ शकत नाही. म्हणजे माझी पुत्री अविवाहित राहणार की काय?''

राजा जनकाचे हे भाषण ऐकून लक्ष्मण अतिशय क्रोधित झाला. आपल्या स्थानावरून ताडकन उठून तो म्हणाला, ''आम्हा रघुवंशीयांच्या उपस्थितीत या धरेला वीरहीन म्हणणे म्हणजे आमचा घोर अपमान आहे. तुम्ही माझ्या ज्येष्ठ बंधूंची शक्ती आणि त्यांचा पराक्रम जाणत नाही, म्हणून असे बोलण्याचे धाडस करता आहात. मनात आणले तर मीदेखील या समस्त पृथ्वीला एखाद्या चेंडूसारखी उचलून फिरवेन. मग माझ्या ज्येष्ठ बंधूंसाठी या साधारण धनुष्याला प्रत्यंचा लावणे, ही काय मोठी बाब आहे?'' क्रोधित झालेल्या लक्ष्मणाला रामाने नजरेनेच शांत व्हायला सांगितले. रामाची आज्ञा मानून लक्ष्मणाने क्रोध आवरला आणि तो पुन्हा स्थानापन्न झाला.

हे सगळे पाहिल्यावर विश्वामित्र उठले आणि जनकाला म्हणाले, ''राजन, आम्ही इथे अतिथी म्हणून आलो आहोत. पण, जर आपण अयोध्यानरेश दशरथाचा पुत्र आणि माझा शिष्य श्रीराम याला या स्वयंवरात भाग घेण्याची अनुमती दिली तर ते आपल्याला निराश करणार नाहीत, याचा मला विश्वास आहे.'' गुरू विश्वामित्रांचे बोलणे ऐकून राजा जनकाच्या मनात पुन्हा आशेची पालवी फुटली. त्यांनी अगदी आनंदाने श्रीरामाला स्वयंवरामध्ये सहभागी होण्याची अनुमती दिली. राजा जनकाच्या अनुमतीने आणि गुरू विश्वामित्रांच्या आज्ञेने श्रीराम उठले. मंडपाच्या मधोमध एका सुशोभित मंचावर ठेवलेल्या धनुष्याजवळ गेले. ते पाहताच राजा जनकाजवळ बसलेली सीता मनोमन आनंदून गेली. श्रीरामाला स्वयंवरात सहभागी होता आले, म्हणून गौरीमातेला धन्यवाद देऊ लागली. आता तिला तिचे मनोरथ पूर्ण होताना दिसत होते. पण इतक्या मोठमोठ्या योद्ध्यांना जे जमले नाही, ते या सुकुमार दिसणाऱ्या श्रीरामाला जमेल का, या शंकेने ती व्याकूळही झाली होती. श्रीरामाला यश लाभावे, म्हणून ती पुन्हा गौरीमातेची प्रार्थना करायला लागली... 'हे माते, जर तू माझ्या भक्तीवर प्रसन्न असशील आणि श्रीरामांच्या चरणी माझी पवित्र आणि खरी प्रीती असेल तर या धनुष्याचे वजन कमी करून स्वयंवराचा 'पण' पूर्ण करण्यासाठी श्रीरामाला साहाय्य कर.' सीतेच्या मनात त्या एका क्षणात हर्ष, उत्साह, चिंता आणि व्याकूळता अशा विविध भावभावना एकवटल्या होत्या. पण श्रीरामांच्या मुखावर मात्र असीम शांतता होती. अपयशाचे भय, बलाचा अहंकार किंवा लक्ष्मणाप्रमाणे आपली वीरता सिद्ध करण्याचा उत्साह अशी कोणतीही भावना त्यांच्या देहबोलीत दिसत नव्हती. सीतेवर मन जडलेले असतानाही त्यांच्या मनात कोणतीही चलबिचल नव्हती. गुरूंची आज्ञा मानून ते अकर्ता भावाने 'पण' पूर्ण करण्यासाठी सज्ज झाले होते. धनुष्याजवळ जाताच त्यांनी अतिशय विनम्रतेने धनुष्याला आधी प्रणाम

केला. मग भगवान शिवांचे स्मरण करून त्यांच्या धनुष्याला प्रत्यंचा चढवणार म्हणून त्यांची क्षमाप्रार्थना केली. त्यानंतर त्यांनी धनुष्याला स्पर्श केला. मंडपात उपस्थित असलेल्या सर्वांच्या नजरा श्रीरामावर खिळल्या होत्या. पाहता-पाहता श्रीरामांनी अगदी सहजपणे शिवधनुष्य उचलले आणि सराईतपणे त्याच्यावर प्रत्यंचा चढवली. प्रत्यंचा ताणून त्याचा टणत्कार करताना एखादी वीज कडाडल्याप्रमाणे मोठा आवाज झाला आणि शिवधनुष्य खाडकन मोडले.

ते आश्चर्यकारी दृश्य पाहून सर्व जण अचंबित झाले. अनेक महाबलींना जे जमले नाही, ते काम श्रीरामाने अगदी सहजपणे पूर्ण केले होते. सीतेच्या आनंदाला तर पारावार उरला नाही. मनातल्या मनात ती गौरीमातेला शतशः धन्यवाद देऊ लागली. राजा जनकाच्या मुखावरही अतीव समाधान विलसत होते. कारण आता त्यांची मोठी चिंता मिटली होती. स्वयंवराचा समारंभ समाप्त झाल्याने विविध राज्यांमधून आलेले रथी-महारथी वीर निराश होऊन परतू लागले. राजवाड्यात सनई-चौघड्यांचे मंगल ध्वनी निनादू लागले.

श्रीराम-सीतेने एकमेकांना वरमाला अर्पण केली आणि उपस्थित गुरुजनांचे, ज्येष्ठांचे आशीर्वाद घेतले. साऱ्या मिथिला नगरीत आनंदाचे उधाण आले होते. अशा प्रकारे श्रीराम-सीतेच्या विवाहाचा उत्सव सर्वत्र साजरा झाला.

सत्याविषयीची जिज्ञासा ही गुरुकृपाच आहे

गुरू विश्वामित्र राम-लक्ष्मणाला मिथिला नगरीत कसे घेऊन गेले, हे या प्रसंगाच्या सुरुवातीला आपण पाहिले. तिथे फिरत असताना सीतेच्या रूप-गुणांची चर्चा त्यांनी ऐकली. त्यामुळे सीतेविषयी त्यांच्या मनात उत्सुकता निर्माण झाली. सीता कोण आहे, प्रजेला तिच्याविषयी इतकी आपुलकी का वाटते, असे कोणते गुण तिच्यात आहेत, हे जाणून घ्यायची जिज्ञासा त्यांच्या मनात उत्पन्न झाली. त्याबरोबरच सीतेला प्राप्त करण्यासाठी कोणता 'पण' ठेवला आहे, हेही त्यांनी जाणून घेतले.

या प्रसंगाचा सखोल विचार केला तर तुमच्या लक्षात येईल, की इथे सीता हे सत्याचे प्रतीक आहे. कोणत्याही मनुष्याचा सत्यापर्यंत पोहोचण्याचा प्रवास असाच सुरू होतो. खरे तर या प्रवासाला सुरुवात होण्यापूर्वीच त्याच्यावर गुरूंची कृपा झालेली असते; पण तेव्हा ती अदृश्य स्वरूपात असते. त्यामुळे माणसाला ती ओळखता येत नाही. सत्याचा प्रभाव असलेल्या वातावरणात जाण्याची संधी मिळणे, सत्याची चर्चा ऐकायला मिळणे ही फार मोठी गुरुकृपा आहे. कोणताही सत्संग, सत्याची ओळख करून देणारी एखादी घटना, पुस्तक, कथा, दूरदर्शन मालिका किंवा अन्य माध्यमातून माणूस जेव्हा सत्याविषयी काही ऐकतो, पाहतो, तेव्हा त्याच्या मनात त्याविषयी जिज्ञासा उत्पन्न होऊ लागते. जेव्हा तो सत्यसाधकांच्या चेहऱ्यावर प्रेम, आनंद आणि संतोष पाहतो, तेव्हा त्याच्या मनात येते, इतक्या तणावपूर्ण जीवनातही ही माणसे इतकी सुखी आणि आनंदी कशी राहू शकतात? अशा प्रकारे सत्याविषयीची त्याची उत्सुकता आणखीच वाढत जाते. मग तो माणूस स्वतःच सत्यशोधक अर्थात सत्याचा जिज्ञासू बनतो. त्याला सत्य जाणून घेण्याची ओढ लागते. तो ज्ञान प्राप्त करण्यासाठी प्रार्थना करू लागतो. परिणामी, त्याच्या जीवनात गुरूंचे आगमन होते. मग गुरूच त्याला सत्याकडे जाण्याचा मार्ग दाखवून सत्य प्राप्त करण्यासाठी लागणाऱ्या पात्रतेविषयी अवगत करतात.

तुम्हीही थोडा विचार करून आठवून बघा, की तुमच्या जीवनात अशी गुरुकृपा कधीपासून सुरू झाली? आधी तुम्हांला कदाचित काहीच आठवणार नाही, पण आणखी थोडा विचार केला तर तुमच्या लक्षात येईल, तुमच्या जीवनात भौतिक व्यवहारापासून, मायेपासून मुक्ती देऊन सत्याकडे नेणाऱ्या ज्या घटना घडल्या, त्या गुरुकृपेनेच घडल्या होत्या. अशा घटनांचा खरा अर्थ समजणे हीदेखील कृपाच आहे. सत्यमार्गाकडे नेण्यासाठी निमित्त ठरलेल्या त्या सर्व घटनांना धन्यवाद देऊन आता या प्रसंगातले पुढचे संकेत जाणून घेऊ.

सत्यशोधकाबरोबर असते गुरूची लीला

मानवी जीवनात कोणतीही घटना विनाकारण होत नसते. मिथिला नगरीत श्रीरामाला (अनुभवाला) सीतेची (सत्याची) साथ लाभेल, हे विश्वामित्रांना आधीपासूनच माहीत होते आणि ते व्हावे म्हणूनच साऱ्या घटनांची गुंफण केली गेली. श्रीरामाला आपल्यासोबत मिथिलेला घेऊन जाणे, त्याला लक्ष्मणासोबत नगरीत फिरायला पाठवणे, जिथे त्याला सीतेचे प्रथम दर्शन होते त्या पुष्पवाटिकेमध्ये फुले आणायला पाठवणे, नंतर त्याला सीता स्वयंवराला घेऊन जाणे आणि स्वयंवराचा 'पण' पूर्ण करण्यासाठी धनुष्याला प्रत्यंचा

लावायची आज्ञा देणे, ही सगळी गुरूंची लीलाच होती. राजा जनकाने दिलेले आमंत्रण हे केवळ एक निमित्त होते.

त्याप्रमाणेच प्रत्येक सत्यशोधकासोबत गुरूंची लीला चाललेली असते. हे त्या शोधकाला जितक्या लवकर समजेल, तितके चांगले असते. कारण हे आकलन होताच काही घटनांना होणारा त्याचा विरोध कमी होतो. गुरूंवरचा विश्वास, घडणाऱ्या पुढील घटनांप्रति स्वीकारभाव आणि समर्पणभाव वाढतो. त्यामुळे पुढील गोष्टी अधिक सहजपणे आणि योग्य रीतीने होत जातात. असे होते तेव्हा तो केवळ साक्षीभावाने गुरूंच्या आज्ञेत राहू लागतो. ज्याप्रमाणे श्रीरामाने साक्षीभावाने विश्वामित्रांच्या आज्ञांचे पालन केले, त्याप्रमाणे तोही आपल्या गुरूंनी दिलेली आज्ञा मनात काही किंतु-परंतु न ठेवता मानू लागेल. श्रीरामाच्या मनात कधीही अशी शंका आली नाही, की आपले गुरू आपल्याला असे का सांगत आहेत? यात मला काही लाभ होणार आहे की नाही? मला सीता मिळेल की नाही? मला धनुष्य उचलता येईल की नाही...? श्रीराम केवळ समर्पित भावनेने गुरूंच्या आज्ञेचे पालन करत गेले. त्याचे त्यांना काय फळ मिळाले, ते आपण जाणतोच. तेव्हा गुरूंवर पूर्ण विश्वास ठेवून त्यांच्या आज्ञेत राहा. बाकी सर्व गुरूंवरच सोडा.

अहंकार विलीन झाल्यानंतरच सत्य प्राप्त होते

या प्रसंगात आपण पाहिले, की राजा जनकाने सीता स्वयंवरासाठी असा 'पण' ठेवला होता, जो कोणी शिवधनुष्यावर प्रत्यंचा चढवेल त्याच्याच गळ्यात सीता माळ घालेल. या पणामध्येच सीतेला म्हणजेच सत्याला प्राप्त करण्याचा मंत्र दडलेला आहे. इथे धनुष्य हे मानवी अहंकाराचे प्रतीक आहे. प्रत्येक माणसात वेगवेगळे अहंकार दडलेले असतात. कुणाला आपल्या शक्तीचा, कुणाला संपत्तीचा, कुणाला रूपाचा, सत्तेचा, पदाचा, प्रतिष्ठेचा किंवा काही कौशल्याचा असे अनेक प्रकारचे अहंकार असू शकतात. हे सर्व अहंकार नकली असून ते अगदी सहज दिसून येतात. पण माणसाचा खरा आणि सगळ्यांत मोठा 'मी'पणाचा अहंकार म्हणजे जणू शिवधनुष्यच! हाच अहंकार सीतेला अर्थात सत्याला प्राप्त करण्यात सगळ्यात मोठी बाधा असते आणि निमित्तही असते. शिवाय हे शिवधनुष्य तोडणे हेदेखील मोठे आव्हान ठरू शकते.

खरा अहंकार म्हणजे ईश्वराहून (स्व, परमचैतन्य) आपले स्वतःचे अस्तित्व वेगळे मानणे. अशी व्यक्ती स्वतःला अन्य सर्व जीवांहून वेगळे आणि श्रेष्ठ मानत असते. त्या व्यक्तीमध्ये नेहमीच कर्ताभाव, 'मी'पणा असतो. हे मी केले, हे माझे आहे, मी श्रेष्ठ आहे, मला दुःख आहे, मला पाहिजे, माझे ऐका... इत्यादी. याच अहंकारामुळे

माणूस आपले खरे स्वरूप विसरून स्वतःला शरीर समजून जगत राहतो. आपले सगळे आयुष्य तो आपल्या शरीराला संतुष्ट करण्यात खर्च करतो. पण तरीही तो आनंदी होऊ शकत नाही. कारण शरीराची एक इच्छा पूर्ण होईतो दुसरी निर्माण होत असते आणि माणूस एकापाठोपाठ एक त्या पूर्ण करत राहतो. हे सर्व करत असताना माणूस स्वतःला त्या सर्वव्यापी 'मी'हून म्हणजेच ईश्वराहून, स्वहून वेगळे समजतो, संकुचित होतो. अशा वेळी तो भक्ती करतो, तीही द्वैतभावनेने, स्वतःला ईश्वराहून वेगळे मानूनच.

हा खरा अहंकारच माणूस आणि ईश्वर यांच्यात असलेला पडदा आहे. ज्ञानाच्या झोताने जेव्हा हा पडदा दूर होतो, तेव्हाच माणसाला ईश्वराचे अर्थात सत्याचे दर्शन होते. त्या परम सत्यानेही माणसासमोर एक 'पण' ठेवला आहे, की आधी तुझे अहंकाररूपी धनुष्य मोड, मगच मला प्राप्त कर. शिवाय हे जाणून घे, की तू आणि मी वेगवेगळे नाही तर एकच आहोत. हा पणच संपूर्ण अध्यात्माचा मूलभूत आधार आहे.

आपण पाहिले, की अनेक बलशाली योद्ध्यांनी सर्वशक्तिनिशी प्रयत्न करूनही सीता-स्वयंवराचा 'पण' त्यांना पुरा करता आला नाही. धनुष्य मोडणे तर दूरच; पण कोणालाही ते साधे हलवताही आले नाही. अध्यात्मामध्ये सत्य प्राप्त करण्याचे अनेक मार्ग आहेत. पूजाअर्चा, जपतप, मंत्रतंत्र, ज्ञानध्यान, सिद्धी-हठयोग इत्यादी. पण जोपर्यंत आपल्यातला अहंकार नष्ट केला जात नाही, तोपर्यंत यातला कुठलाच मार्ग यशस्वी होत नाही. माणूस तर आपल्या अहंकारावरही 'मी' होऊनच विजय मिळवू पाहत असतो. मी होऊनच त्याला अहंकार समजून घ्यायचा असतो. मी पूजा करत आहे... मी तप करून ईश्वराला प्रसन्न करून घेत आहे... मी दान केले... मी ध्यान केले... मी शुभकार्य केले... मी ईश्वराला प्राप्त करून घेईन... इत्यादी. यामुळे माणसाला शक्ती, सिद्धी प्राप्त होऊ शकते, सगळी व्यावहारिक सुखे मिळू शकतील; पण सत्य प्राप्त होणे कदापि शक्य नसते.

जो स्पर्धक अर्थात सत्यशोधक मी धनुष्य मोडणारच, असा कर्ताभाव मनात घेऊन धनुष्य उचलायला गेला, तो अपयशी झाला. त्या सर्वांसाठी धनुष्य इतके जड झाले, की त्यांच्यात असीमित शक्ती असूनही त्यांना ते उचलता आले नाही. पण श्रीरामाने तेच कार्य अकर्ता भावनेने, यश-अपयशाला समान मानून, विनम्रतेने गुरूंची आज्ञा मानून केले. त्यांनी धनुष्यालाही आदरभावाने, विनम्रपणे वंदन केले. म्हणजेच त्या निर्जीव वस्तूतही त्यांनी ईश्वराला पाहिले. धनुष्य मोडण्याआधी भगवान शिवांची क्षमाही मागितली. क्षमाप्रार्थनेमुळे माणूस कर्मबंधनातून मुक्त होतो आणि कृपा ग्रहण करण्यासाठी सज्ज होतो. श्रीरामांच्या या भावनांमुळेच धनुष्य हलके झाले आणि त्यांना

ते सहज मोडता आले. या प्रसंगातून आपल्याला धनुष्य म्हणजेच खरा अहंकार नष्ट करणे काही अवघड गोष्ट नाही, हे लक्षात येते. पण त्यासाठी आधी आपला खरा अहंकार जाणून घेतला पाहिजे, अशी शिकवण मिळते. गुरूंच्या आज्ञेत, सत्याच्या त्रिकोणामध्ये राहिले पाहिजे. जे कार्य करू ते अकर्ता भावनेने करायला पाहिजे. शिवाय कळत-नकळत कोणाला काही दुःख दिले असेल, जेणेकरून काही कर्मबंधने तयार झाली असतील तर त्यासाठी क्षमाप्रार्थना केली पाहिजे. अशा प्रकारे अहंकाररूपी धनुष्य मोडूनच सत्यरूपी सीतेला प्राप्त केले जाऊ शकते.

खरे अहंकाररूपी धनुष्य मोडून पडते, तेव्हा ईश्वर (राम) आणि त्याची शक्ती किंवा लीला (सीता) एक होतात. भक्त आणि भगवान एक होतात. खरा अहंकार (वेगळे अस्तित्व असलेला मी) विलीन होताच उरतो तो केवळ सर्वव्यापी मी. मग त्याच क्षणी भक्ताला जाणवते, की रामही तोच, सीताही तोच आणि त्यांचा भक्तही तोच आहे. सगळीकडे तो आणि केवळ तोच आहे, त्याच्याशिवाय अन्य कोणीही नाही. हाच अद्वैतभाव आहे.

मर्यादा पालन म्हणजे बंधन नव्हे तर स्वातंत्र्य आहे

सीता-स्वयंवराच्या प्रसंगात अनेक प्रकारच्या परिस्थिती उद्भवल्या; पण त्या सर्व परिस्थितीत श्रीरामांनी त्यांच्या आचरणातून मर्यादांचा आदर्श आपल्यापुढे ठेवला आहे. श्रीरामांचे आचरण सर्वांनाच, विशेषतः आजच्या तरुण पिढीला मर्यादेचे महत्त्व शिकवते. अनेकदा परिस्थितिवश किंवा कमकुवत स्वभावामुळे माणसाचे मन विचलित होते. मग तो कर्तव्य आणि मर्यादा विसरून मर्यादेविरुद्ध काहीतरी करतो, अनेकदा माणूस आपल्या मर्यादा ओलांडण्यासाठी इतरांना दोष देत राहतो. कधीकधी तर त्याला यात काही अयोग्य आहे, असे वाटतच नाही. तो अभिमानाने म्हणत असतो, 'हे माझं आयुष्य आहे. मला हवं तसं जगेन. मी का कुणाचा विचार करू? मी स्वतंत्र आहे.' पण खरे तर तो स्वतंत्र नसतोच. तो तर त्याच्या वासनांचा, विकारांचा गुलाम असतो. हे विकार-वासनाच त्याला आपली तृप्ती करून घेण्यासाठी नाचवत असतात.

श्रीरामाच्या आचरणातून हाच संदेश मिळतो, की साहस हे मर्यादा तोडण्यात नाही तर त्यांचे पालन करण्यात आहे. मर्यादा पालन म्हणजे बंधन नाही तर स्वातंत्र्य आहे. मर्यादा दृश्य नसून, ती अदृश्य असते. आपल्या मर्यादा जाणून घ्यायच्या असतील तर आधी आपली भूमिका काय आहे, हे जाणून घ्यायला हवे आणि मग त्या भूमिकेच्या मर्यादा समजून घ्यायला हव्यात. जेव्हा तुम्हांला तुमची भूमिका काय आहे, हे समजेल

आणि तुम्ही त्या भूमिकेच्या मर्यादा निश्चित कराल, तेव्हा तुमचे मन कधीही विचलित होणार नाही. श्रीरामांचे आचरण हेच दर्शवते.

श्रीरामांच्या मनात सीतेविषयी प्रेम जागृत झाले होते, तरीही त्यांनी आपल्या गुरूंकडे स्वयंवरात भाग घेण्याची इच्छा व्यक्त केली नाही. कारण तिथे त्यांना प्रतिस्पर्धी म्हणून नाही, तर केवळ अतिथी म्हणून आमंत्रित केले होते. राजा जनकाने अनुमती दिल्यावरच ते धनुष्य भंग करायला पुढे सरसावले. पण तेव्हाही त्यांच्या मनात वैयक्तिक भावना नव्हती. धनुष्यभंगाचे कार्य त्यांनी साक्षी होऊन अकर्ताभावाने कर्तव्य म्हणून पूर्ण केले. जनकाच्या आवाहनामुळे लक्ष्मण क्रोधित झाला तेव्हा श्रीरामांनी त्याला शांत केले. त्याचबरोबर धनुष्य भंग करून सीतेबाबत आपली जबाबदारीही पार पाडली. अशा प्रकारे श्रीरामांनी एकाच वेळी शिष्य, अतिथी, ज्येष्ठ बंधू, प्रेमी अशा सर्वच भूमिकांच्या मर्यादांचे पालन करत यश प्राप्त केले.

सीतेनेही आपल्या पुत्रीधर्माचे योग्य पालन केले. तिने तिची इच्छा ईश्वराकडे व्यक्त केली. पित्याने आयोजित केलेल्या समारंभात कोणतीही बाधा आणली नाही. गौरीमातेवर असलेला सीतेचा अतूट विश्वास आपल्याला हेच दर्शवतो, की दैवी योजनेनुसार आपल्यासाठी जे काही निश्चित केले असेल, ते आपल्याला मिळेलच. आपण ईश्वरावर आणि गुरूंवर विश्वास ठेवून केवळ आपल्या कर्तव्याचे पालन केले पाहिजे. सीतेशी विवाह झाल्यावर श्रीरामांनी आणखी अशी एक मर्यादा आखून दिली, जी त्या काळात प्रचलितच नव्हती. त्यांनी सीतेला एकपत्नीव्रताचे पालन करण्याचे वचन दिले. त्या काळी राजाला अनेक राण्या असणे, ही अगदी सामान्य गोष्ट होती; पण श्रीरामांनी मात्र सीता हीच आपली एकमेव पत्नी असेल, अशी घोषणा केली होती. असे करून आदर्श पतीच्या मर्यादा स्पष्ट केल्या होत्या. जीवनात आपण अनेक भूमिका पार पाडत असतो. त्यातली प्रत्येक भूमिका पूर्ण निष्ठेने पार पाडावी, असा संदेश रामकथेतून आपल्याला मिळतो. त्या भूमिकांच्या मर्यादा समजून घेऊन त्यांचे पालन करावे. असे केले तर आपली प्रत्येक भूमिका ही ईश्वरी गुणांची अभिव्यक्ती ठरेल. शिवाय आपल्याला ती आनंद देईलच; पण दैवी योजनेनुसार आपल्यासाठी जे काही निश्चित केले गेलेले असेल, ते सहजतेने घेऊन येईल. थोडक्यात सांगायचे म्हणजे मर्यादेमध्ये राहूनच सीतेची म्हणजे सत्याची प्राप्ती होते.

सत्यासाठी दिव्य प्रार्थना (टॉस) करा

या प्रसंगात आपण पाहिले, की जेव्हा सीतेला श्रीरामाविषयी प्रेम, विश्वास आणि

श्रद्धा वाटू लागली, तेव्हा तिने त्याच्या प्राप्तीसाठी पूर्ण विश्वासाने आणि भक्तिभावाने गौरीमातेकडे प्रार्थना केली. सीतेच्या प्रार्थनेत इतकी शक्ती होती, की त्यापुढच्या सर्व घटना तिच्या प्रार्थनेनुसारच घडल्या. स्वयंवरात प्रतिस्पर्धी नसतानाही श्रीरामांनी धनुष्य भंग केले आणि स्वयंवर जिंकले. तात्पर्य हे, की प्रार्थनेमध्ये खूप शक्ती असते. शुद्ध भावनेने, श्रद्धा, विश्वास आणि भक्तीने केलेली प्रार्थना माणसाला सत्यासाठी ग्रहणशील करत असते. माणूस जेव्हा मनातले विचार, विकार, वासना नष्ट करून स्वच्छ मनाने त्याच्याकडे येणाऱ्या प्रत्येक गोष्टीचा स्वीकार करण्यासाठी तयार होतो, तेव्हा त्याची इच्छित वस्तू आपोआपच त्याच्याकडे आकर्षित होऊ लागते.

त्याउलट मायेमध्ये अडकलेला माणूस मायेसाठीच प्रार्थना करत असतो. मला सुख लाभू दे, मोठे पद मिळू दे, पैसा मिळू दे, मुलगा होऊ दे... त्याची ही यादी वाढत जाते आणि आयुष्यभर तो त्यातच अडकून राहतो. पण सच्चा सत्यशोधक, भक्त मात्र ईश्वरप्राप्तीची प्रार्थना करतो. सत्यासाठी केलेली प्रार्थना दिव्य प्रार्थना बनून ती आपल्या जीवनात सत्य आकर्षित करते. अशा प्रार्थनेच्या प्रभावामुळेच माणसाला असा संघ लाभतो, अशी परिस्थिती निर्माण होते, जी त्याला सत्य प्राप्त करून घेण्यासाठी पूरक ठरते. ईश्वराच्या चरणी असलेले संपूर्ण समर्पणच प्रार्थनेच्या शक्तीला बळ प्रदान करते. सीतेच्या प्रार्थनेत ही शक्ती असल्याने तिच्या प्रभावामुळेच श्रीरामाने अवजड धनुष्य भंग करून स्वयंवर जिंकले.

प्रार्थनेची शक्ती दर्शवणारा असाच एक प्रसंग महाभारतातही आहे. भर सभेत द्रौपदीचे वस्त्रहरण होत असताना तिने शीलरक्षणासाठी, सत्यरक्षणासाठी श्रीकृष्णाची प्रार्थना केली आणि त्याने तिचे रक्षण केले. तेव्हा योग्य प्रार्थना काय असावी, हे समजून घ्या. प्रार्थनेची शक्ती जाणून घ्या. ती वाढवा आणि जीवनात सत्याला आकर्षित करा.

श्रीरामांना धनुष्यभंगाची संधी लाभली, तेव्हा सीता त्यांच्या यशासाठी सतत प्रार्थना करत होती. तिच्या प्रार्थनेने श्रीरामांचे कार्य सोपे झाले. सहज पार पडले. सत्यप्राप्तीसाठी पतिपत्नी एकमेकांना कसे साहाय्य करू शकतात, हेच या प्रसंगात दिसून येते. एकमेकांसाठी दिव्य प्रार्थना करून ते परस्परांसाठी सत्याकडे जाण्याचे मार्ग सुकर करत असतात. तुम्हांला तुमच्या जीवनात सत्य हवे असेल तर इतरांना सत्यप्राप्ती व्हावी, त्यांना सत्याकडे नेणारा मार्ग सोपा व्हावा, यासाठी प्रार्थना करा. इतरांसाठी प्रार्थना केल्याने आपला मार्गही निर्विघ्न होतो. कारण तुम्ही ज्या गोष्टीसाठी निमित्त बनत असता, ती तुम्हांलाही निश्चितच लाभते, यात शंकाच नाही.

अध्याय १०

लीला राम-परशुराम
क्रोधाचा अंत

सीता-स्वयंवरात शिवाने दिलेले धनुष्य अर्थात शिवधनुष्य भंग झाल्यामुळे भगवान शिवाचे परमभक्त ॠषी परशुराम अत्यंत क्रोधित झाले. त्यावर श्रीरामाच्या आणि लक्ष्मणाच्या वेगवेगळ्या प्रतिक्रिया आपल्याला खूप काही शिकवून जातात. आता तोच प्रसंग जाणून त्यातले संकेत समजून घेऊ या.

सीता-स्वयंवरात शिवधनुष्य भंग होण्याचा तो मंगल समय आला. सर्व जण आनंदित होते. पण आपल्या आराध्याचे प्रतीकचिन्ह असलेले शिवधनुष्य भंग झाल्याची वार्ता ॠषी परशुराम ांपर्यंत पोहोचली आणि ते क्रोधित झाले. ते शिवाचे परमभक्त होते. परशुराम त्यांच्या पराक्रमासाठी आणि क्रोधासाठी समस्त विश्वात प्रसिद्ध होते. परशुराम हे काही केवळ जप, तप, ध्यानधारणा करणारे ॠषी नव्हते तर अस्त्र-

शस्त्र विद्यांमध्येही पारंगत होते. ते इतके पराक्रमी होते, की क्षत्रियांवर क्रोधित झाल्याने त्यांनी क्षत्रियांचे पारिपत्य करून कित्येक वेळा पृथ्वी निःक्षत्रिय केली होती. त्यांच्या दृष्टीने शिवधनुष्याचा भंग करणे म्हणजे शिवाचा घोर अपमान होता. त्यामुळे शिवधनुष्य भंगाची वार्ता कानी येताच रुद्रावतार धारण करून ते तत्काळ सीता-स्वयंवर स्थळी येऊन दाखल झाले. त्यांना पाहताच सर्वांनी त्यांना वंदन केले. पण त्यांचा क्रोध पाहून राजा जनक, सीता आणि उपस्थित सर्व जण भयभीत झाले होते. श्रीराम मात्र निश्चल होते. म्हणजेच त्यांच्या मनात कोणतीही शंका, भावनांचा आवेग नव्हता. त्यांचे मन शांत, स्थिर होते.

परशुरामाने मंडपाच्या मध्यभागी असलेल्या मंचावर मोडून पडलेले शिवधनुष्य पाहिले आणि ते गरजले, ''ज्याने हे शिवधनुष्य भंग करण्याचे दुष्ट कार्य केले आहे, त्याने तत्काळ माझ्यासमोर यावं. तो आता माझा शत्रू आहे. मी त्याला माझ्या परशूने उचित दंड देणार आहे. जर तो माझ्यासमोर आला नाही तर इथे उपस्थित असलेल्या सर्व राजांना त्यांचे प्राण गमवावे लागतील.''

ऋषी परशुरामांच्या कठोर वाणीने उपस्थितांची भीती आणखीच वाढली. तेव्हा श्रीराम पुढे आले आणि परशुरामांना वंदन करून नम्रपणे म्हणाले, ''हे ऋषिवर, हे विशाल शिवधनुष्य भंग करण्याची शक्ती कोणामध्ये असणार? ज्याने हे कार्य केले आहे, तो निश्चितच आपलाच कोणी दास असणार.'' ते ऐकून परशुराम म्हणाले, ''हे कार्य माझ्या दासाचे नव्हे, शत्रूचे आहे. ज्याने कोणी हे केले आहे, त्याला मी जिवंत ठेवणार नाही.''

परशुराम त्यांच्या शब्दावर अटळ असलेले पाहून लक्ष्मणही क्रोधित झाला. तो ताडकन म्हणाला, ''एका रघुवंशी वीराच्या स्पर्शाने भंगलेले हे धनुष्य पाहून तुम्ही इतके क्रोधित का होत आहात? लहानपणी तर आम्ही खेळता-खेळता अशी कितीतरी धनुष्यं मोडली आहेत. मग आता या धनुष्याचे काय विशेष?'' लक्ष्मणाचे हे उलट बोलणे ऐकून परशुरामांना

क्रोध अनावर झाला. ते पुन्हा गरजले, "अरे मूढा, माझी शक्ती आणि माझे प्रताप तुला माहीत नाहीत म्हणून असे बोलण्याचे धाष्टर्य करतो आहेस. मी माझ्या परशूने आतापर्यंत अनेकदा ही समस्त पृथ्वी क्षत्रियहीन केली आहे. तू एक बालक आहेस म्हणून तुला सोडून देतोय." हे ऐकल्यावर लक्ष्मण कसा गप्प राहणार? तो म्हणाला, "अहो, ब्राह्मणांचे रक्षण करणे, हा जर आमचा कुलधर्म नसता तर 'तुमचा परशू श्रेष्ठ की माझा बाण श्रेष्ठ' हे आत्ताच दिसून आले असते." लक्ष्मणाच्या एकेका शब्दाबरोबर परशुरामांचा क्रोध वाढत जात होता. उपस्थित जन श्वास रोखून पुढे काय होणार, याची चिंता करत होते. परिस्थिती लक्षात घेऊन श्रीरामाने नजरेनेच लक्ष्मणाला शांत राहायला सांगितले आणि परशुरामांना पुन्हा एकदा विनम्र वंदन करून ते म्हणाले, "हे ऋषिवर, आपण तर महाज्ञानी आणि क्षमाशील आहात. कृपया या बालकाला क्षमा करा. खरा अपराधी तर मी आहे. राजा जनकाच्या अनुमतीने आणि गुरू विश्वामित्रांच्या आज्ञेनेच मी हे शिवधनुष्य भंग केले आहे. त्यामुळे तुमच्या भावना दुखावल्या गेल्या म्हणून मी तुमची क्षमा मागतो. तुम्ही मला जो काही दंड द्याल, त्याचा मी सहर्ष स्वीकार करेन; पण कृपया माझ्या या बालकासमान बंधूवर क्रोध धरू नका." श्रीरामांचे ते शांत आणि संयमित शब्दातले निवेदन ऐकून परशुराम थोडे शांत झाले. ते म्हणाले, "तू नक्कीच हे सगळं तुझ्या या दुष्ट भावाला वाचवण्यासाठी बोलतो आहेस. मला तरी तुझ्यासारख्या सुकुमार आणि साधारण किशोरामध्ये हे विशाल शिवधनुष्य हलवण्याची शक्ती असेल असे वाटत नाही. एक तर तू अहंकाराने स्वतःला अतिशक्तिशाली समजत आहेस किंवा मला मूर्ख समजून माझा निरादर करतो आहेस."

श्रीराम सर्वशक्तिमान होते, तरीही ते पराकोटीच्या विनम्रतेने म्हणाले, "हे ऋषिवर, अहंकार करावा असे माझ्यात आहे तरी काय? तुमच्या तुलनेत माझी योग्यता कस्पटासमान आहे. मी तर केवळ राम आहे; पण आपण तर परशुराम. केवळ कर्मानेच नव्हे तर नामानेही आपण माझ्याहून श्रेष्ठ आहात. शिवधनुष्य मोडण्यामध्ये माझी जराही महानता नाही. कारण मी स्पर्श करताच ते भंग पावले." श्रीरामांचे इतक्या विनम्रतेचे बोलणे ऐकून परशुरामांचा क्रोध शांत झाला, पण तरीही श्रीरामासारख्या कोवळ्या किशोराने हे कार्य केले असेल, यावर त्यांचा अद्याप विश्वास बसत नव्हता, म्हणून त्यांनी श्रीरामांची परीक्षा घ्यायची ठरवली. त्यांच्याकडे भगवान विष्णूंचेही एक धनुष्य होते. ते धनुष्यही शिवधनुष्याप्रमाणेच विशाल आणि अवजड होते. जो भगवान विष्णूंसारखा बलशाली आणि गुणी असेल, तोच केवळ त्या धनुष्यावर प्रत्यंचा चढवू शकत असे. परशुराम श्रीरामाला म्हणाले, "जर तू या विष्णु-धनुष्यावर प्रत्यंचा चढवून बाण रोखलास तरच तू

शिवधनुष्य मोडलंस, हे मी मान्य करेन आणि मगच इथून जाईन.''

तेव्हा श्रीरामाने मनात कोणताही अहंभाव न धरता ते विष्णु-धनुष्यही अगदी सहज उचलले. त्याच्यावर प्रत्यंचा चढवली आणि त्यावरून दिव्य बाणही सोडला. ते पाहून परशुरामांचा क्रोध शांत झाला. श्रीरामाने सोडलेला बाण परशुरामांनी तपसाधनेने जिंकलेल्या तिन्ही लोकांत फिरून पुन्हा श्रीरामांकडे परत आला. हा चमत्कार पाहून परशुराम आश्चर्यचकित झाले. त्यांनी श्रीरामांची शक्ती आणि गुण मान्य केले. त्यांना श्रीरामांची खरी ओळख पटली. ती ओळख पटताच त्यांच्या मनातली क्रोधाची जागा प्रेम, आनंद, भक्तिभावाने घेतली आणि त्याच समाधानी अवस्थेत ते आपल्या आश्रमात निघून गेले.

'परशुरामा'मध्येही राम

या प्रसंगात सखोल आध्यात्मिक शिक्षण देणारे अनेक संकेत आहेत. या घटनेत एक राम आहे आणि दुसरा परशुराम. परशुरामातही राम आहेच; पण त्याला 'परशु' जोडला गेला आहे. हा 'परशु'च त्याला रामापासून वेगळे करून परशुराम करतो. परशू हे एक शस्त्र आहे. ते धारण केलेला परशुराम हे माणसाच्या मन-बुद्धीरूपी शरीराचे प्रतीक आहे. शरीरामध्ये चेतना असते, तेव्हाच ते चेतनामय, चैतन्यमय होते, जीवित होते. चेतना नसेल तर ते जड, निर्जीव होते. आपल्या सर्वांच्या शरीरांमधली चेतना म्हणजे राम अर्थात स्व, परमचैतन्य होय. शिवाय, ती सर्व जीवांमध्ये असलेली समान चेतना आहे. ही चेतना म्हणजेच माणसाचे खरे, मूळ रूप आहे. त्याची वास्तविकता आहे. पण हळूहळू माणूस आपले खरे रूप विसरत जातो. त्याचा अहंकार त्या परम चेतनेहून स्वतःला वेगळे मानायला लागतो. मग तो 'मी शरीर आहे, मी इतरांपेक्षा वेगळा आहे, माझं अस्तित्व वेगळं आहे,' या भावनेने जगू लागतो. असे होते तेव्हा रामाबरोबर परशू जोडला जातो, त्याला परशुराम बनवून शुद्ध रामापासून वेगळे करतो. परशू हे शस्त्र आहे आणि ते अहंकाराचे प्रतीक आहे. हा अहंकार माणसात सतत तुलना करत राहणारे

तुलनात्मक मन निर्माण करतो. हे मी केले, माझे काम इतरांपेक्षा श्रेष्ठ आहे, मी इतरांपेक्षा श्रेष्ठ... असे विचार करत-करत अहंकाराचे पोषण करते. हे मन कपट करते, क्रोध करते, श्रेय लाटते, वाटेल त्या कल्पना करत राहते. तर्क करते, शंका घेते, अंदाज बांधते. हे चांगले, हे वाईट अशी प्रत्येक गोष्टीची सतत कशाशी तरी तुलना करत राहते.

जाणीवरूपी तीराने तुलनात्मक मन नष्ट होते

श्रीरामाने जेव्हा विष्णु-धनुष्य खेचून बाण सोडला, तेव्हाच परशुरामांचा क्रोध शांत झाला, त्यांच्या मनातल्या शंका मिटल्या. त्या एका बाणाने परशुरामांची सर्व शक्ती, साम्राज्य हिरावून घेतले. या घटनेत तुलनात्मक मनाला नष्ट करण्याचे स्पष्ट संकेत आहेत. इथे राम हा सत्याचे प्रतीक असून परशुराम हे अशा साधकाचे प्रतीक आहे, ज्याला सत्यप्राप्तीची आस तर आहेच; पण त्याचे मनही खूप बलशाली आहे. त्याला सत्य जाणून घ्यायचे आहे; पण ते आपल्या अटींवर, आपल्या कल्पनांप्रमाणे आणि धारणांनुसार. त्याचा सत्यावर विश्वासही आहे आणि सत्याबाबत शंकाही. विष्णु-धनुष्य हे अशा माध्यमाचे प्रतीक आहे, ज्याद्वारे राम (अनुभव) साधकावर ज्ञानरूपी बाण सोडून त्याचे अज्ञान नष्ट करतात. वास्तविक, विष्णु-धनुष्य म्हणजे गुरू आहेत. आपल्या शिष्याला योग्य वेळी योग्य ती समज, ज्ञान देऊन त्याला ईश्वराचे दर्शन घडवणे, हेच गुरूंचे मुख्य कार्य आहे.

गुरू हे सत्यशोधकाला त्याच्या पात्रतेनुसार ज्ञान देत असतात. ज्ञानार्जन करू लागल्यावर शोधकाचे तुलनात्मक मन हळूहळू तर्क, शंका, अनुमान यांतून मुक्त होऊ लागते. जेव्हा साधकाचा आपल्या गुरूंवरचा विश्वास वाढतो, तेव्हा तो कुठल्याही पुराव्याशिवाय गुरूंच्या सांगण्यावर विश्वास ठेवायला लागतो. ज्ञान प्राप्त करायला लागल्यावर हळूहळू त्याच्यातील विरोध नष्ट होऊन समर्पणभाव वाढायला लागतो, भक्ती जागृत होते. त्यामुळे तुलनात्मक मनाची शक्ती कमी होते. त्याचा प्रभाव नष्ट व्हायला लागतो. जसजसे तुलनात्मक मन विलीन होते, तसतसे सहज मन आपले कार्य सहजतेने करू लागते. अहंकाराची शक्ती नष्ट होते, तेव्हा 'तू शरीर नाहीस' हे गुरूंचे वचन त्याला पटायला लागते. तुलनात्मक मन विलीन होते, तेव्हा परशुरामातला परशूही निघून जातो. उरतो तो केवळ राम. त्या शरीरातून केवळ रामाचीच अभिव्यक्ती होऊ लागते. म्हणजेच त्या शरीरातून राम कार्य करू लागतो आणि जिथे राम कार्यरत असतो, तिथे असतो केवळ आनंद.

तोलमोल के बोल

तोलमोल के बोल किंवा शब्द जपून वापरावेत, या छोट्याशा वाक्प्रचारामध्ये व्यवहारकुशलतेसंबंधी महत्त्वाचा संदेश दिलेला आहे. आपल्या मुखातून निघणाऱ्या शब्दांमध्ये खूप शक्ती असते. एखादी व्यक्ती निराश असेल तर एक सकारात्मक शब्द तिला त्या निराशेतून बाहेर काढून पुन्हा उत्साही, आनंदी करू शकतो! तर याउलट नकारात्मक शब्दांनी एखादी उत्साही, आनंदी व्यक्तीही निराशेच्या गर्तेत जाऊ शकते. म्हणतात ना, 'तलवारीचा घाव भरून येतो, पण शब्दांनी केलेली जखम कधीच भरून येत नाही.' खरे तर द्रौपदीने दुर्योधनाला उद्देशून सोडलेल्या वाक्बाणानेच पुढचे महाभारत घडवले होते; तर हनुमानाला उद्देशून बोलले गेलेले सकारात्मक शब्द त्याला त्याच्यातील सुप्त शक्तींची आठवण करून देतात. त्यानंतर तो एकाच उड्डाणात समुद्र पार करून गेला होता. अशा प्रकारे शब्द घडवूही शकतात आणि बिघडवूही शकतात. म्हणूनच माणसाने प्रत्येक वेळी बोलताना विचार करून बोलले पाहिजे. शब्द जपून, तोलूनमापून वापरले पाहिजेत.

या प्रसंगात आपण पाहिले, की लक्ष्मणाचे शब्द परशुरामांच्या क्रोधाग्नीमध्ये तेल ओतून तो वाढवण्याचे काम करत होते. लक्ष्मणाचे म्हणणे योग्य असेलही कदाचित; पण त्याची सांगण्याची पद्धत आणि वापरलेले शब्द मात्र योग्य नव्हते. तसे पाहिले तर त्या संवेदनशील प्रसंगात लक्ष्मणाचे क्रोधाने भरलेले अपमानजनक शब्द मोठे युद्ध घडवू शकले असते. श्रीरामांनी त्यांच्या विनम्र आणि शांत वाणीने परिस्थिती सावरली नसती तर केवढा अनर्थ ओढवला असता. क्रोध क्रोधाला भडकवतो, तर विनम्रता क्रोधाला शांत करते.

ज्या श्रीरामाने महाकाय असुरांना लीलया ठार केले, विशाल अवजड शिवधनुष्य सहजपणे भंग केले, त्या परमप्रतापी, सर्वशक्तिमान व्यक्तीची विनम्रता तर पाहा...! ते परशुरामांना म्हणाले, 'माझी योग्यता तुमच्यासमोर तृणमात्र आहे.' ही विनम्रतेची पराकाष्ठा (हाईट) आहे. खरा वीर तोच, ज्याला त्याच्या शक्तीचा अहंकार नसतो आणि शक्तिप्रदर्शनाची लालसाही नसते. खरा वीरपुरुष नेहमी विनम्र असतो आणि तो आवश्यकतेशिवाय कधीही आपल्या शक्तीचा उपयोग करत नाही. विनम्रता असेल तर शक्ती हे वरदान आहे, अन्यथा विनम्रतेविना शक्ती हा अभिशाप आहे. शक्तीसह विनम्रता असेल तर तो राम होतो. विनम्रतेविना शक्ती असेल तर तो रावण होतो. हेच सत्य रहीमदासजींनी त्यांच्या एका दोह्यात किती छान सांगितले आहे पाहा–

बड़े बड़ाई ना करें, बड़े न बोले बोल ।
रहिमन हीरा कब कहै, लाख टका मेरा मोल ।

ज्याप्रमाणे लाख मोलाचा हिरा आपले मूल्य स्वतःच सांगत नाही, त्याचप्रमाणे जी व्यक्ती खरोखरीच महान असते, ती कधीच स्वस्तुती करत नाही म्हणजे स्वतःचे गुणगान, आपली महानता स्वतःच सांगत नाही.

एखाद्या मोठ्या व्यक्तीला कोणी लहान, तुच्छ समजले, तरी त्या व्यक्तीच्या मोठेपणावर त्याचा काहीही परिणाम होत नाही. कारण ज्याला आपल्या मोठेपणाचा अहंकार, मानापमानही नसतो, तोच खऱ्या अर्थाने मोठा असतो. श्रीकृष्ण गिरीधर होता. त्याच्यामध्ये संपूर्ण गिरी अर्थात पहाड उचलण्याची शक्ती होती. पण त्याच शक्तिशाली कृष्णाला तो मुरली वाजवत असल्याने मुरलीधर म्हणजेच मुरलीधारक म्हटले जाते. ही दोन्ही नावे श्रीकृष्णाने मानापमान न समजता प्रेमाने स्वीकारली होती. त्याचप्रमाणे परशुरामांनी जेव्हा श्रीरामाला एक सामान्य कोवळा किशोर म्हणून संबोधले, तेव्हा श्रीरामांना त्याचा राग आला नाही. उलट ते स्वतःला परशुरामांचे दास म्हणवून घेत होते. हेच त्यांच्या महानतेचे प्रतीक आहे.

ज्याला अहंकार असतो, मान-सन्मानाची अपेक्षा असते, त्याचाच अपमान होतो. कारण जिथे अहंकार असतो, तिथे राम (स्व) नसतो ना!

तुमच्या जीवनात राम अवतरायला हवा असेल तर मानापमानाचा त्याग करा, विनम्र व्हा. बोलण्याआधी प्रत्येक शब्द पारखून घ्या. कोणाला काही प्रतिसाद देण्यापूर्वी श्रीरामांनी कशी प्रतिक्रिया दिली होती, म्हणजेच परशुरामांशी कसा संवाद साधला होता, याचे स्मरण करा.

खंड ४

महालापासून दूर

मर्यादा आणि मिलाफ

अध्याय ११

चौदा वर्षांचा वनवास
कैकेयीचा प्रकोप

राणी कैकेयीने राजा दशरथाकडे वरदान मागून श्रीरामाला चौदा वर्षे वनवासात पाठवण्याचा प्रसंग रामायणाला नवे वळण देतो. या प्रसंगाने रामायणाला वेगळीच दिशा दिली आहे. कैकेयीने मागितलेला वर राजा दशरथाच्या मृत्यूला, श्रीरामांच्या सीता व लक्ष्मणासह चौदा वर्षे वनवासात जाण्याला कारणीभूत ठरला; आणि हाच वर वाली, रावण, कुंभकर्ण, मेघनाद, शूर्पणखेसारख्या अनेक राक्षसी प्रवृत्तीच्या लोकांच्या नाशासही कारण ठरला.

खरे तर आसुरी वृत्तीच्या लोकांचा विनाश करून भक्तांचे रक्षण करण्याचे आणि जीवनात मर्यादा निश्चित करण्याचे श्रीरामांचे कार्य सफल व्हावे, म्हणून कैकेयी केवळ एक निमित्त होती. यासाठीच कैकेयीचा जन्म झाला होता. त्यामुळे जरी कैकेयीला रामायणामधली खलनायिका समजले जात असले, तिची उपमा वाईट वृत्तींसाठी दिली जात असली, तरीही ती श्रीरामांच्या महान उद्देशपूर्तीचे निमित्त होती, हेच वास्तव आहे.

चला तर मग, आता हा प्रसंग जाणून त्यात असलेले संकेतही समजून घेऊ या.

कैकेय प्रदेशाची राजकुमारी कैकेयी ही एक अत्यंत तेजस्वी आणि साहसी स्त्री होती. एकदा एका युद्धात राणी कैकेयी राजा दशरथाची सारथी झाली होती. भर युद्धामध्ये तिने अतिशय चातुर्याने राजा दशरथाच्या रथाचे सारथ्य केले. युद्धभूमीवरच अचानक त्यांच्या रथाच्या चाकाचा एक खिळा निखळला. तेव्हा रथ वाचवण्यासाठी कैकेयीने त्या खिळ्याच्या जागी आपले बोट ठेवले. अर्थातच तिचे बोट जखमी होऊन रक्तबंबाळ झाले. पण दशरथाने शत्रूचा पूर्ण निःपात करेपर्यंत ती वेदना सहन करत राहिली. कैकेयीच्या

या साहसावर प्रसन्न होऊन दशरथाने तिला दोन वर मागायला सांगितले. पण कैकेयीला तेव्हा काहीच नको होते. म्हणून तिने तो वर राखून ठेवला आणि योग्य वेळी मी माझा वर मागून घेईन, असे दशरथाला सांगितले.

खरे तर कैकेयीचे तिच्या सख्ख्या पुत्रावर, भरतावर जितके प्रेम होते, त्यापेक्षाही जास्त श्रीरामावर होते. रामाच्या राज्याभिषेकाची बातमी ऐकून ती खूप आनंदित झाली होती. तिची एक अतिशय विश्वासू दासी होती, मंथरा. मंथरा कैकेयीहून वयाने मोठी होती. शिवाय कैकेयी तिला आपल्या माहेराहूनच घेऊन आली होती. त्यामुळे मंथरा कैकेयीशी अधिकारवाणीने बोलत असे आणि तिला सल्लेही देत असे. मंथरेला वाटत होते, की श्रीरामाऐवजी भरताने राज्यकारभार सांभाळावा. त्यासाठी तिने कैकेयीचे कान भरायला सुरुवात केली. ''कौसल्या आणि दशरथ यांनी मिळून तुझ्या भरताविरुद्ध कारस्थान रचले आहे. त्याला आजोळी पाठवून त्याच्यामागे रामाला राजगादीवर बसवणार आहेत. आणि तू मात्र या सगळ्याला विरोध करण्याऐवजी आनंद साजरा करते आहेस? किती भोळी आहेस तू? राम राजा झाला की भरताला दासासारखे वागवेल. मग बसशील दुःख करत.'', असेही सांगितले. आधी कैकेयीने मंथरेचे बोलणे फारसे मनावर घेतले नाही. ती म्हणाली, ''मंथरे, गप्प राहा. अशा आनंदाच्या क्षणी हे काय बोलते आहेस तू? राम तर माझ्यावर त्याच्या सख्ख्या मातेइतकेच प्रेम करतो आणि भरतही त्याला सख्ख्या भावाहून जास्त प्रिय आहे. त्याला राज्याभिषेक होणे तर सर्वांसाठी मंगलकारीच असेल.''

कैकेयीचे बोलणे ऐकून चतुर मंथरा म्हणाली, ''अग, हे सगळे नाटक आहे नाटक. तू दशरथाची प्रिय राणी आहेस म्हणून कौसल्येला तुझ्याबद्दल ईर्ष्या वाटते आहे. तू बघच. तिचा पुत्र राजा झाला, की ती तुला दासी करून टाकेल. मी काय, मी तर आधीपासूनच दासी आहे. तू दासी झालीस, की दासीची दासी होऊन राहीन. पण तुझ्यासारख्या जन्मजात राणीला असे दासी झालेले नाही पाहवणार मला. म्हणूनच सांगते, असे काहीतरी कर, की रामाऐवजी भरताला राज्याभिषेक होईल. नाहीतर भरत आजोळाहून परत आल्यावर तुला विचारेल, माझ्यासाठी काहीच कसे केले नाहीस? तेव्हा त्याला काय सांगशील?'' मंथरेची ही मात्रा तंतोतंत लागू पडली. कैकेयीच्या मनात शंकेने घर केले. आपल्या

मुलाने राजा व्हावे, असे कोणत्या आईला वाटणार नाही? हळूहळू मंथरा कैकेयीचे कान भरत राहिली आणि कैकेयीची बुद्धी भ्रष्ट होत गेली. कैकेयीतील परिवर्तन लक्षात आल्यावर मंथरेने पुढचा डाव खेळला. ती म्हणाली, "तुझ्याविरुद्धचे कारस्थान थांबवण्याचा आणि

भरताला राजा करण्याचा एकच मार्ग आहे. तू दशरथाकडून तुझा राखून ठेवलेला वर मागून घेण्याची हीच योग्य वेळ आहे. त्या एकाच वरामध्ये तू रामाला वनवासात पाठवून भरताला राज्याभिषेक करून घे. कारण राम भरताला राज्य करू देणार नाही. त्यामुळे भरताच्या भल्यासाठी त्याला वनवासात पाठवायलाच हवे." आपल्या पुत्राला राजा करण्याच्या लालसेने कैकेयीचा विवेक नष्ट झाला आणि तिने मंथरेचा सल्ला मानला.

आपला विरोध आणि क्रोध दर्शवण्यासाठी कैकेयी क्रोधागारात जाऊन बसली. तिने शोकवस्त्रे परिधान केली. आभूषणे उतरवली. राजा दशरथाला हे समजल्यावर त्याने कैकेयीला क्रोधाचे कारण विचारले. बराच वेळ दुःखी आणि निराश असण्याचे नाटक केल्यावर तिने दशरथाला तिच्या वरांची आठवण करून दिली. दशरथ म्हणाला, "त्यात इतके दुःखी होण्यासारखे काय आहे? तुझे दोन्ही वर मी तत्काळ पूर्ण करतो. माग, काय हवे ते!" कैकेयीने मुत्सद्दीपणे विचारले, "बघा हं, माझे वर तुम्ही नाकारणार तर नाही ना?" त्यावर दशरथ म्हणाला, "मी रघुवंशी आहे. प्राण गेला तरी वचन मोडणार नाही. तू निश्चिंत होऊन वर माग." राजाने आश्वासन दिल्यावर कैकेयीने वर मागितले, "माझा पहिला वर म्हणजे माझ्या भरताला राज्याभिषेक झाला पाहिजे आणि दुसरा वर म्हणजे रामाला चौदा वर्षे वनवासाला पाठवले पाहिजे."

हे ऐकताच राजा दशरथाच्या पायाखालची जमीनच सरकली. राजाने, राजगुरूंनी त्याच्या मंत्रिगणांसह कैकेयीला समजवण्याचा प्रयत्न केला; पण व्यर्थ. अत्यंत दुःखी मनाने दशरथाने कैकेयीचे दोन्ही वर मान्य केले. त्या दुःखी अवस्थेतच दशरथाला त्याच्याकडून झालेली श्रावणाची हत्या आणि त्याच्या माता-पित्यांनी दिलेला पुत्रवियोगाचा शाप आठवला. राजाला समजले, आता कैकेयीच्या वराच्या रूपाने तो शाप पूर्ण व्हायची वेळ आली आहे.

आता राजवाड्यामध्ये सगळीकडे कैकेयीच्या वरांची चर्चा सुरू झाली. श्रीरामांना जेव्हा हे कळले, तेव्हा त्यांनी स्थिर मनाने या दोन्ही वरांचा स्वीकार केला. ते म्हणाले, ''एवढ्या छोट्या गोष्टीसाठी पिताजी दुःखी आणि माता कैकेयी नाराज झाले आहेत? मग मी आजच वनात निघून जातो.'' श्रीराम वनवासाला जाणार, या बातमीने सारी प्रजा अस्वस्थ झाली. श्रीरामांच्या राज्याभिषेकाच्या उत्साहात असणारी अयोध्या शोकसागरात बुडून गेली. श्रीराम वनवासाला निघालेले पाहून आपणही त्यांच्याबरोबर जाणे कसे योग्य आहे, हे सीता आणि लक्ष्मण यांनी सर्वांना पटवून दिले. अशा प्रकारे राजवस्त्र उतरवून वनवेष परिधान केलेले श्रीराम, सीता, लक्ष्मण सर्व थोरांचे आशीर्वाद घेऊन वनवासासाठी निघाले. श्रीरामांच्या जाण्याने केवळ राजप्रासादच नाही, तर सारी अयोध्यानगरी सुनीसुनी वाटू लागली. सगळीकडे केवळ दुःखाचे हुंकार आणि विलापाचे करुण स्वर ऐकू येऊ लागले. श्रीराम अयोध्येतून बाहेर पडल्यावर अयोध्या उदास झाली; पण श्रीराम, सीता आणि लक्ष्मण ज्या पथावरून मार्गक्रमण करत होते, त्या ठिकाणी मात्र आनंदाचा शिडकावा होत होता.

सत्य माहीत नसेल तर गुणही अवगुणच ठरतात

माणसाला सत्य माहीत नसेल आणि त्याला वाईट संगत असेल तर त्याच्यामध्ये चांगले गुण असूनही काही उपयोग नसतो. अशा वेळी त्याचे गुणही अवगुणाप्रमाणेच त्याच्या पतनाला कारण ठरतात. खरे तर कैकेयी गुणवान होती. साहसी वीरांगना होती. तिच्यामध्ये शक्ती, दृढ संकल्पशक्ती आणि सहनशक्ती होती. तिच्याकडे बुद्धी होती, भक्ती होती. रामावर तिचे स्वतःच्या मुलापेक्षा जास्त प्रेम होते. खरेच ज्या स्त्रीमध्ये इतके

गुण असतील, तिचे नाव किती आदराने घेतले गेले पाहिजे! पण कैकेयीच्या एका चुकीने तिच्याविषयी अनादर निर्माण केला. मंथरेच्या रूपातले कपट आणि रामाच्या रूपातले सत्य यांमधला फरक ती ओळखू शकली नाही. म्हणूनच असत्य श्रवण करताच तिची भक्ती, प्रेम, विश्वास, विवेक सर्व काही निरुपयोगी ठरले. ज्या रामाला हृदयसिंहासनावर विराजमान करायला हवे होते, त्यालाच तिने वनवासाला पाठवले. यालाच तर आपल्याच पायावर दगड मारून घेणे किंवा आपल्याच हाताने आपले घर पेटवणे म्हणतात.

कैकेयीने तिच्या दृढ संकल्पशक्तीचा उपयोग रामाविरुद्ध केला. परिवाराचा आणि साऱ्या अयोध्येचा क्रोध आणि द्वेष झेलण्याची सहनशक्ती दाखवली; पण तिने आपला निश्चय बदलला नाही. जरा विचार करा, जर कोणी अशा दृढ संकल्पशक्तीचा, सहनशक्तीचा उपयोग सत्यप्राप्तीसाठी केला तर? तर... त्याला नक्कीच यश लाभेल. मीरेने याच गुणांनी श्रीकृष्णाला प्राप्त करून घेतले होते. पण हेच गुण कैकेयीच्या पतनाचे कारण ठरले आणि ती रामाला हरवून बसली. रामाला तिने वेळीच ओळखले असते तर आज तिचे नाव आदराने घेतले गेले असते. तिने रामासोबत अर्थात सत्याबरोबर राहण्याची सुवर्णसंधी गमावली आणि अखेरपर्यंत पश्चात्तापाच्या झळा सोसत राहिली.

अज्ञानामुळे चुकीचे वरदान मागू नका आणि देऊही नका

राणी कैकेयीच्या साहसावर प्रसन्न होऊन राजा दशरथाने तिला दोन वर मागायला सांगितले होते; पण कैकेयीने त्या वरांचा दुरुपयोग केला. या प्रसंगातून असे लक्षात येते, की भावनेच्या भरात कधीही पात्रता नसलेल्या व्यक्तीला कोणतेही वचन देऊ नका. भावनेच्या भरात दिलेला शब्द भविष्यात आपल्या दुःखाचे कारण ठरू शकतो. कारण पात्रता नसलेल्या व्यक्तीला आवश्यकतेहून अधिक अधिकार मिळाले तर ती त्याचा दुरुपयोग करू शकते. म्हणूनच कोणालाही काही शक्ती, अधिकार किंवा पद देताना त्याच्या पात्रतेचे पूर्ण भान ठेवले पाहिजे. हा प्रसंग आपल्याला हेही सांगतो, की कैकेयीप्रमाणे दुसऱ्यांचे ऐकून आपल्या अधिकारांचा दुरुपयोग करू नये; अन्यथा पश्चात्तापच पदरी पडतो.

माणसाची विचारशक्ती आणि समज ही खूप सीमित असते. एका ठरावीक मर्यादेपर्यंतच तो विचार करू शकतो. एखाद्या गोष्टीकडे सीमित दृष्टिकोनातून पाहिल्यावर ती त्याला योग्य वाटत असते. पण, त्याच गोष्टीकडे अनासक्त होऊन, विशाल दृष्टिकोनातून पाहिले तर कदाचित ती त्याच्यासाठी हानिकारक असल्याचे समजते. अज्ञानामुळे त्याला योग्य-अयोग्याची समज नसते. त्यामुळे तो चुकीची प्रार्थना करत

असतो. म्हणूनच जेव्हा अशी द्विधावस्था येईल, तेव्हा काय करावे आणि काय करू नये, हे आपल्याला कळत नाही. त्या वेळी गुरूंच्या आज्ञेचे पालन करावे. माणसाच्या संपूर्ण आयुष्याचा विचार करून त्याच्यासाठी योग्य काय आणि अयोग्य काय, हे समजून आज्ञा देण्याची शक्ती केवळ सद्गुरूंकडेच असते. जी दुर्दशा कैकेयीची झाली, ती आपली होऊ नये, असे वाटत असेल तर नेहमी गुरूंच्या आज्ञेमध्ये राहा.

सत्यप्रेमीची निवड – अव्यक्तिगत जीवन

आपल्याला चौदा वर्षे वनवासाला जावे लागणार, हे ऐकल्यावरही श्रीरामांची मनःस्थिती किती संतुलित, शांत आणि स्थिर होती. जणू वनवासात जाणे म्हणजे त्यांच्यासाठी विशेष असे काही नव्हतेच. ज्या व्यक्तीचा थोड्याच दिवसांत राज्याभिषेक होणार आहे, जिच्या हाती मोठी सत्ता येणार आहे, तिच्याकडूनच सर्व काही हिरावून घेतले तर... तर त्याचे मन संतुलित, शांत, स्थिर राहील का? कठीणाहून कठीण परिस्थितीमध्येही जी व्यक्ती सत्याची कास सोडत नाही, जिच्यामध्ये राम अर्थात चेतना जागृत असते, तीच व्यक्ती अशी संयत वागू शकते. म्हणूनच तर श्रीराम अशा कठीण परिस्थितीमध्येही भक्तियुक्त प्रतिसाद देऊ शकले.

खरे तर श्रीराम जाणून होते, त्या वेळी त्यांची गरज अयोध्येपेक्षा, जिथे असुरांनी विध्वंस चालवला आहे, अशा वनात जास्त होती. त्यांना माहीत होते, असुरांचा विनाश करून सामान्य जनांना आणि ऋषिमुनींना संकटमुक्त करणे, हे त्यांचे प्रथम कर्तव्य आहे. श्रीरामांनी वनवासाला जाण्याच्या घटनेचा विचार सकारात्मकतेने केला. वनामध्ये ऋषिमुनींचा सहवास लाभेल, निसर्गाच्या सान्निध्यात राहता येईल आणि जीवन सत्य-शिव-सुंदर यांचा त्रिवेणी संगम होऊन जाईल, असा विचार त्यांनी केला. श्रीरामांसाठी वनवास मागून खरे तर कैकेयीने सर्वांचे भले, मंगलच मागून घेतले होते. म्हणूनच श्रीरामांनी अगदी सहजपणे, आनंदाने स्वसुखांचा त्याग करून वनवास स्वीकारला.

हा प्रसंग आपल्याला हे दर्शवतो, की ज्या व्यक्तींच्या शरीरात अनुभव जागृत असतो, ज्या व्यक्ती अव्यक्तिगत भावनेने केवळ स्वतःसाठी नव्हे, तर सर्वांसाठी जगतात, त्यांच्यासाठी वैयक्तिक लाभापेक्षा सामाजिक कार्ये अधिक महत्त्वाची असतात. असे महात्माच जगात ईश्वरी कार्य करून विश्वाचे कल्याण करतात. अशा लोकांना त्यांच्या लक्ष्यप्राप्तीत काही लोक प्रत्यक्ष-अप्रत्यक्ष सहकार्य करतात. श्रीरामांना असे सहकार्य हनुमानाने, सुग्रीवाने आणि बिभीषणाने केले होते. तर, काही लोक वाईट वागून अप्रत्यक्षपणेही सहकार्य करतात. त्यांच्या वाईट वर्तनाने ती अप्रत्यक्षपणे सत्कर्माला

प्रेरित करत असतात, जसे कैकेयीने रामाला वनवासात पाठवून केले होते. एखादी घटना, दुःखद परिस्थिती, एखाद्याचे कटू शब्द, अवहेलना, अपमान यांमुळे माणूस सत्याकडे जाण्यासाठी प्रेरित होत असेल, त्याचे विकार नष्ट होत असतील, त्याच्याकडून अवैयक्तिक सामाजिक कार्य होत असेल, त्याचे मूळ लक्ष्य प्राप्त होत असेल तर अशा वरवर विरोधी दिसणाऱ्या परिस्थितीला कृपाच मानले पाहिजे.

सत्याचा संग, आनंदाचा रंग

लोकांना वाटते, रामाबरोबर सीतेला आणि लक्ष्मणाला विनाकारण वनवासाचे कष्ट भोगावे लागले. सीतेला तर कारुण्यमूर्तीच समजले जाते. रामाशी विवाह करून तिला केवळ दुःखच भोगावे लागले, तिच्यावर अन्याय झाला, असे लोक समजतात. पण जे राम लीलेचे खरे रहस्य जाणतात, त्यांना माहीत आहे, की वास्तविक सर्वात जास्त आनंदी होते ते सीता आणि लक्ष्मणच. कारण रामाच्या रूपाने त्यांना सतत सत्याचा, स्वानुभवाचा संग लाभला होता. सीता आणि लक्ष्मण रामाला योग्य प्रकारे जाणत होते. राजप्रासादातील सुखसुविधांहून अधिक आनंद रामाच्या सहवासात आहे, हे त्यांना ठाऊक होते. त्यासाठी वनात सुखसुविधा नसलेल्या कठीण परिस्थितीतही राहण्याची त्यांची तयारी होती. शिवाय आपले जीवनलक्ष्य, पृथ्वीलक्ष्य, आत्मसाक्षात्कार प्राप्त करण्याचे लक्ष्य हे रामाबरोबर राहूनच साध्य होणार आहे, हेही त्यांना माहीत होते. अयोध्येतील सर्व जण त्यांना रामाबरोबर वनात जाण्यापासून रोखत होते. पण त्यांनी स्वखुशीने लोकांना कष्टप्रद वाटणारा हा निर्णय घेतला होता. कारण त्यातच खरे सुख दडले आहे, हे रहस्य त्यांना उमगले होते. सत्याच्या सहवासात राहणारे नेहमी सुखी होतात, हे गुपित मायेच्या जाळ्यात अडकलेल्यांना सहजासहजी समजत नाही. कारण त्यांना मायेतच सुख वाटत असते. पण, ज्यांची नजर लक्ष्यावर केंद्रित आहे, त्यांना कोणतीही माया भुरळ घालू शकत नाही. मायेतले सुख फसवे आहे, हे त्यांना माहीत असते.

या प्रसंगात शेवटी असे म्हटले आहे, की श्रीरामाच्या वनवासात जाण्याने अयोध्या सुनी झाली. पण ज्या मार्गावरून ते जात होते, तिथे मात्र आनंदाचा वर्षाव होत होता. हेच वास्तव आहे. जेव्हा रामाचा अर्थात चैतन्याचा वियोग होतो, तेव्हा माणूस असत्याच्या जाळ्यात अडकतो. मग तिथे दुःख, भय, चिंता, शंका, असुरक्षितता, अविश्वास, निराशा अशा नकारात्मक तत्त्वांचे राज्य चालू होते; त्याउलट जीवनामध्ये सत्य अवतरित होताच प्रसन्नता, निश्चिंती, निर्भयता, प्रेम, आनंद, विश्वास, भक्ती, मौन इत्यादी सकारात्मक तत्त्वांचा उत्सव सुरू होतो.

अध्याय १२

मंथरेचा परिचय

मुँह में राम, बगल में छुरी

मंथरेने हितचिंतकाचे रूप घेऊन, गोड बोलून तर्क लढवत कैकेयीची बुद्धी कशी भ्रष्ट केली, हे आपण मागील अध्यायात पाहिले. मंथरेने कैकेयीला सत्याच्या मार्गावरून दूर करून दुःखाच्या आणि पश्चात्तापाच्या खाईत लोटले. इथे मंथरा म्हणजे तुलनात्मक मनाचे प्रतीक आहे. या मनाच्या तुलना करण्याच्या सवयीने माणसाचा विश्वास डळमळीत होतो आणि त्याची योग्य-अयोग्य ओळखण्याची विवेकशक्ती नष्ट होते. थोडे निरीक्षण केले तर समाजात तुम्हांला, तुमच्या आसपासही मंथरेची भूमिका कुशलतेने करणारे लोक दिसून येतील. अशा मंथरांना वेळीच ओळखून त्यांच्यापासून दूर राहणे आवश्यक आहे. म्हणजे पुन्हा कोणी कैकेयी तिच्या रामावरचा (सत्यावरचा) विश्वास गमावणार नाही, स्वानुभवापासून दूर नेणार नाही. श्रवण सोडणार नाही, रामाला वनवासात पाठवण्याची चूक करणार नाही. शिवाय तिला रामाचा वियोग सहन करावा लागणार नाही.

अशा प्रकारे आपल्या आसपासदेखील अनेक प्रकारच्या मंथरा वावरत असतात. त्या आपल्याला सत्यापासून दूर करण्याची संधी कशी शोधतात, ज्याविषयी आपण अनभिज्ञ आहोत, हे पुढच्या उदाहरणांवरून तुमच्या लक्षात येईल.

मन दूषित करणारी मंथरा

अशी माणसे एखाद्या व्यक्तीला दुसऱ्या एखाद्या व्यक्तीबद्दल काहीबाही सांगून त्यांचे मन दूषित करतात, एकमेकांबद्दल गैरसमज पसरवतात. मग त्यांच्यात वादविवाद होऊन

त्यांचे संबंध बिघडतात. हे लोक अशी कामे इतक्या कौशल्याने करतात, की ऐकणारा त्यांच्या बोलण्यात वाहवत जातो. ज्याप्रमाणे कैकेयीने मंथरेवर विश्वास ठेवला आणि तिचे बोलणे खरे मानले, तसेच या आधुनिक मंथरांचे बोलणेही खरे मानले जाते. उदाहरणार्थ, जर कोणी तुम्हांला सांगितले, की अमुक एक व्यक्ती तुमच्याबद्दल असे-असे बोलत होती. पण तू तिला काही विचारू नकोस हं! नाहीतर आमच्यात भांडणे होतील. हे ऐकल्यावर तुम्ही तुमच्याबद्दल खरेच तसे काही बोलले गेले आहे का, हे पडताळून बघू शकत नाही. कदाचित तसे काही बोलले गेले नसेलही; पण तुम्ही मात्र त्याबद्दल विचार करून मन कलूषित करून घेता आणि वेडेवाकडे अंदाज बांधत राहता. त्यामुळे तुमचे इतरांशी असलेले संबंध बिघडू शकतात.

अहंकार वाढवणारी मंथरा

काही लोक अकारण सतत तुमची स्तुती करत असतात. तुमचा अहंकार वाढवत असतात. एखाद्याला म्हणतात, 'अरे, तू किती काम करतोस. तुझ्याइतके चांगले काम कोणीच करत नाही. सगळ्यांसाठी किती त्याग करतोस, तुझ्यामुळेच तुझे घर चाललेय, तू नसतास तर काही खरे नव्हते, तू ग्रेट आहेस. खरे तर तुलाच क्रेडिट मिळायला हवे. तू एकटाच तर राबतोस. बाकीचे काहीच करत नाहीत....' हे सगळे ऐकायला तो मनुष्यही आतुर असतो, त्याला चांगले वाटते. पण लोक आपल्या मनात अशा गोड शब्दांनी विष कालवत आहेत, हे मात्र त्याच्या लक्षात येत नाही. मग त्या माणसाचा अहंकार जागृत होतो, वाढत जातो आणि त्यालाही वाटते, 'हो, मीच तर सगळे करतो. मलाही मान मिळाला पाहिजे...' या गोष्टी डोक्यात ठेवल्याने त्याचे घरच्यांशी वादविवाद होऊ लागतात. अशा प्रकारे आपले कान भरणाऱ्या लोकांमध्ये लपलेली मंथरा सफल होते.

मुखी रामनाम आणि काम तमाम

काही लोकांच्या मनात सतत कसला तरी राग धुमसत असतो. त्यांच्यात निर्माण झालेल्या रागामुळे, द्वेषामुळे ते इतरांमध्ये भांडणे लावतात. ही माणसे वरवर अगदी चांगली, गोड बोलणारी वाटतात; पण त्यांच्या गोड शब्दांमागे असलेला हेतू मात्र कडू असतो. 'मुँह में राम बगल में छुरी.' रामनाम घेत इतरांचे काम तमाम करण्याची कला त्यांना साधलेली असते. आधी ते एखाद्याची स्तुती करून त्याचा अहंकार वाढवतात. त्याचे हितचिंतक असल्याचे नाटक करतात. मग त्याचा आपल्यावर विश्वास बसला, की त्याला गोड शब्दांत घातक सल्ले देऊन त्याचे नुकसान घडवून आणतात. दुसऱ्यांचे नुकसान झाले

की त्यांना आसुरी आनंद होतो. याचे एक मोठे उदाहरण म्हणजे, इंग्रजांना जेव्हा कळले, आता आपल्याला भारत सोडून जाण्याशिवाय पर्यायच उरलेला नाही, तेव्हा त्यांनी जाता-जाता हिंदू आणि मुसलमानांशी गोड बोलून दोघांमध्ये कडवटपणा आणला, भारताचे विभाजन घडवून आणले.

भयभीत, असुरक्षित मंथरा

काही लोकांना पैशांच्या बाबतीत, पदाच्या बाबतीत सतत असुरक्षित वाटत असते. आपल्याकडची संपत्ती, आपले पद, प्रतिष्ठा आपल्याकडून जाईल की काय, अशी भीती त्यांना वाटत असते. शिवाय, आपली भीती ते इतरांच्या मनातही भरवत असतात. इतरांनीही आपल्यासारखाच विचार करून आपले म्हणणे खरे आहे असे म्हणावे, असा त्यांचा अट्टहास असतो. पण जेव्हा गुरूद्वारा, 'सर्व काही भरपूर आहे' अशी समज त्याला मिळते, तेव्हा कोणत्याही गोष्टीला घाबरण्याची गरज नाही, याविषयीची भीती नष्ट होते. खरे तर ही वेळ गुरूवर असलेल्या विश्वासाची असते. गुरू जेव्हा सांगतात, की सगळे काही भरपूर आहे. सत्याचा मार्ग अनुसरूनही तुला पद, प्रतिष्ठा, पैसा यांची कमतरता भासणार नाही, उलट त्यात वाढच होत जाईल. अशा प्रकारे गुरुवचनावर विश्वास ठेवून भीती आणि असुरक्षित भावनेच्या मंथरेपासून आपण मुक्त होतो.

आडमार्गाचा अवलंब करणारी मंथरा

कैकेयीने मंथरेचे ऐकले नसते तर काय झाले असते, याचा तुम्ही कधी विचार केला आहे? कैकेयीने मंथरेचे ऐकले नसते तर तिने आपला उद्देश साध्य करण्यासाठी एखादा कडक उपाय केला असता. तिने कैकेयीला धमकी दिली असती, घाबरवले असते, तिच्याबद्दल इतरांना काही खोटेनाटे सांगून गैरसमज निर्माण केले असते. काहीही करून आपले म्हणणे ऐकायला तिला भाग पाडले असते. कारण अशा लोकांची इच्छा जेव्हा सरळ मार्गाने पुरी होत नाही, तेव्हा ते असे आडमार्ग अवलंबतात. पण मंथरेवर तशी वेळच आली नाही. कैकेयी तिच्या गोड बोलण्याला फसली. रामावर खूप प्रेम असूनही तिचा त्याच्यावरचा विश्वास नाहीसा झाला. अशा मंथरांना वेळीच ओळखता आले पाहिजे; अन्यथा आपणच आपले कसे आणि किती नुकसान करून घेऊ हे कळणारदेखील नाही.

सत्यापासून दूर नेणारी मंथरा

समजा, तुम्ही सत्याचे आचरण करत असाल. पण तुमच्या कुटुंबातील सदस्य किंवा मित्र

तुम्हांला सतत म्हणत असतील, की काय करायचे आहे असे सत्यमार्गावर वाटचाल करून? इतर लोक कुठे सत्याचरण करतात, तरीही ते सुखी आहेत ना? सगळ्यांनाच मोक्ष प्राप्त होतो का? आणि त्याची गरजच काय? त्याशिवायही आपले चांगले चालले आहे ना?... वगैरे वगैरे. तर मग हळूहळू तुमचाही सत्यावरचा विश्वास उडायला लागतो. कारण तुमची ज्या व्यक्तीशी वैयक्तिक ओळख असते, ती कशी व्यवहारचतुर आहे, हे तुम्हांला माहीत असते. त्यामुळे त्या व्यक्तीचा सल्ला तुम्हांला योग्य वाटून तुम्ही फसता. अशा आपल्याजवळच असलेल्या मंथरांमुळे फसण्याची शक्यता अधिक असते.

अंतर्गत मंथरा

आतापर्यंत तुम्ही ज्या मंथरांची उदाहरणे पाहिलीत, त्या सर्व बाह्य जगातल्या होत्या. पण, तुम्ही स्वतःमध्ये प्रामाणिकपणे डोकावून पाहिलेत तर तुम्हांला सत्यापासून दूर घेऊन जाण्याची कामना असणाऱ्या कितीतरी मंथरा तुमच्या अंतर्यामी लपलेल्या आढळतील. त्यांना ओळखणेही खूप आवश्यक आहे. या मंथरा म्हणजे– नकारात्मक विचार, कपट, अनुमान, अविश्वास, भीती, असुरक्षितता, क्रोध, तिरस्कार, ईर्ष्या, वाईट सवयी, अहंकार, श्रेय घेण्याची इच्छा, आळस, सुस्ती, इंद्रियांची गुलामी, शारीरिक पीडा, मनाची चंचलता या असतात. यातील प्रत्येक मंथरा इतकी सक्षम असते, की ती एकटीही तुम्हांला सत्याचा वियोग घडवून आणू शकते.

समजा, तुमच्या मनात विचार आला, अमुक एक व्यक्ती मला आदर देत नाही. मग हा विचार तुम्हांला त्रस्त करतो. तेव्हा लगेच ओळखा, की मंथरा आलेली आहे. ध्यानाला बसत असताना तुमच्या मनात विचार आला, 'आत्ता नको, खूप काम आहे' तर मंथरेने तिचे काम सुरू केले आहे, हे लक्षात घ्या. समजा, श्रवणाच्या वेळी वाटले, आज नको जायला. जरा डोकं दुखतंय... तर समजायचे, की मंथरेने आपली खेळी खेळली आहे. जेव्हा असे वाटेल, आता श्रवण खूप झाले आहे. म्हणून आधी जे श्रवण केले आहे, त्यावर कार्य सुरू करू आणि नंतर कधीतरी पुन्हा पुढचे श्रवण करू, अशा वेळी मंथरेने अगदी छोटीशी खेळी खेळलेली असते. पण तिचा परिणाम गंभीर होऊ शकतो, हे कदापि विसरू नका. म्हणूनच बाहेरच्या मंथरांना ओळखण्याइतकेच किंबहुना त्याहूनही जास्त महत्त्वाचे असते, ते आपल्या अंतर्यामी असलेल्या मंथरांना ओळखणे. कारण त्या आपल्या जास्त जवळ असतात. त्यामुळे आपल्याला फितवायच्या, फसवायच्या संधी त्यांना अधिक मिळून त्या ती संधी कधीच सोडत नाहीत.

मंथरेपासून रक्षण कसे कराल?

खरे तर तुम्हांला सत्यापासून दूर नेणारा प्रत्येक विचार, घटना आणि व्यक्ती ही मंथराच असते, तर मग वेळोवेळी येणाऱ्या अशा बहुरूपी मंथरांपासून स्वतःला कसे वाचवायचे? तर, सजग राहून. जेव्हा केव्हा मंथरा वार करायला येईल, तेव्हा तत्काळ सजग होऊन तिचीच चौकशी करा.

समजा, तुमचा एखादा कपटी शेजारी (श्री. मंथराल) तुमच्याकडे येऊन तुम्हांला म्हणाला, तुम्हांला माहीत आहे का, तो अमुक एक तुमच्याबद्दल काय बोलत होता?... तुम्ही जर त्या शेजाऱ्यात लपलेली मंथरा ओळखली नाहीत, तर तो अमुक एक जण तुमच्याबद्दल काय बोलत होता, हे ऐकायची उत्सुकता वाटेल. तुम्ही त्या शेजाऱ्याला घरात बोलवाल, चहापाणी कराल, त्याचे सगळे बोलणे उत्सुकतेने ऐकून घ्याल. अशा प्रकारे शेजाऱ्याच्या रूपातील त्या मंथरेच्या जाळ्यात अडकाल.

त्याचप्रमाणे एखादा विचार तुम्हांला सत्यापासून दूर घेऊन जात असेल आणि तुम्हीही त्या विचाराचा विचार करत असाल तर मनातल्या मंथरेचे स्वागत, चहापाणी चालू आहे, असे समजा. इथे चहापाणी करणे म्हणजे मंथरेला थारा देणे, तिच्या बोलण्यात रुची घेत तिच्यात अडकत जाणे. मंथरेपासून वाचायचे असेल तर तुम्ही तिचे बोलणे सविस्तर ऐकण्याऐवजी तिलाच प्रश्न विचारले पाहिजेत.

जसे, शेजाऱ्याच्या रूपात असलेल्या मंथरेला विचारायचे, तुम्ही स्वतः तिथे होता का? तुम्ही स्वतः ते ऐकले आहे का? तुम्ही डोळ्यांनी पाहिले आहे का? जर शेजाऱ्याने 'हो' म्हटले तर तुम्ही विचारा, तेव्हा तुम्ही कुठे बसला होता? तो कुठे बसला होता? असे आठ-दहा प्रश्न विचारताच तो शेजारी आपल्या गप्पा आवरत्या घेऊन लगेचच निघून जाईल. कारण तुम्हांला त्याचा संशय आला आहे, हे त्याला समजेल. अशा प्रकारे तुम्ही जेव्हा मंथरेवर संशय घ्याल, तेव्हा ती काढता पाय घेईल. जेव्हा तुमच्या मनात एखादी विचाररूपी मंथरा दुःख, भीती, संशय निर्माण करेल, तेव्हा लगेचच तिच्याकडे साक्षीभावाने पाहा. ती मंथरा म्हणजेच तो विचार आपल्या मनात का आला आहे, कुठून आला आहे, त्याचा परिणाम काय होणार आहे, असे प्रश्न विचारा. असे केल्याने तो विचार मनात फार वेळ टिकणार नाही.

मंथरेचा प्रभाव नष्ट करण्याचे आणखी एक धारदार शस्त्र म्हणजे विश्वास. विश्वासामध्ये किती शक्ती आहे, हे समजून घ्या. विश्वासाने कुठलेही अशक्य काम शक्य होऊ शकते. रामावरचा (सत्यावरचा), गुरूवरचा आणि आपल्या लक्ष्यावरचा विश्वास इतका वाढू द्या, जेणेकरून तो तेजविश्वास होईल. तेजविश्वास म्हणजे पक्का

विश्वास, जो कशानेही, कोणामुळेही ढळणार नाही. जो विश्वास-अविश्वासाच्याही पलीकडे असतो तो तेजविश्वास. तुमच्या कुटुंबात जर सर्वांचा एकमेकांवर दृढ विश्वास असेल तर बाहेरची कोणतीही व्यक्ती तुमच्यात वाद निर्माण करू शकत नाही. तुमचा जर रामावर अर्थात सत्यावर तेजविश्वास असेल तर कोणतीही मंथरा तुम्हांला तुमच्या रामापासून दूर होऊ देणार नाही. मंथरा कामाला लागलेली दिसताच लगेच तुम्हीही सजग व्हा आणि तिची चौकशी करून तिला पळवून लावा.

अशा प्रकारे तुम्ही जिथे असाल तिथे म्हणजे ऑफिसमध्ये, घरामध्ये किंवा एखाद्या ग्रुपमध्ये, अन्य लोकांबरोबर काही काम करत असताना, सत्यावरचा आणि गुरूंवरचा विश्वास वृद्धिंगत करून तो तेजविश्वास होऊ द्या. मंथरेला कमजोर करायचे असेल तर विश्वासाची शक्ती वाढवा.

अध्याय १३

भवसागर पार, केवटउद्धार

भक्ती आणि मर्यादेचा अद्‌भुत मिलाफ

रामायणात हनुमान, भरत आणि बिभीषणासारख्या महान रामभक्तांचे वर्णन तर आहेच; पण त्याचसोबत शबरी आणि जटायूसारख्या समर्पित भक्तांची चरित्रेही दिलेली आहेत. त्यांचे संपूर्ण जीवन हेच शुद्ध आणि समर्पित भक्तीचा आदर्श आहे. असे निर्मळ भक्त इतरांना आपल्या खऱ्या भक्तीचा सुगंध देत असतात. त्यांची चरित्रे वाचणारा प्रत्येक जण प्रार्थना करतो, 'हे प्रभू, मलाही अशाच भक्तीचे दान द्या, जेणेकरून मी तुम्हांला प्राप्त करू शकेन.'

या अध्यायात अशाच एका निर्मळ भक्ताशी, केवटाशी संबंधित कथा संक्षिप्त रूपात सांगितलेली आहे. त्या कथेत दडलेले संकेतही स्पष्ट केले गेले आहेत. ते जाणून घेतल्यावर प्रत्येक मनुष्याला भक्त या संकल्पनेचा खरा अर्थ समजून घेता येईल.

श्रीराम जेव्हा सीता आणि लक्ष्मणासह वनाकडे प्रस्थान करू लागले, तेव्हा त्यांना पोहोचवण्याच्या निमित्ताने राजा दशरथाने त्याचा विश्वासू मंत्री सुमंत यालाही त्यांच्यासोबत पाठवले. दशरथाला वाटत होते, आपला चतुर मंत्री सुमंत, श्रीरामाला समजावून अर्ध्या वाटेवरूनच परत घेऊन येईल. अयोध्येहून निघाल्यावर ते चौघे चालत-चालत गंगा नदीच्या काठावरील शृंगवेरपूर गावात पोहोचले. ते एक भिल्लांचे गाव होते. श्रीरामांना तिथून गंगा पार करून प्रयागला जायचे होते.

त्या गावचा मुख्य निषादराज गुह याने आपल्या गावात श्रीराम आल्याची बातमी ऐकली, तेव्हा त्याला अतिशय आनंद झाला. तो धावतपळत श्रीरामांच्या स्वागतासाठी

आला. निषादराजने त्या चौघांना रात्री गावातच मुक्काम करण्याची विनंती केली आणि त्यांच्या मुक्कामाची सोयही केली. पण श्रीराम मात्र गावाबाहेरच थांबले, कारण वनवासकालात त्यांना कोणत्याही गावात राहण्याची बंदी होती. तरीही श्रीरामांचा सहवास लाभला म्हणून सगळे गावच आनंदून गेले होते आणि त्यांच्या सेवेत मग्न होते. आपल्या गावात प्रभू श्रीरामाचे आगमन झाल्याने सगळे गावकरी स्वतःला धन्य समजत होते.

दुसऱ्या दिवशी श्रीरामांना सीता आणि लक्ष्मणासह वनवासात जाण्यासाठी गंगा पार करायची होती. म्हणून ते गंगाकिनारी पोहोचले. तिथे श्रीरामांनी मंत्री सुमंत यांची समजूत घालून त्यांना अयोध्येला परत पाठवून दिले. निराश आणि दुःखी होऊन जड अंत:करणाने सुमंत माघारी फिरले.

तेव्हा श्रीराम एका नाविकाला म्हणाले, ''हे बंधू, आम्हांला गंगेपलीकडे असलेल्या किनाऱ्यावर जायचे आहे. आम्हांला तिथे नेशील का?'' या नाविकाचे नाव होते केवट. तो श्रीरामांचा भक्त असल्याने त्याने पाहताक्षणीच त्यांना ओळखले होते. प्रत्यक्षात त्यांना समोर पाहून त्याच्या आनंदाला पारावार उरला नाही. ही प्रभूचीच लीला आहे, हे त्याने जाणले.

श्रीरामांच्या दर्शनाने केवटला अत्यानंद झाला. तो भक्तिभावात तल्लीन झाला होता. त्याला समोर उभ्या असलेल्या श्रीरामांच्या चरणांना स्पर्श करून त्यांना वंदन करायचे होते. त्याला त्यांचे चरण धुऊन त्यांचे चरणामृत प्राशन करायचे होते. म्हणून त्याने एक युक्ती केली. केवट श्रीरामांना म्हणाला, ''हे प्रभू, मी तुम्हांला चांगल्या प्रकारे

जाणतो. मी असे ऐकले आहे, की शिळा होऊन पडलेल्या एका स्त्रीला तुम्ही तुमच्या चरणस्पर्शाने पुन्हा जिवंत केलेत. त्यामुळे मला आता अशी भीती वाटतेय, की माझ्या नावेला तुमचे चरण लागताच ती नावही एक स्त्री बनली तर मी काय करू? कारण ही नौकाच माझ्या उदरनिर्वाहाचे साधन आहे. त्यावरच माझा चरितार्थ अवलंबून आहे.''

केवटाचे बोलणे ऐकून श्रीराम त्याला म्हणाले, ''अरे, पण आम्हांला तर गंगा पार करायचीच आहे आणि इथे तर दुसरी कोणतीही नाव दिसत नाही. आता तूच सांग काय करायचे ते.'' तेव्हा केवट म्हणाला, ''यावर एक उपाय आहे. आधी मी तुमचे चरण धुऊन काय होते, याची खातरी करून घेतो आणि मगच तुम्हांला माझ्या नावेत बसवतो.'' केवटाच्या मनातील भाव ओळखून श्रीराम हसत-हसत त्याला म्हणाले, ''बरं तर मग. तुला योग्य वाटेल ते कर.'' श्रीरामांनी अनुमती देताच केवट आनंदित झाला. धावतच घरी गेला. येताना बरोबर एक मोठा थाळा घेऊन आला. त्याने आपल्या सगळ्या कुटुंबाला आणि मित्रमंडळींनाही सोबत आणले होते. त्याने श्रीरामांची पाद्यपूजा केली आणि आपल्या परिवारासह त्यांचे चरणामृत प्राशन केले.

अशा प्रकारे केवटाने स्वतःसह आपल्या जवळच्या लोकांसाठीही मोक्षाचे द्वार खुले केले. मग त्याने आनंदाने श्रीराम, सीता आणि लक्ष्मण यांना आपल्या नावेत बसवून गंगा पार नेले.

गंगा पार केल्यानंतर श्रीरामांनी केवटाला त्याच्या कार्याबद्दल मोबदला देऊ केला. पण केवटाने तो स्वीकारण्यास नकार दिला. तो विनम्रतेने म्हणाला, ''हे प्रभू, तुमचा आणि माझा व्यवसाय एकच तर आहे. मग एकाच व्यवसायातले लोक पैशांची

देवाणघेवाण करतील का?" हे ऐकताच लक्ष्मण क्रोधित झाला. त्याच्या मनात आले, 'एक तर काहीतरी निमित्त करून केवटाने श्रीरामांची पाद्यपूजा करून घेतली आणि आता तर आपला व्यवसाय एकच आहे, असे म्हणतोय. कुठे प्रभू राम आणि कुठे हा नावाडी केवट!' लक्ष्मणाच्या मनातले भाव ओळखून श्रीराम त्याला म्हणाले, "अरे, आधी विचारू तरी त्याला, की आमचा व्यवसाय एक कसा आहे ते?" तेव्हा केवट अतिशय प्रेमाने, विश्वासाने आणि नम्रतेने म्हणाला, "होय, प्रभू! आपला व्यवसाय एकसारखाच आहे. मी लोकांना गंगा पार नेतो आणि तुम्ही लोकांना भवसागर पार करून नेता. मी तुम्हांला गंगा पार करून आणले तर तुम्ही मला भवसागर पार करून नेणार आहात. ज्या वेळी मी तुमच्या घाटावर येईन, त्या वेळी तुम्ही मला भवसागर पार करून न्यावे." केवटाचे उत्तर ऐकून सगळे जण आश्चर्यचकित झाले. श्रीरामांनी केवटाला मोबदला घेण्यासाठी पुन्हा आग्रह केल्यावर नम्रपणे हात जोडून केवट म्हणाला, "हे प्रभू, जेव्हा तुम्ही परत याल, तेव्हा मला पुन्हा तुमची सेवा करायची संधी द्या. त्या वेळी तुम्ही मला जो काही मोबदला द्याल, त्याचा मी प्रसाद समजून स्वीकार करेन."

मर्यादेचे महत्त्व

या प्रसंगात अनेक संदेश दडलेले आहेत. यातला पहिला संदेश म्हणजे ज्या भगवंताने वामन अवतारात केवळ तीन पावलांमध्ये समस्त सृष्टी व्यापून टाकली होती, तेच भगवंत श्रीरामांच्या मानवी अवताराच्या मर्यादेमुळे केवटाला गंगा पार करवण्याची विनंती करत होते. या घटनेत मर्यादेचे महत्त्व स्पष्ट होते. प्रत्येक माणूस आपल्या आयुष्यात आईवडील, भाऊबहीण, पतिपत्नी, शिक्षक-विद्यार्थी, शेजारी, अधिकारी अशा अनेक भूमिका निभावत असतो. तुम्ही ज्या भूमिका करत आहात, त्यांची शक्ती आणि मर्यादा दोन्हींचा योग्य तो अर्थ समजून घेऊन त्याचे कठोर पालन केले पाहिजे; तरच तुमच्या भूमिकेची प्रतिष्ठा आणि प्रभाव कायम राहील.

आणखी एक महत्त्वाची बाब म्हणजे श्रीरामांना नदी पार करण्यासाठी केवटाची गरज भासली. याचाच अर्थ, मर्यादांमध्ये असलेल्या ईश्वराला, 'स्व'ला त्याच्या अभिव्यक्तीसाठी माध्यम म्हणून त्याच्या भक्ताची गरज भासते. त्यासाठी तो अशा मानवी शरीराची निवड करतो, जे प्रेम, मौन, आनंदात आहेत, खऱ्या अर्थाने भक्त आहेत. ते खुललेले, विकसित झालेले आहेत. म्हणूनच आपणही आपले शरीर ईश्वरी अभिव्यक्तीसाठी सदैव योग्य आणि सज्ज ठेवण्याचा प्रयत्न केला पाहिजे.

भक्ताची कामना- ईश्वराचा सहवास

ज्याप्रमाणे केवटाने श्रीरामांना पाहताक्षणी ओळखले, त्यांची लीला जाणली, त्याचप्रमाणे जेव्हा साधक प्रेम, आनंद आणि मौन यांचे शिखर गाठतो, तेव्हा तो स्वानुभवाची छोटीशी झलक मिळताच त्यात स्थिर होण्याचा प्रयत्न करतो. स्वानुभवावर स्थित राहून तो प्रत्येक कार्य हे ईश्वराचे कार्य मानून करतो. सगळे काही ईश्वरच करतो आहे, मी केवळ निमित्तमात्र आहे, या भावनेने, अकर्ता भावनेने ईश्वरी अभिव्यक्तीत म्हणजेच ईश्वरी लीलेत सहयोग देत राहतो.

मनात भक्ती जागृत होते, तेव्हा भक्ताला सदैव ईश्वरासमीप म्हणजेच स्वानुभवात राहावेसे वाटते. ज्याप्रमाणे मायेत अडकलेले लोक सुखसुविधा, भोगविलास, मनोरंजन इत्यादींमध्ये राहण्यासाठी निमित्त शोधत असतात, त्याचप्रमाणे ईश्वरप्रेमी व्यक्ती स्वानुभवाच्या निकट म्हणजेच सेवा, श्रवण, भक्ती, ध्यान, उच्च चेतना असलेल्या व्यक्तींच्या सहवासात राहण्याचा सदैव प्रयत्न करत असते. आपले प्रत्येक कार्य ती ईश्वरासाठीच करत असते.

म्हणून केवट श्रीरामांकडून मोबदला घेत नाही, कारण भक्ताला सत्याची ओळख पटल्यानंतर त्याला सदैव सत्यासोबत राहण्यात आणि सत्यकार्यात सहयोगी होण्यातच परम आनंद मिळत असतो. नव्हे, तेच त्याचे सौभाग्य असते. त्याच्यासाठी कोणताही मोबदला, बक्षीस त्या सौभाग्याहून श्रेष्ठ नसतो. या अवस्थेत ईश्वर जे देतो, तो त्याच्यासाठी बोनस असतो; पण खरा भक्त मात्र त्यात गुंतून राहत नाही. त्याला तर भक्तीतच संपूर्ण संतोष लाभत असतो.

कृपा ओळखा

या प्रसंगात केवट एक बहाणा पुढे करून श्रीरामांचे चरण धुतो, असे सांगितले आहे. याचा अर्थ त्याला परिस्थितीचा पुरेपूर लाभ घ्यायचा असतो. त्याला सुदैवाने परम सत्याचे अमृतपान करण्याची सुवर्णसंधी लाभलेली असते आणि त्याला ती मुळीच गमवायची नसते. अशा प्रकारे कितीतरी लोकांना त्यांच्या आयुष्यात अशी उच्च कृपा प्राप्त करून घेण्याची संधी लाभते; तर कितीतरी लोकांपर्यंत सत्य शिबिराचे संदेश पोहोचलेले असतात; पण सगळेच त्याचा लाभ घेऊ शकत नाहीत. कारण ते त्यांना आयुष्यात मिळालेले उच्च कृपेचे वरदान ओळखू शकत नाहीत. इतकेच काय, पण आपल्याला सर्वोच्च कृपा प्राप्त करून घ्यायची संधी मिळाली आहे, हे त्यांच्या गावीही नसते. परिणामी, कित्येक लोक त्यांच्या जीवनात आलेली अशी सुवर्णसंधी गमावून बसतात.

आपल्यावर ईश्वरी कृपेचा वर्षाव तर सतत होतो आहे; पण आपण त्यात चिंब भिजू शकत नाही. कारण आपल्या धारणा, कौटुंबिक जबाबदाऱ्या आणि कामाच्या सबबींची छत्री घेऊन आपण हिंडत असतो. त्यामुळे ईश्वरी कृपेपासून वंचित राहतो. विहिरीलाच विश्व मानणाऱ्या बेडकाच्या कूपमंडूक वृत्तीने आपण जगत असतो. त्यातच सुख मानतो. बाहेर आपले विशाल बाहू पसरून आपल्या स्वागतासाठी सज्ज असलेल्या अथांग सागराची पुसटशी जाणीवदेखील आपल्याला नसते. केवटासारखे जाणकार लोकच आयुष्यात येणाऱ्या ईश्वरी कृपेच्या सुवर्णसंधीचा लाभ घेऊ शकतात. कारण ते सदासर्वदा कृपेसाठी ग्रहणशील असतात. खुल्या मनाने कृपेचा स्वीकार करण्यासाठी सज्ज असतात.

केवळ माझे नव्हे, तर सर्वांचे भले व्हावे

केवट प्रसंगामधली आणखी एक महत्त्वाची गोष्ट म्हणजे केवटाने प्राप्त केलेले श्रीरामांचे चरणामृत. श्रीरामांचे चरणामृत केवळ त्याने एकट्याने प्राशन केले नाही, तर त्याच्या कुटुंबीयांना, मित्रांना, जवळच्या लोकांना, सर्वांना त्याचा लाभ दिला. स्वतःसोबतच सर्वांसाठी मोक्षद्वार खुले केले. यातून असे दिसून येते, की केवटाच्या भक्तीमध्ये स्वार्थ नव्हता, तर सर्वांच्याच कल्याणाची भावना होती. जेव्हा एखाद्याला सत्याचे ज्ञान प्राप्त होते आणि भक्तीरूपी चरणामृत लाभते, तेव्हा ती व्यक्ती परमानंदी अवस्थेत असते. या परमानंदाचा अनुभव इतरांनीही घ्यावा, असे तिला वाटू लागते. माझ्यावर जशी कृपा झाली, तशीच सर्वांवर होवो आणि मला लाभलेला परमानंद सर्वांना लाभो, अशी तिची भावना असते. ही भावनाच त्या व्यक्तीला सत्याभिमुख करते. म्हणजेच इतरांना सत्याचा मार्ग दाखवून त्यांच्यासाठीही मोक्षाची अर्थात स्वानुभव प्राप्त करण्याची शक्यता निर्माण करते. जनकल्याणाची अशी आस स्वार्थापोटी केलेल्या भक्तीमध्ये नसून, केवळ निरपेक्ष भक्तीतच असते. केवटाचे चरित्र हे अशाच निःस्वार्थी भक्तीचा आदर्श आहे. त्यातून मिळणाऱ्या शिकवणीने माणूस भक्तीची सर्वोच्च अवस्था प्राप्त करू शकतो.

अध्याय १४

मुनी वाल्मिकी, मौन श्रीराम

आत्मसाक्षात्काराची लक्षणे

श्रीरामांचा वनवासातील एक प्रसंग 'गागर में सागर' ही उक्ती सार्थ करणारा आहे. हा प्रसंग वाचल्यावरच तुम्हांला याची प्रचिती येईल. स्वानुभवात स्थिर राहणारा भक्त रामाकडे म्हणजेच 'स्व'कडे (स्वानुभवाकडे) कोणत्या दृष्टीने पाहतो, हे या छोट्या प्रसंगात मुनी वाल्मिकींच्या माध्यमातून विशद करण्यात आले आहे. शिवाय, 'रामात' म्हणजेच स्वानुभवात स्थिर होण्यासाठी कोणती पात्रता आवश्यक आहे, हेदेखील सहज, सोप्या आणि प्रभावी पद्धतीने समजावून सांगण्यात आले आहे. चला तर मग, हा सुंदर प्रसंग समजून घेऊ या.

केवटाने गंगेच्या तीरावर उतरवल्यावर सीता आणि लक्ष्मणासह श्रीराम प्रयागला पोहोचले. निसर्गसौंदर्याचा आस्वाद घेत, मार्गातील गावांमध्ये आनंदाची पखरण करत ते महान ऋषी वाल्मिकींच्या आश्रमात पोहोचले. आश्रमाच्या पावित्र्यामुळे श्रीराम अतिशय प्रसन्न झाले. त्यांनी वाल्मिकी ऋषींना दंडवत घालून वंदन केले. मग वाल्मिकींनी श्रीरामांना आशीर्वाद देऊन, फळेफुले देऊन त्यांचे स्वागत केले. श्रीरामांच्या आगमनाने मुनी वाल्मिकीदेखील मनोमन प्रसन्न झाले होते.

वाल्मिकी ऋषींना वनवासाविषयी सांगताना श्रीराम म्हणाले, "हे मुनिवर, मातापित्यांच्या आज्ञेचे पालन करण्याची संधी लाभणे, भरतासारख्या बंधूला राजपद मिळण्यासाठी निमित्त बनणे आणि आपल्यासारख्या महान ऋषींचे दर्शन घडणे... या सर्व घटनांवरून हेच सिद्ध होते, की माझ्यावर ईश्वराची अनंत कृपा आहे. हे मुनिवर, आज

आपल्या चरणी नतमस्तक झाल्यानेच आमची सर्व पुण्यकर्मे फळाला आली आहेत. आता कृपया वनवासासाठी मला असे एखादे स्थान सांगावे, जिथे माझ्या निवासामुळे कोणालाही त्रास होणार नाही. शिवाय मी, सीता आणि लक्ष्मणासह काही काळ पर्णकुटी बांधून तिथे निवास करू शकेन.''

श्रीरामांच्या वाणीतील विनम्रता, ऋजुता पाहून वाल्मिकी ऋषी आनंदून गेले. कारण ते श्रीरामांचे खरे रूप जाणत होते. श्रीरामांच्या रूपात स्वतः ईश्वरच या विश्वाला विकाररूपी असुरांपासून मुक्त करण्यासाठी लीला रचत आहे, हे त्यांना ज्ञात होते. स्वतः सर्वज्ञ असणारे श्रीराम आता मात्र भाबडेपणाचा आव आणून माझा सल्ला मागत आहेत... 'मी कुठे राहू', असा प्रश्नही विचारत आहेत... खरे तर प्रभू श्रीरामांचे असीम अस्तित्व या ब्रह्मांडाच्या कणाकणांत सामावले आहे आणि आता तेच मला वनवासातील वास्तव्याविषयी इतक्या आदराने विचारत आहेत... श्रीरामांची विनम्रता पाहून वाल्मिकी ऋषींच्या मनात ईश्वरी कृपेचा आनंद काठोकाठ भरून वाहू लागला.

मुनी वाल्मिकी कृतज्ञ होत म्हणाले, ''हे प्रभू, आपण धन्य आहात. आपण हा प्रश्न मला विचारत आहात? दुष्ट असुरांचा विनाश करण्यासाठी तर आपण मानवी देह धारण करून या भूतलावर अवतरला आहात. केवळ मानवी मर्यादांचे पालन करण्यासाठीच आपण मला हा प्रश्न विचारत आहात, हे मी जाणतो. हे प्रभू, आपले स्वरूप जाणणे बुद्धीच्या क्षेत्राबाहेर आहे. कारण आपले खरे रूप अव्यक्त, अकथनीय आणि अपार

आहे. वास्तवात हे विश्व तर केवळ एक दृश्यमात्र आहे आणि आपण द्रष्टा आहात. हे आश्चर्यकारक दृश्य साक्षीभावाने पाहणारे दिव्य प्रेक्षक! आपले विराट रूप कसे बरे जाणून घ्यावे? केवळ आपल्याला प्रिय असणाराच आपले खरे स्वरूप जाणू शकतो. आपल्याला जाणणारा प्रत्येक जण ईश्वरी गुणांनी समृद्ध होतो. पण आपल्या कृपेशिवाय हे केवळ अशक्य! आपली कृपा झाली तरच भक्त सत्य जाणू शकतो. भक्तांचे हृदय शीतल गंगौघाने व्यापून टाकणाऱ्या रामा, आपण निर्विकार आहात. आपल्या चरित्राचा महिमा जाणू इच्छिणारी मूर्ख व्यक्तीसुद्धा प्रेमभाव अनुभवते, तर ज्ञानी मनुष्याला परम सुखाची अनुभूती येते. आपल्या मुखातून बाहेर पडणारा प्रत्येक शब्द आणि हातून घडणारी प्रत्येक कृती म्हणजे शुद्ध सत्यच! कारण आपल्याकडून होणारी प्रत्येक कृती म्हणजे वर्तमान भूमिकेसाठी आवश्यक असलेला केवळ एक अभिनय आहे. शिवाय, या संसाराच्या रंगमंचावर उत्तम भूमिका वठवण्यासाठी असाच अभिनय असला पाहिजे, नाही का? तुम्ही मला विचारलेत, की मी कोणत्या स्थानी वास्तव्य करू? पण तुम्हीच मला किमान एक तरी असे स्थान सांगा, जिथे तुमचे अस्तित्व नाही. मगच मला तुमच्या वास्तव्याचे स्थान सांगता येईल. कारण तुम्ही तर सृष्टीच्या चराचरात सामावलेले आहात...'' मुनी वाल्मिकींचे हे प्रेमादरपूर्वक बोलणे ऐकून श्रीराम मनातल्या मनात हसत होते.

वाल्मिकीही हसत म्हणाले, ''हे प्रभू, आता मी तुम्हांला असे एक स्थान सांगतो, जिथे तुम्ही निवास करू शकाल. ज्या मनुष्याचे दोन्ही कान तुमच्या कथेचे निरंतर श्रवण करूनही तृप्त होत नाहीत, ज्यांचे नेत्र सदैव तुमच्या दर्शनासाठी आसुसलेले असतात, ज्यांना मनमोहक दृश्यांऐवजी तुमची एकच छबी परमानंद देते, त्या रामभक्तांच्या हृदयात आपण सीता आणि लक्ष्मणासह निवास करावा... ज्यांची जिव्हा तुमचे गुणगान करताना मुळीच थकत नाही, ज्यांची नासिका केवळ आपल्या अस्तित्वाचा सुगंध अनुभवू इच्छिते, त्यांच्या हृदयी आपण निवास करावा. जे आपल्याला अर्पण केलेले अन्न भोजन म्हणून ग्रहण करतात, जे आपण प्रसादरूपाने दिलेले वस्त्र धारण करतात, मातापिता, ज्येष्ठ आणि गुरू यांच्या दर्शनाने जे नतमस्तक होतात, ज्यांचे हात सदैव आपल्या सेवेत लीन असतात आणि ज्यांच्या ध्यानीमनी केवळ आपलाच ध्यास आहे, त्यांच्या हृदयी आपण निवास करावा. जे स्वतःच्या हृदयमंदिरात गुरूंना आपल्याहूनही श्रेष्ठ स्थान देतात, गुरूंची सर्व प्रकारे सविनय सेवा तर करतात, पण हे सर्व करूनही जे आपल्या चरणी समर्पित राहण्यासाठी तळमळतात, अशा लोकांच्या हृदयरूपी मंदिरात आपण निवास करावा.

“ज्यांच्या मनात काम, क्रोध, लोभ, मद, मोह, मत्सर या षड्रिपूंना आणि अहंकार, द्वेष, कपट, दंभ यांसारख्या मोहमायावी विकारांना मुळीच स्थान नाही, जे सर्वांना प्रिय आहेत आणि सर्वांचे हित जपणारे आहेत, ज्यांच्यासाठी सुख-दुःख, स्तुती-निंदा हे एकसमान आहे, जे विचारपूर्वक केवळ सत्यच बोलत असतात, जे निद्रेत आणि जागृतावस्थेत केवळ आपल्याप्रतिच समर्पित असतात, आपल्याशिवाय ज्यांना अन्य कोणाचाही आधार नाही, त्यांच्या हृदयात आपण निवास करावा. जे परस्त्री मातेसमान आणि परधन विषासमान मानतात, जे इतरांच्या आनंदामुळे आनंदून जातात आणि परदुःखाने ज्यांचे आतडे पिळवटून निघते, ज्यांना आपण प्राणांहूनही प्रिय आहात, त्यांचे हृदयच आपल्या निवासासाठी सर्वात शुभ स्थान आहे.

“हे प्रभू, ज्यांचे मातापिता, सखा, गुरू सर्व काही आपणच आहात, त्यांच्या मनमंदिरी आपण निवास करावा. हे रघुनंदना, जे जातपात, धन, धर्म, प्रतिष्ठा, परिवार आणि सुखसुविधांऐवजी केवळ आपल्यालाच सदैव हृदयामध्ये धारण करतात, त्यांच्याच हृदयी आपण निवास करावा. ज्यांना सर्वत्र आपलेच दर्शन होत असते आणि म्हणूनच ज्यांच्यासाठी स्वर्ग-नरक-मोक्ष एकसमान आहेत, जे काया, वाचा आणि कर्मांने आपले दास आहेत, त्यांच्या हृदयी आपण निवास करावा. ज्याला कधीही काही नको असते आणि जो स्वाभाविकपणे आपल्यावर प्रेम करतो, त्याच्या मनात आपण निवास करावा. हे रामा, तेच तुमचे निवासस्थान आहे.” वाल्मिकी ऋषींच्या कथनाचे तात्पर्य एकच होते, की सच्च्या भक्ताचे हृदय हेच प्रभू श्रीरामांसाठी शुभस्थान आहे.

मुनी वाल्मिकींचे प्रेममय कथन श्रीराम मोठ्या तन्मयतेने ऐकत होते. वाल्मिकी ऋषी पुढे म्हणाले, “हे प्रभू, आता मी आपल्यासाठी एक परिपूर्ण निवासस्थान सुचवतो. आपण कृपया चित्रकूट पर्वतावर निवास करावा. कारण तिथे आपल्यासाठी सर्व प्रकारच्या सुविधा उपलब्ध आहेत. तिथे गगनाला भिडणारे उत्तुंग पर्वत आणि हिरवाईने नटलेले वनसाम्राज्य आहे. शिवाय, या सर्वांचे सौंदर्य अधोरेखित करणारी मंदाकिनी नामक पवित्र नदी तिथे असून अत्री ऋषींसारखे अनेक श्रेष्ठ ऋषी तिथे निवास करत आहेत. हे रामा, तिथे जाऊन आपण चित्रकूट पर्वताला आणि तिथल्या निवासीजनांना आपल्या सहवासाचा लाभ देऊन उपकृत करावे.”

अशा प्रकारे, वाल्मिकी ऋषींच्या मार्गदर्शनानुसार प्रभू श्रीराम, पत्नी सीता आणि बंधू लक्ष्मणासह चित्रकूट पर्वतावर वनवासी जीवन व्यतीत करू लागले.

रामाला जाणून भक्तिमय प्रतिसाद द्या

उपरोल्लेखित प्रसंगामध्ये अशा दोन व्यक्तींचा संवाद वर्णिला आहे, ज्यांच्या हृदयी सत्य जागृत झाले आहे. प्रभू श्रीराम आणि महर्षी वाल्मिकी या दोन्ही विभूती म्हणजे पूर्णपणे स्वानुभवात स्थित झालेले युगपुरुष. त्यामुळेच त्यांना 'विश्वातील सर्व जीवांमध्ये वास करणारे परमचैतन्य एकच आहे', या ज्ञानाची पुरेपूर जाण होती. या परमचैतन्याला कोणी 'राम' म्हणते तर कोणी 'रहीम'; कोणी 'अल्लाह' म्हणून पुकारते तर कोणी 'गॉड'. विश्वातील प्रत्येक दृश्य म्हणजे त्या परमचैतन्याचीच म्हणजे ईश्वराचीच लीला आहे. शिवाय, ती लीला पाहणारा द्रष्टा आणि प्रेक्षकही तोच आहे. लीलेतील प्रत्येक पात्रही तोच आहे. वाल्मिकी आणि श्रीराम या दोन्ही विभूतींना हे सत्य ज्ञात होते, की त्यांच्या शरीराच्या माध्यमातून ईश्वर दोन वेगवेगळ्या भूमिका निभावत आहे... आपण 'अकर्ता' बनून साक्षीभावाने उपस्थित राहून, खुल्या मनाने, पूर्ण समर्पणासहित ईश्वराला सहयोग करणे, हेच केवळ आपले कार्य आहे.

आता हे सखोल ज्ञान एका छोट्या उदाहरणातून समजून घेऊ या. समजा, काही मुले खेळामध्ये बाहुला-बाहुलीचे लग्न लावत आहेत. एका मुलाच्या आईवडिलांना वधूच्या आईवडिलांची आणि दुसऱ्या मुलाच्या आईवडिलांना वराच्या आईवडिलांची भूमिका दिली आहे. आता या चारही मोठ्या माणसांना चांगले ठाऊक असते, की हे जे लग्न चालले आहे, ते म्हणजे केवळ लहान मुलांचा एक खेळ आहे. त्याने मुलांचे मनोरंजन तर होणारच आहे, पण त्यांच्या कल्पनाशक्तीलाही वाव मिळणार आहे. त्यातून

एखाद्या समारंभाची व्यवस्था कशी करायची, हे ते शिकतील. तोरणांनी, रांगोळ्यांनी समारंभस्थळाची सजावट कशी करायची, सगळ्यांनी मिळून कामे कशी करायची, याचे त्यांना आणि त्यांच्या मित्रमंडळींना शिक्षण मिळेल. वेळेचे नियोजन कसे करायचे, तेही समजेल. अशा प्रकारे खेळता-खेळता मुले अनेक गोष्टी शिकतील... असा विचार करून जे चालले आहे, ते मुलांना खरे वाटावे, म्हणून मोठी माणसेही खेळात उत्साहाने सामील झाली आहेत. ते मुलांना घाई करत आहेत, अरे, मुहूर्ताची वेळ होत आली, अजून वरात कशी नाही आली? नवरी मुलगी तयार झाली का? जेवणाची तयारी झाली का?... एक माणूस भटजी झाला असून तो मंत्रपठण करतो आहे. मुलांना लग्नाचे वातावरण जाणवावे, म्हणून आणखी काही माणसे आपण खूप लगबगीने काम करतो आहोत असे दाखवत आहेत आणि खेळ रंगलेला पाहून मनातून आनंदी होत आहेत.

अशा प्रकारे ही सृष्टी म्हणजेही ईश्वराचा रंगलेला खेळ आहे. या प्रसंगात श्रीराम आणि वाल्मिकी आपापल्या भूमिका छान वठवत आहेत आणि त्यासोबत आपल्या भूमिकांच्या मर्यादांचे पालनही करत आहेत. श्रीराम मुनी वाल्मिकींना विचारत आहेत, आमच्यामुळे कोणाला त्रास होणार नाही, असे वनामध्ये निवासासाठी योग्य स्थान कोणते? वाल्मिकी त्यांना स्थान सुचवतात. कारण जो प्रश्न विचारतोय, तो ईश्वर आहे आणि जो उत्तर देतोय, तोही ईश्वरच आहे, हे त्या दोघांनाही ज्ञात असल्याने श्रीराम मुनी वाल्मिकींना 'प्रभू' म्हणून संबोधत आहेत; तर श्रीरामामध्ये असलेल्या रामाच्या अर्थात 'स्व'च्या दर्शनाने मुनी वाल्मिकी मनोमन आनंदित होत आहेत; त्यांची स्तुती करत आहेत. म्हणजेच दोघांनीही एकमेकांमधला स्व, राम ओळखल्याने परस्परांना भक्तियुक्त प्रतिसाद दिलेला असतो.

श्रीराम आणि वाल्मिकी यांच्या चरित्रातून प्रेरणा घेऊन तुम्हांला आता स्वतःचा शोध घ्यायचा आहे. तसेच हे जाणून घ्यायचे आहे, की आपली भक्ती कोणत्या स्तरापर्यंत पोहोचली आहे? आपली आंतरिक अवस्था काय आहे? प्रत्येक जीवामध्ये आपण त्या एकाच रामाला, परमचैतन्याला पाहू शकतो का? ईश्वराच्या या वैश्विक खेळामध्ये आपल्याला आपली भूमिका नीट कळली आहे का? कुठे आपण आपली भूमिकाच खरी मानून ईश्वराच्या कथेमध्ये, संवादांमध्ये, घटनाक्रमांमध्ये, सुखदुःखात, समस्यांमध्ये गुंतत तर नाही ना? आपण आपल्या भूमिकेतल्या, जीवनातल्या प्रत्येक घटनेमध्ये भक्तियुक्त प्रतिसाद देत आहोत का?

आपले हृदय रामाचे निवासस्थान बनवा

एका सत्यशोधकाची तयारी कशी असली पाहिजे, त्याच्या हृदयात रामाने निवास करण्यासाठी अर्थात स्वानुभव जागृत होण्यासाठी त्याच्यामध्ये कोणती पात्रता असली पाहिजे, हे या प्रसंगात मुनी वाल्मिकींच्या माध्यमातून स्पष्टपणे सांगितले गेले आहे.

वाल्मिकींनी सांगितले आहे, की सत्यामध्ये स्थापित होण्यासाठी साधकाने केवळ सत्यच ग्रहण केले पाहिजे. म्हणजेच, त्याने नेहमी केवळ सत्याचेच श्रवण, मनन, पठण आणि ध्यान केले पाहिजे. अकर्ताभावाने सेवा केली पाहिजे. त्याची दृष्टी मायावी दृश्यांवर, दिखाऊ गोष्टींवर नाही, तर केवळ सत्यावरच केंद्रित झाली पाहिजे. त्याचे लक्ष्य केवळ सत्य हेच असावे. कोणत्याही प्रकारच्या सुखाने, लालसा, कामना, आकर्षण किंवा दुःखाने त्याचे सत्यावरचे लक्ष्य ढळू नये. त्याने सत्यच बोलावे, सत्यच पाहावे, सत्यच ऐकावे आणि केवळ सत्याचाच विचार करावा. साधकाने जे मिळेल त्याचा, ईश्वराचा प्रसाद समजून स्वीकार करावा आणि अलिप्तपणे त्याचा उपयोग करावा. त्याच्या स्वभावामध्ये नम्रता, प्रेम, करुणा आणि सेवाभाव असावा. कर्म करताना त्याने फळाची आशा करू नये. काही मिळवायची आशा असलीच तर ती महाफलाची अर्थात स्वानुभव मिळवण्याचीच असावी. त्याने आपले प्रत्येक कार्य हे ईश्वराचे कार्य समजून करावे आणि ते ईश्वरच करतो आहे, या भावनेने करावे. ईश्वराकडूनही काही मिळवण्याची इच्छा करू नये. काही मागायचेच असेल तर ईश्वराकडून ईश्वरालाच मागावे. त्याने गुरूमध्ये ईश्वराला पाहावे आणि गुरूंच्या आज्ञेत राहावे.

सत्यप्राप्तीसाठी आवश्यक असलेले गुण सांगताना वाल्मिकी म्हणतात, की साधकाचे मन निर्मळ असावे; म्हणजेच त्याच्या मनात काम, क्रोध, मद, मत्सर, लोभ, मोह, अहंकार, द्वेष, कपट, दंभ आणि माया असू नये. त्याचे मन प्रेमळ आणि स्थिर, संतुलित असावे. म्हणजेच सुख-दुःख, मान-अपमानामध्ये त्याने आपल्या भावना नियंत्रित करून अलिप्त राहावे. त्याच्या मनात सर्वांसाठी समभाव असावा. त्याने सर्वांमध्ये ईश्वराला पाहावे. सर्व स्थितीमध्ये ईश्वरासह अर्थात स्वानुभवातच राहावे. अशा गुणांनी युक्त असलेल्या भक्ताच्या हृदयी राम निवास करतात. म्हणजेच त्याला आत्मसाक्षात्कार होतो.

अध्याय १५

भगवंतापासून दूर गेलेल्या भरताची व्यथा

भरत-भक्तिदर्शन

माणसाच्या जीवनात घडणारी प्रत्येक घटना ही त्याच्या भविष्यातल्या घटनाक्रमांची पूर्वतयारी असते. त्या घटनेमध्ये भविष्यात घडणाऱ्या घटनांचे संकेत असतात. त्याप्रमाणे श्रीरामांच्या वनवासातही रामायणातल्या आपल्या मनावर ठसलेल्या अनेक घटनांचे मूळ दडलेले आहे. या घटनेमध्ये एका बाजूला अनेक असुरांचा विनाश झाला, तर दुसऱ्या बाजूला भरतासारखा महान भक्त प्रकाशात आला. खरे तर श्रीरामांना वनवास भोगावा लागला नसता तर कदाचित भरताकडे कोणाचे फारसे लक्षही गेले नसते. मोठ्या भावाविषयी प्रेम आणि आदर कसा असावा, हे त्यानेच आपल्याला शिकवले. त्याच्या मनात श्रीरामांविषयी असलेली ओढ, त्याची निष्काम सेवा, अनन्य समर्पित भक्ती ही अन्य भक्तांसाठी एक आदर्श आहे. म्हणूनच असे म्हटले जाते, की भाऊ असावा तर भरतासारखा आणि भक्ती करावी तर ती भरतासारखी! चला तर मग, भरताचे महान व्यक्तित्व ज्या प्रसंगातून व्यक्त होते, तो प्रसंग आता समजून घेऊ या.

भरत हा कैकेयीचा पुत्र होता. तो रामभक्त, आज्ञाधारक, विवेकशील, सुसंस्कारित आणि धर्माचे पालन करणारा होता. श्रीराम वनवासाला गेले तेव्हा दशरथाने त्यांच्याबरोबर मंत्री सुमंत यांनाही पाठवले होते. सुमंत श्रीरामांची समजूत घालून त्यांना वाटेवरूनच परत घेऊन येईल, याची त्यांना खातरी होती. पण तसे झाले नाही. मंत्री सुमंत अयोध्येमध्ये एकटेच परतले. ते पाहून दशरथाचे पुत्रवियोगाचे दुःख पराकोटीला गेले आणि दुःखावेगाने त्याचा मृत्यू झाला. तेव्हा असा प्रश्न उपस्थित झाला, की दशरथाचा अंत्यसंस्कार आता

कोण करणार? दशरथाचे दुर्भाग्य हे, की त्याला चार पुत्र असूनही अंतिम क्षणी मात्र एकही पुत्र त्याच्याजवळ नव्हता. कारण राम-लक्ष्मण वनवासाला गेले होते आणि भरत-शत्रुघ्न भरताच्या आजोळी गेले होते. राम-लक्ष्मणाला परत बोलावणे शक्य नव्हते. तेव्हा भरत आणि शत्रुघ्न यांना तत्काळ बोलावणे धाडले गेले.

भरत आणि शत्रुघ्न अयोध्येत आले तेव्हा त्यांना सारी नगरी शोकसागरात बुडालेली दिसली. नगरातून राजप्रासादाकडे येत असताना सगळे लोक आपल्याकडे पाहून माना फिरवत आहेत, आपण जणू कोणी मोठे गुन्हेगार असल्याप्रमाणे आपल्याकडे तिरस्काराने बघत आहेत, असे भरताला जाणवले. ही बदललेली परिस्थिती पाहून भरताला आश्चर्य वाटले. तो तडक राजप्रासादामध्ये गेला. भरत परत आला आहे, हे कळताच कैकेयी त्याच्या स्वागतासाठी आरतीचे तबक घेऊन आली. भरताने पाहिले, की राजप्रासादामध्येही सर्व जण शोकग्रस्त आहेत. फक्त आपली माता कैकेयीच सगळीकडे नेहमीप्रमाणे सहज वावरत आहे. मातेला वंदन करून त्याने विचारले, ''माते, हे सर्व काय आहे? आम्हांला असे तत्काळ का बोलावून घेतले? पिताजी कुठे आहेत? अन्य माता कुठे आहेत? राजप्रासादावर आणि सर्व नगरावर अशी शोककळा का पसरली आहे?'' कैकेयीने गंभीर स्वरात सांगितले, ''भरता, तुझ्या पित्याचा देहान्त झाला आहे.'' कैकेयीचे ते शब्द ऐकताच भरताला दुःखावेग अनावर झाला. तो व्याकूळ होऊन रडू लागला.

थोड्या वेळाने शांत होऊन त्याने कैकेयीला विचारले, ''पण माते, माझे ज्येष्ठ बंधू राम कुठे आहेत? आता तर मला केवळ त्यांचाच आधार आहे. आता तेच माझे पिता आणि तेच माझे गुरू आहेत.'' तेव्हा कैकेयी म्हणाली, ''राम तर वनवासाला गेले आहेत. सीता आणि लक्ष्मणही त्यांच्याबरोबर आहेत.'' हे ऐकताच रामाच्या विरहाने भरत इतका व्याकूळ झाला, की तो पित्याच्या निधनाचे दुःख विसरला. कैकेयीने त्याला आपण दशरथाला मागितलेले वरदान आणि रामाचा वनवास याविषयी सर्व काही सांगितले. आपल्या मातेची करणी ऐकून तर त्याच्यावर जणू आकाशच कोसळले. आपल्या मातेच्या या दुःसाहसाने पाषाणवत होऊन भरत तिच्याकडे बघतच राहिला. त्याची ती अवस्था पाहून कैकेयी म्हणाली, ''ऊठ पुत्रा, अयोध्येच्या भावी नरेशाला एखाद्या सामान्य माणसाप्रमाणे असे व्याकूळ होणे शोभत नाही. पित्याच्या मृत्यूचा तू जराही शोक करू नकोस, कारण ते जीवनातली सगळी सुखं उपभोगून, पुण्य आणि यश प्राप्त करून, ईश्वराच्या इच्छेने स्वर्गवासी झाले आहेत; आणि रामाच्या वनवासाविषयी बोलायचे तर त्याचे इथे नसणे हेच तुझ्या हिताचे आहे. त्याला इथून दूर पाठवून मी तुझा

मार्ग निष्कंटक केला आहे. आता तुझे राजपद कोणीही तुझ्याकडून हिरावून घेऊ शकणार नाही. झाले गेले सगळे विसरून जा आणि सुखाने राज्य कर.''

आपल्या मातेचे हे बोलणे ऐकून भरताचा क्रोध अनावर झाला. तो गरजला, ''हे तू काय केलेस, माते? अग, तू माझी माता आहेस की वैरीण?'' कैकेयी आपली बाजू मांडत म्हणाली, ''पुत्रा, मी जे काही केले आहे, ते तुझ्या भल्यासाठीच.'' पण भरताचा क्रोध वाढतच गेला. तो म्हणाला, ''श्रीराम असताना अयोध्येच्या सिंहासनावर मी बसेन, असे तुला वाटले तरी कसे? तुझी बुद्धी भ्रष्ट झाली आहे की काय? हे असले कुकर्म करून तू स्वतःबरोबर मलाही कलंकित केले आहेस. सारे जग आता तुझ्याबरोबर मलाही दोषी ठरवेल. स्वार्थाने अंध होऊन आपल्या ज्येष्ठ पुत्राची सुख-शांती, मान, यश हिरावून घेणारी स्त्री ही माता असूच शकत नाही.'' बोलता-बोलता क्रोधाने भरताचा चेहरा लालबुंद झाला.

काही वेळाने क्रोधाची जागा दुःखाने घेतली आणि असहाय होऊन भरत एखाद्या बालकाप्रमाणे रडू लागला.... ''निश्चितच मी काहीतरी मोठे पाप केले असेल, म्हणूनच विधात्याने मला अशा कुमती मातेच्या पोटी जन्म दिला आणि मला श्रीरामांच्या वनवासाचे निमित्त केले... श्रीरामांना माझ्याविषयी काय वाटले असेल?... माता कौसल्या माझ्याबद्दल काय म्हणाली असेल?... मीही या षड्यंत्रामध्ये सहभागी आहे, असेच तिला वाटले असणार. आता मी तिच्यासमोर कोणत्या तोंडाने जाऊ? हे भगवंता, मी काय करू? माझी माताच माझ्या विनाशाला कारण ठरली आहे....'' बोलता-बोलता भरत हमसून-हमसून रडू लागला.

तेवढ्यात तिथे मंथरा आली. नटूनथटून, गुणगुणत आलेल्या मंथरेला पाहून भरताचा

आणि शत्रुघ्नाचा क्रोध आणखीच भडकला. हीच सगळ्या दुःखाचे कारण आहे असे म्हणत शत्रुघ्नाने मंथरेच्या कमरेत जोरात लाथ मारली. त्या आघाताने मंथरा खाली कोसळली आणि तिचे कुबड फुटले. घाबरलेली-भेदरलेली मंथरा तिथून पळून गेली.

भरताला आता कैकेयीसमोर उभे राहणेही असह्य झाले होते. त्याला माता कौसल्येकडे जावेसे वाटू लागले. तिच्याकडे गेल्यावर मन शांत होईल, असे त्याला वाटले, म्हणून तो कौसल्येकडे गेला; पण तिच्यासमोर गेल्यावर त्याचा गळा दाटून आला आणि तो काहीच बोलू शकला नाही. कौसल्येने त्याच्या पाठीवर हात फिरवल्यावर तो रडत-रडत तिला म्हणाला, ''माते, मला क्षमा कर. या पाप्यामुळेच तुला आजचा हा कुदिन पाहावा लागला आहे. पण बंधू रामाची शपथ घेऊन सांगतो, की यामध्ये मी जराही सहभागी नाही. मी राजपदाचा स्वीकार करणार नाही. आता मी वनात जातो आणि श्रीरामाला पुन्हा अयोध्येला घेऊन येतो.'' असे म्हणून तो पुन्हा रडू लागला. तेव्हा कौसल्येने त्याला जवळ घेऊन त्याचे सांत्वन केले.

पित्याचे अंतिम संस्कार केल्यावर भरताने सर्व मंत्र्यांची आणि गुरूंची सभा भरवली. सभेला उद्देशून दुःखी स्वरात तो म्हणाला, ''माझ्यामुळे आणि माझ्या मातेमुळे अयोध्येवर हे दुःखाचे सावट आले आहे. त्यासाठी मी तुम्हा सर्वांची माफी मागतो. माझ्यामुळेच श्रीराम, सीता आणि लक्ष्मण वनवास भोगत आहेत, या विचाराने मला असह्य पीडा होत आहेत. हे कृत्य निश्चितच क्षमायोग्य नाही, याची मला कल्पना आहे, तरीही मी आपल्याकडे दयेची आणि क्षमेची याचना करतो. आपण सर्व जण परम ज्ञानी आहात. आपला स्वभाव क्षमाशील आहे. तेव्हा कृपया आपण या पाप्याला क्षमा करावी.''

भरताचे हे व्याकूळ आणि नम्र निवेदन ऐकून सगळ्यांचे कंठ दाटून आले. भरताची अशी विचलित आणि दुःखी अवस्था पाहून गुरू वसिष्ठ त्याला म्हणाले, ''हे भरता, जे काही झाले आहे, ते विधात्याची इच्छा समजून विसरून जा आणि स्वतःला सावर. आता अयोध्येचे सिंहासन रिक्त आहे. अयोध्या नगरीला रक्षणकर्ता राजा नाही. तेव्हा

आता तू दुःख आवर आणि पित्याच्या अंतिम इच्छेचा मान ठेवून राजपदाचा स्वीकार कर.'' त्यावर आपला विरोध दर्शवत भरत म्हणाला, ''नाही मुनिवर, सर्वात ज्येष्ठ पुत्रच राजपदाचा अधिकारी असतो. तेव्हा अयोध्येच्या सिंहासनावर बसण्याचा मान श्रीरामालाच मिळायला हवा. मी वनात जाईन. बंधू रामाच्या चरणी मस्तक ठेवून त्याची क्षमायाचना करेन. ते तर दयेचे सागर आहेत. ते नक्कीच मला क्षमा करतील. मग मी त्यांना, माता सीतेला आणि लक्ष्मणाला अयोध्येला परत घेऊन येईन.'' भरताचे निर्मळ मन पाहून सगळे जण भारावून गेले आणि मनोमन भरताच्या रामावर असलेल्या प्रेमाची आणि भक्तीची प्रशंसा करू लागले.

भरताच्या आज्ञेनुसार श्रीरामांना वनातून अयोध्येला परत आणण्याची सर्व तयारी केली गेली. भरताबरोबर त्याच्या तिन्ही माता, गुरू वसिष्ठ, सर्व मंत्रिगण आणि अयोध्येची सेनाही या यात्रेत सामील झाली. अयोध्यावासीयांनी खूप आशेने रामाला परत आणायला निघालेल्या या यात्रेला निरोप दिला. इतक्या विशाल वनामध्ये राम कुठे राहत असतील, कसे झोपत असतील, काय खात असतील, या विचारांनी भरताला पुनःपुन्हा दुःखाचे कढ येत होते. प्रत्येक श्वासाबरोबर तो राम-राम असा जप करत होता. रथावर आरूढ न होता तो अनवाणी पायांनी चालत निघाला होता. श्रीरामाच्या विरहाने त्याचे मुख कोमेजून गेले होते. तहानेने व्याकूळ होऊन पाण्यासाठी दाही दिशा भटकणाऱ्या माणसाची अवस्था जशी असते, तशीच अवस्था भरताची झाली होती. त्यांच्या मार्गावर सगळीकडे भरताच्या त्यागाची आणि श्रीरामावरच्या भक्तीची चर्चा होत होती. सर्व जण म्हणत होते, भाऊ असावा तर भरतासारखा!

भरताने आधी भिल्लराज निषादराजची भेट घेतली आणि त्याच्या सांगण्यावरून तो प्रयाग या तीर्थस्थानी गेला. तिथे भरताने गंगा-यमुना-सरस्वतीच्या पवित्र संगमात स्नान केले आणि प्रार्थना केली, की 'हे तीर्थराज, आपण सर्व कामना पूर्ण करता. मला ना धनसंपदेची कामना आहे ना मोक्षाची! जन्मोजन्मी श्रीरामांच्या चरणी माझी प्रीती समर्पित राहो, हीच माझी इच्छा आहे.' त्यानंतर भरताने भरद्वाज ऋषींची भेट घेतली. त्यांनी भरताला सांगितले, की 'श्रीराम चित्रकूट पर्वतावर निवास करत आहेत.' भरत खूप व्यथित झाला आहे, उद्विग्न आहे, हे भरद्वाजांनी पाहिले. तेव्हा भरताला समजावताना ते म्हणाले, "भरता, तुझ्या मातेचे कर्म अयोग्य होते हे खरे; परंतु तरीही मातेविषयी मनात तिरस्कार धरू नकोस. तिच्याशी प्रेमाने वाग. या विश्वात घडणारी प्रत्येक घटना ही ईश्वराच्या इच्छेनेच घडत असते आणि ती विश्वाच्या भल्यासाठीच असते. म्हणूनच मातेने केलेल्या कर्मालाही ईश्वरेच्छा समजून तिला क्षमा कर आणि स्वतःचे मन शांत कर." भरताने भरद्वाजांना वंदन केले आणि त्यांच्याकडून श्रीरामांच्या निवासस्थानाची माहिती घेऊन तो श्रीरामांना भेटण्यासाठी चित्रकूट पर्वतावर गेला.

भक्तीच्या अभावामुळे स्वानुभव हरवतो

प्रस्तुत प्रसंगामध्ये दडलेली सखोल आध्यात्मिक समज प्राप्त करण्यासाठी आपण अयोध्येला एका साधकाप्रमाणे समजू या. ज्यात कैकेयी बुद्धीचे, मंथरा तुलनात्मक मनाचे, श्रीराम स्वानुभवाचे आणि भरत भक्तीचे प्रतीक आहे. मंथरेच्या बोलण्यावर विश्वास ठेवून जेव्हा कैकेयीने श्रीरामाला वनवासाला पाठवले, तेव्हा भरत अयोध्येमध्ये नव्हता. कैकेयीने हे कुकर्म भरताच्या अनुपस्थितीमध्ये केले. जर भरत अयोध्येमध्ये असता तर त्याने कैकेयीला असा अनर्थ कधीच करू दिला नसता. त्याने तिला वेळीच समजावले असते. मंथरेच्या कपटी बोलण्याला तिला फसू दिले नसते.

साधकात (अयोध्या) भक्तीचा (भरत) अभाव असतो किंवा काही कारणाने तो भक्तीला मुकलेला असतो, तेव्हाच तुलनात्मक मन (मंथरा) त्याची बुद्धी भ्रष्ट करते. त्यामुळे साधकाचा स्वानुभव (राम) निघून जातो. जोपर्यंत साधकाच्या मनात भक्तीची ज्योत निरंतर तेवत राहत नाही, तोपर्यंत त्याची भक्ती अस्थिर असते. ती छोट्यामोठ्या कारणाने, संशयाने, अनुमानाने किंवा कोणाच्यातरी काही सांगण्याने विचलित होऊ शकते, तर कधीकधी दिखाऊ सत्याला म्हणजे मायेला भुलल्यामुळे किंवा ज्ञानाच्या खोट्या अहंकारामुळे साधक भक्तीला मुकतो. भक्तीची ज्योत निवल्यामुळे किंवा क्षीण झाल्यामुळे बुद्धीला भक्तीचा पुरेसा प्रकाश लाभत नाही. त्यामुळे तुलनात्मक मनाच्या

नादाने बुद्धी कुमार्गाला लागते. ती सत्याचे श्रवण, मनन, पठण थांबवते. मायेला फसते. इंद्रियसुखांमध्ये रमते. तिला संसारातली प्रलोभने ही स्वानुभवाहून श्रेष्ठ वाटू लागतात. मग सुबुद्धी ही दुर्बुद्धी होते आणि साधकाला स्वानुभवापासून दूर नेऊ लागते.

श्रीराम वनवासाला गेल्यानंतर अयोध्येची अवस्था कशी झाली होती, हे तर आपण कैकेयी-मंथरेच्या प्रसंगात पाहिलेच. साधक जेव्हा स्वानुभवापासून दूर होतो, खरा आनंद गमवतो आणि सुखदुःखाच्या दुष्ट चक्रामध्ये फसतो, तेव्हा तो गुरूला शरण जातो. त्या वेळी त्याच्याकडून काय चूक झाली, हे गुरू त्याला समजावून सांगतात. मग गुरूंच्या मार्गदर्शनानुसार साधक स्वतःचा शोध घेतो आणि आपले कुठे चुकले, हे जाणून घेतो. आत्मपरीक्षण करताना त्याला भक्तीपासून दूर जाण्याची कारणे लक्षात येतात. त्याला समजते, की तुलनात्मक मनाच्या प्रभावामुळे आपली बुद्धी भ्रमित झाली होती. ज्ञानाच्या अहंकाराने आपण भक्तीपासून दूर झालो होतो आणि त्यामुळे स्वानुभवापासूनही विन्मुख झालो होतो.

रामाच्या विरहाने व्याकूळ झालेली भक्ती

जेव्हा अयोध्येला परत आलेल्या भरताला कळते, की राम वनवासाला गेला आहे, तेव्हा भरत इतका व्याकूळ झाला, की रामाच्या विरहापुढे तो पित्याच्या मृत्यूचे दुःखही विसरून गेला. श्रीरामांचे वनवासाला जाणे त्याच्यासाठी अत्यंत दुःखदायक आहे आणि त्या घटनेला आपण कारण ठरलो, हा विचार त्याचे दुःख वाढवत आहे. इथे भरत हा साधक आहे आणि श्रीराम हे त्याचे ईश्वर आहेत, तर दशरथाचा मृत्यू हे अन्य दुःखाचे प्रतीक आहे. साधकाच्या मनात जेव्हा खऱ्या भक्तीची ज्योत तेजाने तळपू लागते, तेव्हा त्याला ईश्वराशिवाय अन्य काही सुचत नाही आणि रुचतही नाही. ईश्वराचा (स्वानुभवाचा) थोडासा विरहही त्याला पीडादायी वाटतो. त्या दुःखापुढे त्याला जगातली बाकी सारी दुःखे क्षुद्र वाटायला लागतात. रामाच्या वनवासाला भरत स्वतःला दोषी समजत होता. त्याचप्रमाणे ईश्वरापासून दुरावण्यात साधकाला इतरांचे नाही तर स्वतःचेच दोष दिसू लागतात. त्याच्या मनात फक्त एकच विचार सुरू असतो, तो हा की आपल्यापासून दूर गेलेल्या रामाला (स्वानुभवाला) परत कसे घेऊन यायचे?

ईश्वरावरची भक्ती किती प्रबळ असावी, हे एका गोष्टीच्या माध्यमातून जाणून घेऊ या. ती गोष्ट अशी आहे– एक शिष्य नेहमी आपल्या गुरूंकडे तक्रार करायचा, की 'मी रोज इतका वेळ पूजापाठ करतो, ध्यानधारणा करतो, जपजाप्य करतो, तरीही ईश्वर मला दर्शन का देत नाही?' गुरू म्हणाले, 'कारण अजून तुझ्या भक्तीमध्ये काही

कमतरता आहे.' ते ऐकून शिष्य नाराज झाला आणि म्हणाला, 'तुम्ही असे का म्हणता? मी तर झोपेत, जागेपणी, उठताबसता, प्रत्येक क्षणी केवळ ईश्वराचाच विचार करत असतो. मला सतत त्याच्याच दर्शनाची आस लागलेली असते. मग माझी भक्ती कमी कशी असेल?' शिष्याची समजूत काढत गुरू म्हणाले, 'ठीक आहे, मी तुझे म्हणणे मान्य करतो. बरे तर मग चल, आता मी तुला ईश्वराचे दर्शन घडवतो.' असे म्हणून गुरू शिष्याला एका नदीकिनारी घेऊन जातात. दोघे नदीमध्ये उतरतात आणि पुढेपुढे जाऊ लागतात. पाण्यात ते जसजसे खोलखोल जाऊ लागतात, तसतसा शिष्य घाबरू लागतो. तरीही त्याचे नामस्मरण चालूच असते. आणखी थोडे खोल गेल्यावर अचानक गुरू शिष्याचे डोके पाण्यात बुडवून दाबून धरतात. तेव्हा नाकातोंडात पाणी जाऊन शिष्य घाबराघुबरा होतो आणि गुरूंपासून सुटका करून घेण्यासाठी धडपडू लागतो. काही वेळाने गुरू शिष्याला वर येऊ देतात. शिष्याला धाप लागलेली असते. त्याचे प्राण जणू कंठाशी आलेले असतात. थोडे सावरल्यानंतर तो गुरूंकडे आपली नाराजी व्यक्त करतो. तेव्हा गुरू विचारतात, 'मला सांग, जेव्हा तुझे डोके पाण्याखाली होते, तेव्हा तू कशासाठी तळमळत होतास?' शिष्य म्हणतो, 'श्वास घेण्यासाठी.' गुरू विचारतात, 'म्हणजे तेव्हा तुझ्या मनात ईश्वरदर्शनाची आस नव्हती?' गुरूंचा हा प्रश्न ऐकून शिष्य निरुत्तर होतो. तेव्हा गुरू म्हणतात, 'जेव्हा तुझ्या मनात अशा स्थितीतही ईश्वरदर्शनाची आस असेल, त्या क्षणी तुला ईश्वराचे दर्शन घडेल.' या गोष्टीचे तात्पर्य असे, की अयोध्येला परत आल्यावर आणि तिथे श्रीराम नाही, हे कळल्यावर भरताला फक्त श्रीरामदर्शनाची आस लागली होती आणि म्हणूनच वनामध्ये राम-भरत भेट शक्य झाली.

फ्री रिस्क – फ्री भक्ती

श्रीरामांवर भरताची इतकी भक्ती होती, की त्या भक्तीसाठी त्याने स्वतःच्या आईचेही काही ऐकले नाही. अयोध्येचा राजा होण्याचे प्रलोभनही त्याला या भक्तीपासून दूर करू शकले नाही. यावरून ईश्वरावर आपली भक्ती, श्रद्धा कशी असावी, हे आपल्याला कळते. आपली भक्ती आणि प्रेम कसे असावे, हे कळते. आपली भक्ती अशी असावी, की आपली अगदी जवळची व्यक्तीही आपल्याला त्या भक्तीपासून दूर करू शकणार नाही. कोणतीही वैयक्तिक भावना आपल्या भक्तीला विचलित करू शकणार नाही. जीवनातली दुःखे, सुखाची प्रलोभने, पद-प्रतिष्ठा, मानसन्मान किंवा अन्य कोणतीही इच्छा आपल्याला आपल्या ध्येयापासून दूर करू शकणार नाही. भरताच्या मनात तर मोक्षप्राप्तीचीही कामना उरली नव्हती. त्याने ईश्वराकडे मागणे मागितले, तेही भक्तीचेच.

भरताप्रमाणेच आपली भक्तीही इतकी परिपूर्ण असावी. आपल्याला परिपूर्ण आनंद देणारी असावी. भक्तीशिवाय आपल्या मनात अन्य कोणतीही इच्छा नसावी. आपल्या भक्ती-मध्ये भरतासारखीच समर्पण भावना असावी, तेव्हाच आपण रामाशी एकरूप व्हाल.

सत्य समजल्यावर भरत कैकेयीवर रागावतो आणि संपूर्ण शक्तीने मंथरेला पळवून लावतो. इथे कैकेयी ही बुद्धीचे प्रतीक आहे. साधक त्याच्या कुमार्गावर गेलेल्या बुद्धीला म्हणजे कैकेयीला सत्य श्रवण, पठण, मनन आणि ध्यानाद्वारे शुद्ध करण्याचा प्रयत्न करत असतो, तेव्हा त्याच्यामध्ये भक्तीचा संचार होतो आणि तो ज्ञानाच्या आणि भक्तीच्या प्रहाराने तुलनात्मक मनाला (मंथरेला) पळवून लावतो. भरत राजपद नाकारून श्रीरामाला परत आणण्यासाठी निघतो. याचा अर्थ असा, की सत्य प्राप्त करण्यासाठी साधक गुरूंच्या मार्गदर्शनात, आज्ञेत राहू लागतो आणि याचाच परिणाम म्हणून जीवनामध्ये रामाला अर्थात स्वानुभवाला परत आणण्याचा त्याचा प्रवास सुरू होतो. या प्रवासात तो आपल्याबरोबर आपल्या मित्रांना, नातेवाइकांना आणि शुभचिंतकांनाही सामील करून घेतो. कारण आपल्याबरोबर त्यांनाही रामदर्शनाचा आनंद मिळावा आणि त्यांनाही जीवनाचे अंतिम लक्ष्य प्राप्त व्हावे, असे त्याला वाटत असते.

क्षमासाधना – इतरांसाठी नव्हे तर आपल्यासाठी

या प्रसंगाच्या शेवटी भरद्वाज ऋषींद्वारे एक अत्यंत महत्त्वाचा संदेश दिला गेला आहे. माता कैकेयीला क्षमा करून तिच्याशी प्रेमाने वागायचा सल्ला ते भरताला देतात. ते भरताला म्हणतात, 'तू कैकेयीला क्षमा कर आणि शांत हो.' ही गोष्ट अतिशय महत्त्वाची आहे.

आपल्या बाबतीतही अनेकदा असे होते. एखाद्याच्या एखाद्या कृतीने किंवा बोलण्याने आपल्याला दुःख होते. आपण ती गोष्ट मनाला खूप लावून घेतो. ती गोष्ट परत-परत आठवून आपण आपले दुःख वाढवून घेत असतो. आतल्या आत कुढत त्या माणसाला दोष देत राहतो. आपल्या अशा वागण्याने त्या माणसाला काही फरक पडत नाही; पण आपण मात्र आपलीच मानसिक शांती हरवून बसतो. नकारात्मकतेमध्ये गुरफटत जातो. तुम्ही दुःखी असाल, चिंतित, अशांत असाल तर याचा अर्थ तुमचा ईश्वरावर पूर्ण विश्वास नाही असा होतो. जिथे विश्वास आहे तिथे ईश्वर आहे. अशा व्यक्तीला अन्य कोणाच्या आधाराची गरज भासत नाही, कारण ईश्वरच तिचा सांगाती असतो म्हणून ती व्यक्ती सर्व प्रकारच्या परिस्थितीमध्ये आनंदी असते. तेव्हा नेहमी आनंदी राहा, कारण ईश्वर नेहमी प्रसन्न, आनंदी व्यक्तींच्याच हृदयात निवास करतो.

ईश्वराचा खरा भक्त सर्व प्राणिमात्रांमध्ये ईश्वरालाच पाहत असतो. इतकेच नाही तर आपल्या विरोधकांमध्येही त्याला ईश्वराचे दर्शन होत असते. शत्रूंच्या कुकर्मातही ईश्वराचा वास आहे, असे मानून तो शत्रूंना क्षमा करतो. कोणत्याही परिस्थितीला ईश्वराची इच्छा मानून तिचा शांततेने आणि स्थिर मनाने स्वीकार करतो. त्याच्या मनात कोणाच्याहीविषयी वाईट भावना उरत नाही. कारण त्याला माहीत असते, की एखाद्याविषयी काही वाईट विचार करणे, म्हणजे त्याच्यामध्ये असलेल्या ईश्वराविषयी वाईट विचार करणे आहे.

जर तुम्हीही एखाद्याच्या वाईट कृत्यामुळे किंवा वाईट शब्दांमुळे स्वतःला दुःख देत असाल, तर लगेचच त्या व्यक्तीला क्षमा करा. तुम्ही जी क्षमा करता आहात, ती त्या व्यक्तीच्या भल्यासाठी नाही तर स्वतःच्या भल्यासाठी आहे, हे लक्षात ठेवा. इतरांना क्षमा करून, दुसऱ्यांची क्षमा मागून मन शांत होते. मनाची तगमग शांत होते. तेच-तेच नकारात्मक विचार नाहीसे होतात. मनात सकारात्मकतेला, आनंदाला जागा निर्माण होते आणि अशाच आनंदी हृदयात रामाचा निवास असतो.

अध्याय १६

श्रीराम-भरत भेट

भक्त आणि भगवान झाले एकाकार

श्रीरामांच्या ओढीने भरत आपल्या सेनेसह चित्रकूट पर्वताकडे भावनावेगात निघाला होता. अनवाणी पायांनी चालणाऱ्या भरताला ना वाटेतल्या काट्याकुट्यांची पर्वा होती, ना स्वतःच्या देहाची शुद्ध! त्याच्या सर्वांगात केवळ राम भरून राहिला होता. प्रभू श्रीरामांची भेट होणार, या कल्पनेनेच त्याच्या सर्वांगात उत्साहाचे वारे संचारले होते. लवकरात लवकर श्रीरामांना भेटून त्यांच्या चरणांवर स्वतःला समर्पित करायचे, या विचाराने झपाझप पावले टाकणाऱ्या भरताला वनातल्या खडतर प्रवासाची मुळीच तमा नव्हती. रामनामाचा जप करत तो अथकपणे चालला होता. भरताची ही निष्काम भक्ती, विनाअट प्रेम पाहून स्वर्गातील इंद्र आणि अन्य देवताही भयभीत झाल्या. कारण भगवान नेहमीच खऱ्या भक्ताच्या अधीन असतो. भक्ताचे कष्ट त्याला मुळीच सहन होत नाहीत आणि त्यात भक्त जर भरतासारखा असेल तर भगवान श्रीराम त्याचे मन कसे मोडणार? इंद्राला तर आता भलतीच भीती सतावू लागली. भरताच्या प्रेमामुळे श्रीराम वनवास सोडून अयोध्येला परत गेले तर असुरांचा आणि असुरराज रावणाचा विनाश कोण करणार... त्यासाठी भरताची आणि श्रीरामांची भेट होऊच नये असे काही केले तर...

इंद्राचे हे विचार जाणून घेत देवगुरू बृहस्पतींनी त्यांना समजावले, "इंद्रदेव, अशी चूक मुळीच करू नका. कारण श्रीराम स्वतः मर्यादापुरुषोत्तम आहेत. ते स्वतःचे कर्तव्य चोख बजावतात. असुरांचा विनाश करण्याचा त्यांचा विचार दृढ आहे. भरताची समजूत काढण्याचे कार्य श्रीराम करतीलच; पण तुम्ही जर त्यांच्या प्रिय भक्ताला त्रास देण्याचा

प्रयत्न केलात तर श्रीरामांच्या क्रोधापासून मात्र तुम्हांला कोणीच वाचवू शकणार नाही. त्यामुळे श्रीरामांविषयी कोणतीही शंका घेऊ नका. शिवाय, भरताच्या मार्गात काही विघ्न आणण्याचा विचारही करू नका.'' बृहस्पतींचे म्हणणे मान्य करून इंद्राने भरत-श्रीराम भेट रोखण्याचा विचार सोडून दिला.

भरताचा प्रवास पुढे चालू होता. श्रीरामांची पर्णकुटी जसजशी जवळ येत होती, तसतसे दूरवरून येणारे आवाज, पक्ष्यांचा अचानक झालेला कल्लोळ आणि क्षितिजावर उठणारे धुळीचे लोट पाहून श्रीराम, सीता आणि लक्ष्मण अचंबित झाले. तेवढ्यात तिथे काही वनवासी धावत आले. त्यांनी श्रीरामांना सांगितले, ''आपले कनिष्ठ बंधू भरत मोठ्या सेनेसह आपल्या भेटीला येत आहेत.'' हे ऐकताच भरतावरील प्रेमाने श्रीरामांचे सर्वांग पुलकित झाले. जणू त्यांच्या हृदयातील आनंद-सरितांना महापूर आला होता. भरतभेटीसाठी ते व्याकूळ झाले. पण क्रोधित झालेला लक्ष्मण म्हणाला, ''राजपदाच्या लोभाने आणि मदांध वृत्तीमुळे भरताची बुद्धी भ्रष्ट झालेली दिसते. तोसुद्धा माता कैकेयीच्या षड्यंत्रात सामील असणार. म्हणूनच आपण वनात असे सेनेशिवाय आणि निःशस्त्र असलेले पाहून तो आपल्यावर आक्रमण करण्यासाठी येत आहे. येऊ दे त्याला. मी आज त्याला मुळीच सोडणार नाही. आज त्याला त्याच्या सैन्यासोबत यमसदनीच धाडतो.'' असे म्हणून युद्धाच्या पवित्र्यात लक्ष्मणाने आपल्या भात्यातून बाण उपसला.

तेवढ्यात आकाशवाणी झाली, ''हे लक्ष्मणा, अविचाराने किंवा भावनाविवश होऊन केलेल्या कामामुळे शेवटी पश्चात्तापच करावा लागतो. म्हणूनच तू आधी परिस्थितीची पूर्ण माहिती घे. मगच तुझी प्रतिक्रिया व्यक्त कर.'' हे ऐकताच लक्ष्मण भानावर आला. मग श्रीरामांनीही लक्ष्मणाला समजावले, ''सत्तेचा अहंकार सर्वात मोठा असतो याची मला कल्पना आहे. पण भरताचे मन किती विशाल आहे, याचीदेखील मला कल्पना आहे. लक्ष्मणा, भरतासारख्या धर्मरक्षक, सदाचारी, निर्मळ मनाच्या आणि माझ्यावर निस्सीम प्रेम करणाऱ्यासाठी राजपद तर कस्पटासमान आहे.''

श्रीराम-लक्ष्मण यांच्यात असा संवाद सुरू होता, तितक्यात भरत तिथे येऊन पोहोचला आणि प्रभू श्रीरामांना आपल्या सन्मुख पाहून एखाद्या उन्मळून पडणाऱ्या वृक्षाप्रमाणे त्यांच्या चरणी कोसळला. त्याचे नेत्र श्रीरामांच्या दर्शनासाठी आसुसले होते. पण माता कैकेयीच्या खेळीमुळे लज्जित झालेला भरत श्रीरामांकडे पाहण्याचे धाडस करू शकत नव्हता. श्रीरामांच्या सान्निध्यात येताच तो मनोमन सुखावला तर होता; पण श्रीरामांच्या वनवासासाठी मीच कारणीभूत आहे, या अपराधी भावनेने तो पार खचून गेला होता. श्रीराम... श्रीराम... असे म्हणत त्यांच्या चरणांना मिठी मारून तो स्फुंदून स्फुंदून

रडू लागला. भरताची ही अवस्था पाहून सीता आणि लक्ष्मण आश्चर्यचकित झाले. शोक आणि आत्मग्लानीमुळे भरत हळवा आणि मलूल झाला होता.

श्रीरामांनी आपल्या चरणांशी लीन झालेल्या भरताला उठवून प्रेमाने हृदयाशी धरले. आजवर कोणतीच लेखणी श्रीराम-भरताच्या भेटीचे, त्या भेटीतील भावपूर्ण, अद्‌भुत क्षणांचे सार्थ वर्णन करू शकली नाही. आपल्या प्रिय आराध्याला छातीशी कवटाळण्यातला आनंद म्हणजे खरे तर परमानंद, जो शब्दातीत असतो. असा अव्यक्त परमानंद केवळ त्यांनाच अनुभवता येतो, जे हृदयाची भाषा जाणतात आणि हृदयाची परिभाषा एका सच्च्या भक्तालाच समजू शकते.

भरतभेटीनंतर श्रीराम, सीता आणि लक्ष्मण यांनी भरतासोबत आलेल्या कुटुंबीयांचे, गुरूंचे, मंत्रिगणांचे आणि सेनेचे स्वागत केले. राजा दशरथाच्या मृत्यूची वार्ता समजताच श्रीराम, सीता आणि लक्ष्मण अतिशय दुःखी झाले. गुरूंच्या आज्ञेवरून श्रीरामाने पित्याच्या नावाने सूर्याला अर्घ्य अर्पण केले. अयोध्येहून आलेल्या सर्व अतिथींची सेवा करणे म्हणजे आमचे भाग्यच, अशी वनातील सर्व भिल्ल आणि कोळी लोकांची भावना होती. त्यांनी सर्व अतिथींच्या भोजनाची आणि निवासाची यथोचित व्यवस्था केली. वनवासींच्या त्या प्रेमपूर्वक आतिथ्यामुळे राजवंशीय लोकही भारावून गेले. श्रीराम-भरत भेटीची संध्याकाळ एका भक्ताचे ईश्वराशी झालेल्या मीलनामुळे भावविभोर झाली होती. जणू त्या संध्यासमयी प्रेम, आनंद आणि भक्तीच्या अवर्णनीय वर्षावात सकल पृथ्वी न्हाऊन निघत होती.

रात्रीच्या विश्रामानंतर प्रसन्न सकाळ उजाडली. तेव्हा गुरू वसिष्ठांनी सभा भरवली. सर्व माता, चारही भाऊ, सीता, मंत्रिगण आणि सर्व मुख्य व्यक्ती सभेला उपस्थित होते. सभेला उद्देशून विनम्र स्वरात भरत म्हणाला, "हे श्रीरामा, या पाप्यामुळे तुम्हांला जे कष्ट

भोगावे लागले त्यासाठी मी तुमच्याकडे क्षमेची याचना करतो. अयोध्येच्या सिंहासनावर बसण्याचा अधिकार तुमचाच असून तुमची सेवा करणे हे माझे कर्तव्य आहे. म्हणूनच मी तुम्हांला न्यायला आलो आहे. माझ्याबरोबर परत चला आणि अयोध्येचे राज्य सांभाळा. तुमच्याविना अयोध्या सुनी झाली आहे, चैतन्यहीन झाली आहे. अयोध्येला तिचे चैतन्य पुन्हा मिळवून द्या. परत चला श्रीरामा, परत चला.'' भरताच्या या आग्रहावर श्रीराम म्हणाले, ''हे भरता, मी वनवासाला जावे आणि तू अयोध्येचे राज्य सांभाळावे हीच आपल्या पिताजींची अंतिम इच्छा होती. तेव्हा त्यांच्या अंतिम इच्छेचे पालन करणे हा आपल्या दोघांचाही धर्म आहे. तू तर कर्तव्यपालनाचे महत्त्व जाणतोसच. आपल्या रघुवंशाच्या वचनपालन परंपरेचा तू रक्षक आहेस, नीतिधर्म जाणणारा आहेस. पिताजींच्या अकाली मृत्यूने सारी अयोध्या अनाथ झाली आहे. त्यामुळे ही वेळ वैयक्तिक नात्यांच्या मोहात अडकण्याची नाही, तर अयोध्येचे राजेपण स्वीकारून कर्तव्यपालन करण्याची आहे. तेव्हा हे भरता, तू तुझे उत्तरदायित्व पूर्ण कर. तू माझा कनिष्ठ बंधू आहेस. या संकटसमयी माझ्या अनुपस्थितीमध्ये राजपरिवाराचा आणि अयोध्येचा तूच तर आधार आहेस. कारण मी पिताजींच्या आज्ञेने बांधला गेलो आहे. त्यामुळे मी अयोध्येला परत येऊ शकत नाही.''

श्रीरामांच्या बोलण्यावर भरताने युक्तिवाद केला, ''अयोध्येचे रक्षण महत्त्वाचे असेल तर तुम्ही माता सीता आणि लक्ष्मणासह अयोध्येला परत जा. वचनपालन करण्यासाठी तुमच्याऐवजी मी आणि शत्रुघ्न वनात राहतो. पण तुम्ही राजपदाचा स्वीकार करून राज्यकारभार सांभाळा. मी राज्याभिषेकाची सर्व तयारी करूनच आलो आहे. जोपर्यंत तुम्ही माझे म्हणणे मान्य करत नाही, तोपर्यंत मी इथून परत जाणार नाही.'', असे म्हणून भरताने श्रीरामांचे चरण घट्ट धरून ठेवले.

समस्या तशी गंभीर होती. श्रीरामांना कर्तव्यपालनही करायचे होते आणि भरताचे मनही दुखवायचे नव्हते. अशा वेळी गुरूंचा सल्ला श्रेष्ठ ठरतो. म्हणूनच सर्व जण गुरू वसिष्ठांचा सल्ला मिळावा या आशेने त्यांच्याकडे पाहू लागले. परिस्थितीचा सारासार विचार करून गुरू वसिष्ठ म्हणाले, ''हे भरता, श्रीराम हे धर्माचे, मर्यादांचे आणि सत्याचे रक्षक आहेत. ते नीतिनियमाने बद्ध आहेत. तू त्यांच्यामध्ये तुझे गुरू, बंधू आणि भगवान सर्व काही पाहतोस. त्यामुळे आता कोणताही हट्ट न धरता ते तुला जी काही आज्ञा देतील ती स्वीकारून तिचे पालन कर.''

हे गुरुवचन ऐकून श्रीराम प्रेमभराने म्हणाले, ''प्रिय भरता, तुझ्या प्रेमाने आणि भक्तीने मी भारावून गेलो आहे. तुझी मनोदशा मी जाणतो. म्हणूनच तुझ्या प्रार्थनेचा

मी प्रेमपूर्वक स्वीकार करत आहे. अयोध्येच्या राजसिंहासनाचाही मी स्वीकार करत आहे.'' श्रीरामांचे हे शब्द ऐकताच भरताचा कोमेजलेला चेहरा आनंदाने पुलकित झाला. त्याचे मनोरथ सफल झाले होते ना! पण श्रीराम पुढे म्हणाले, ''परंतु पिताजींच्या आज्ञेचे पालन करणे हेही माझे परमकर्तव्य आहे. त्यामुळे ही चौदा वर्षे माझा प्रतिनिधी म्हणून मी तुझीच नेमणूक करतो. माझा वनवास संपेपर्यंत माझ्या वतीने अयोध्येचा राज्यकारभार तूच सांभाळ. मी परत येईन तेव्हा राज्यकारभाराची सूत्रं माझ्या हाती घेईन.''

श्रीरामांची आज्ञा भरतासाठी ईश्वरआज्ञेहूनही श्रेष्ठ होती. तेव्हा काहीही न बोलता भरताने श्रीरामांच्या आज्ञेचे पालन केले. तो म्हणाला, ''जशी तुमची आज्ञा! पण तुमच्या सिंहासनावर मी बसणार नाही, शिवाय सिंहासन रिक्तही ठेवता येणार नाही. तेव्हा तुम्ही कृपया मला तुमच्या पादुका द्याव्यात. अयोध्येच्या राजसिंहासनावर मी तुमच्या पादुकांची प्रतिष्ठापना करेन आणि रोज त्यांची पूजा करून त्यांच्याच साक्षीने राज्यकारभार चालवेन. वनवासाहून परतल्यावर आपण राजसिंहासन ग्रहण करा. पण, एक गोष्ट मात्र निश्चित सांगतो, की वनवासाची मुदत संपल्यानंतर तुम्हांला परतायला एक दिवस जरी विलंब झाला तरी मी तुम्हांला जिवंत दिसणार नाही.'' श्रीरामांनी प्रसन्न स्मित करत भरताला लवकर परत येण्याचे वचन दिले आणि आपल्या पादुकाही दिल्या. भरताने रामाच्या पादुकांचा आदरपूर्वक स्वीकार केला आणि त्या डोक्यावर ठेवून तो पुन्हा पायी अयोध्येला परत निघाला.

अयोध्येला पोहोचल्यावर भरताने सिंहासनावर श्रीरामांच्या पादुकांची प्रतिष्ठापना केली. त्याने श्रीरामांप्रमाणे वनस्थ जीवन स्वीकारले. सर्व प्रासादी सुखसुविधांचा, राजवस्त्रांचा आणि राजप्रासादाचाही त्याग केला. तो नंदीग्राम गावामध्ये एक कुटी बांधून राहू लागला. तिथे तो जमिनीवर झोपायचा आणि कंदमुळे खायचा. श्रीरामांना वनवासात जी सुखे उपलब्ध नव्हती, त्या सर्व सुखांचा त्याने त्याग केला. त्या कुटीतूनच तो अयोध्येचा राज्यकारभार चालवायचा आणि बाकी वेळ भक्तीमध्ये लीन राहायचा. अशा प्रकारे भरताने जगापुढे भक्ती, निष्काम सेवा आणि त्यागाचे आदर्श निर्माण केले. ज्याच्यासाठी नियतीने जगातली सारी सुखे वाढून आणली होती, त्याने ती स्वेच्छेने नाकारली आणि भक्तीचा, निष्काम सेवेचा निरिच्छ मार्ग निवडला. अशा भक्तिमूर्ती, सेवामूर्ती, त्यागमूर्ती भरताची कीर्ती यापुढेही जनमनात सूर्याप्रमाणे तळपत राहील आणि अनंत काळ भक्तांना मार्गदर्शन करत राहील. या प्रसंगामागे दडलेले संकेत आणि संदेश आपण पुढील अध्यायात समजून घेणार आहोत.

अध्याय १७

रामभक्त - राजा भरत

इंद्रियापलीकडील भक्तीची गाथा

श्रीरामांच्या अनुपस्थितीत भरताने चौदा वर्षे अयोध्येचा राज्यकारभार चालवला. पण तो अयोध्येचा राजा म्हणून नाही, तर राजा रामाचा सेवक म्हणून. कर्ता होऊन नाही तर अकर्ता भावनेने! खरे तर विश्वातले प्रत्येक कार्य हे रामकार्यच आहे. जे काही चाललेले आहे ती रामलीलाच आहे. जो भक्त आपल्या प्रत्येक कार्याची जबाबदारी ही रामाचे ('स्व'चे) कार्य समजून निष्काम सेवाभावनेने पूर्ण करतो, तो प्रत्येक भक्त म्हणजे भरतच आहे.

भक्तीपुढे इंद्रिये लाचार होतात

भरताची भक्ती आणि प्रेम पाहून इंद्राला चिंता वाटू लागली, की भरताच्या प्रेमामुळे श्रीरामांचे मन बदलले तर? म्हणून तो श्रीराम-भरत भेटीमध्ये बाधा निर्माण करण्याचा विचार करत होता. इथे इंद्र हा इंद्रियांचे प्रतीक आहे. माणूस जसजसा भक्तिमार्गावर पुढेपुढे जात राहतो, तसतसा इंद्रियसुखांपासून विन्मुख होतो. त्याचे सगळे लक्ष ईश्वरप्राप्तीकडे लागलेले असते. अर्थातच त्यांमुळे इंद्रिये व्याकूळ होतात आणि आपली तृप्ती करून घेण्यासाठी भक्ताच्या मार्गामध्ये बाधा निर्माण करू लागतात. त्यासाठी नवनवीन इच्छांमध्ये साधकाला अडकवण्याचा प्रयत्न करू लागतात. अशा वेळी भक्ताचे रक्षण करते ती भक्तीची शक्ती आणि ईश्वरी कृपा!

गुरू जेव्हा साधकाला ज्ञान देतात आणि साधक गुरूच्या आज्ञेचे पालन करतो, तेव्हा

हळूहळू त्याच्या शरीराला शिस्त लागते. शरीराला शिस्त लागली, की त्या शिस्तबद्ध शरीरामधली इंद्रियेही साधकाला त्याच्या साधनेमध्ये सहयोग देऊन शांत होतात. त्याचे कान सत्य श्रवण करतात. जिव्हा ईश्वराचे नाम जपते. त्याचे नेत्र मायेच्या धुक्यामध्येही सत्य शोधण्याचा प्रयत्न करतात. त्वचा सत्याचा अनुभव घेते. मन भक्तीमध्ये समर्पित होते. थोडक्यात सांगायचे तर सत्यावर असलेली दृढ निष्ठा आणि गुरूआज्ञेचे पालन यांमुळे इंद्रियांना समज देऊन शांत करता येऊ शकते. इंद्रियांना जोरजबरदस्तीने किंवा त्यांचे दमन करून नियंत्रित केले तर ती थोडा वेळ शांत राहतात; पण नंतर संधी साधून ती दुप्पट शक्तीने आक्रमण करतात. मग मात्र साधकाची सगळी भक्ती, ज्ञान त्यांना थोपवण्यात अयशस्वी ठरते. त्यानंतर तो पुन्हा इंद्रियांना वश होतो, भक्तीपासून दूर होतो आणि इंद्रियांची इच्छापूर्ती करू लागतो. म्हणूनच इंद्रिय दमन करू नये, इच्छा दाबून ठेवू नयेत; तर गुरूंकडून मिळणाऱ्या ज्ञानाद्वारे त्यांना नियंत्रित करायला हवे.

पूर्ण विचार करून प्रतिक्रिया द्या

भरत मोठी सेना घेऊन येतो आहे हे कळताच लक्ष्मणाच्या मनात शंका येऊ लागतात. भरत श्रीरामांवर आक्रमण करण्यासाठीच येत आहे असा त्याचा गैरसमज होतो. खरा काय प्रकार आहे, हे त्याला माहीतच नसते. तरीही आपल्याला जे वाटते तेच खरे आहे असे समजून तो भरताला दोष देऊ लागतो, त्याच्याशी युद्ध करायला तयार होतो. हा प्रसंग वाचणाऱ्या प्रत्येक वाचकाच्या मनात येईल, की भरतासारख्या भावाविषयी लक्ष्मणाने असा विचार करायला नको होता. आधी त्याने वास्तव जाणायला हवे होते. पण असा विचार आपण करू शकतो. कारण आपण हा प्रसंग त्रयस्थ नजरेने पाहत आहोत. मात्र जेव्हा आपल्यावर अशी वेळ येऊन ठेपते तेव्हा आपण काय करतो? एखाद्याविषयी मत व्यक्त करण्यापूर्वी आपण सगळी परिस्थिती नीट समजून घेतो का? सत्य काय आहे हे जाणून घेतो का? की कोणाच्या सांगण्यावर विश्वास ठेवून मतं बनवतो. मग लोकांवर 'अमुक एक असाच आहे' किंवा 'ती ना, तशीच आहे' असे शिक्के मारत राहतो.

भरताविषयी गैरसमज करून घेऊन लक्ष्मण जेव्हा त्याच्याशी युद्धाला तयार होतो, तेव्हा आकाशवाणी होते, 'आधी विचार कर, सत्य काय आहे ते जाणून घे आणि मगच काही प्रतिक्रिया दे.' कथेच्या अनुषंगाने इथे आकाशवाणी हा शब्द वापरलेला आहे. पण खरे तर आकाशवाणी म्हणजे आकाशातून येणारे शब्द नाहीत, तर ती आपल्याच हृदयातून आलेली साद, आपल्याच अंतर्यामीचे विचार असतात. अशा

वेळी आपल्यामधला विवेक, स्व आपल्याला सावध करत असतो, अशा चुकांपासून परावृत्त करत असतो. यालाच अंतरात्म्याचा आवाज किंवा आपला आतला आवाज असे म्हणतात. हा आतला आवाज आपल्याला नेहमीच सावध करत असतो; पण प्रत्येकाकडेच हा आवाज ऐकण्याची शक्ती नसते. शिवाय, जरी हा आवाज ऐकू आला तरी अहंकारामुळे त्याला नाकारले जाते. जी व्यक्ती सत्य ग्रहण करण्यासाठी म्हणजे सत्य जाणून घेण्यासाठी उत्सुक आहे, संवेदनशील आहे, तीच हा आवाज ऐकू शकते. लक्ष्मण सत्य जाणून घेऊ इच्छित होता, तो संवेदनशील आणि ग्रहणशील होता म्हणून तो आतला आवाज ऐकू शकला. योग्य वेळी स्वतःला सावरून स्वतःकडून होणारे अयोग्य कर्म टाळू शकला. जरा विचार करा, जर त्याने आपल्या गैरसमजालाच योग्य समजून भरतावर आक्रमण केले असते तर सत्य कळल्यावर त्याला किती पश्चात्ताप झाला असता? तो किती लज्जित झाला असता? म्हणूनच कोणत्याही परिस्थितीमध्ये सारासार विचार न करता, सत्य जाणून न घेता केवळ भावनेच्या आहारी जाऊन काहीही प्रतिक्रिया व्यक्त करता कामा नये. जर काही शंका उद्भवली तर त्या वेळी आपल्या हृदयाचे ऐकावे. कारण हृदयाचा आवाज म्हणजे ईश्वराचा आवाज असतो.

ईश्वराचा आवाज ऐकून त्यानुसार कार्य केल्याने रामाचा साक्षात्कार होतो

या प्रसंगात आपण पाहिले, की भरताला त्याच्या निष्काम भक्तीचे फळ मिळाले. श्रीरामांची भेट झाली. कारण भक्त जेव्हा भक्तीच्या सर्वोच्च अवस्थेत पोहोचतो, तेव्हा त्याला अवश्य रामाचे दर्शन होते. म्हणजेच त्याला स्वानुभव, मोक्ष, आत्मसाक्षात्कार प्राप्त होतो. ही एक अशी अवस्था असते जिथे ईश्वर आणि भक्त यांच्यामधले द्वैत संपून अद्वैत अवस्थेत ते एकरूप होऊन जातात. ही अद्वैत अवस्था म्हणजेच श्रीराम-भरत भेट! ईश्वरच भक्ताच्या रूपामध्ये स्वतःचा अनुभव घेत होता, हे रहस्य या अवस्थेमध्ये उलगडते. हे रहस्य कळल्यानंतर भक्ताकडून जी अभिव्यक्ती होते, जे काही कार्य होते, ते ईश्वरी कार्य असते. कारण त्याला सतत ही जाणीव असते, की त्याच्याकडून जे काही केले जात आहे, ते सर्व काही ईश्वरच करत आहे. लोकांना वाटते, की राम वनवासात असताना भरताने राज्यकारभार केला. पण रामांची भेट झाल्यावर भरताला श्रीरामच त्याच्या माध्यमातून राज्यकारभार करत आहेत आणि तो केवळ एक निमित्त आहे, ही जाणीव झाली.

आत्मसाक्षात्कार होण्याआधी प्रत्येक भक्त आपले सर्व कार्य हे राम-कार्य समजून करत असतो. म्हणजे आपण जे कार्य करत आहोत, ते ईश्वराचे कार्य असून ईश्वरच

आपल्याद्वारे ते करून घेत आहे, अशी त्याची भावना असते. त्याच्यामध्ये ईश्वर आणि 'मी' असे दोघेही वास करत असतात. पण आत्मसाक्षात्कार झाल्यावर भक्तामधला 'मी' म्हणजेच त्याचा अहंकार पूर्णपणे समाप्त होतो आणि उरतो तो केवळ ईश्वर. अशा प्रकारे त्याच्याद्वारे होणारे प्रत्येक कार्य ईश्वरी अभिव्यक्ती ठरते. भरतानेही अयोध्येचा राज्यकारभार याच भावनेने सांभाळला.

आपल्या हृदयसिंहासनावर रामाची प्रतिष्ठापना करा

प्रत्येक मनुष्याच्या अंतर्यामी हृदयरूपी सिंहासन असते आणि प्रत्येकानेच त्या सिंहासनावर कोणाला तरी विराजमान केलेले असते. कोणी पैशाला, कोणी प्रतिष्ठेला, कोणी यशाला, कोणी आपल्या प्रिय व्यक्तीला, कोणी व्यसनाला, कोणी एखाद्या कार्याला, कोणी कर्तव्याला तर कोणी एखाद्या देवीदेवतेला... खरा भक्त मात्र आपल्या हृदयसिंहासनावर केवळ ईश्वरालाच विराजमान करतो. आता तुम्ही स्वतःला विचारा, की तुम्ही तुमच्या हृदयसिंहासनावर कोणाला विराजमान केले आहे? आणि वास्तविक कोणाला विराजमान करायला हवे? भरताप्रमाणे तुमचे ध्येय जर रामाची भेट अर्थात स्वानुभव प्राप्त करणे हेच असेल तर तुम्हीही आपल्या हृदयसिंहासनावर ईश्वराला विराजमान करून त्याला समर्पित व्हा.

भरत रामांच्या पादुका अयोध्येला घेऊन गेला होता. त्याने त्या पादुकाच सिंहासनावर प्रतिष्ठापित केल्या. तो नियमितपणे त्या पादुकांची पूजा करून त्यांना वंदन करत असे. खरे तर पादुकांची पूजा करताना त्याची अशी भावना असे, की आपण प्रत्यक्ष आपल्या हृदयात विराजमान असणाऱ्या श्रीरामांचीच पूजा करतो आहोत. त्या पादुकांपुढे नतमस्तक होताना त्याचा समर्पण भाव आणि भक्तिभाव वाढत असे. श्रीरामांच्या सहवासात जो आनंद प्राप्त होत असे, तोच आनंद त्याला श्रीरामांच्या पादुका जवळ असताना लाभत होता. वास्तविक भरतासाठी श्रीरामांच्या पादुका म्हणजे श्रीरामांची प्रतिमूर्ती होत्या. भरताची ही भावना केवळ एक खरा ईश्वरभक्तच समजू शकतो. पण ती भावना जे समजू शकत नाहीत, त्यांना वाटते की भरत लाकडी खडावांची पूजा करतो आहे. या खडावा नक्कीच चमत्कारी असणार. त्या नक्कीच पूजा करणाऱ्याची मनोकामना, नवस पूर्ण करत असणार. मग आपणही यांची पूजा का करू नये? असा विचार बळावताच मूर्तिपूजेला महत्त्व येते. ईश्वरीभावाऐवजी त्याच्या मूर्तीलाच जास्त महत्त्व दिले जाते. भक्तीऐवजी कर्मकांडांना महत्त्व दिले जाते. हीच मूर्तिपूजेतील 'मिसिंग लिंक' म्हणजेच निखळलेला दुवा आहे.

आपल्या पूर्वजांनी वेळोवेळी निराकार ईश्वराला विविध मूर्तींच्या माध्यमातून प्रतीकरूपात सादर केले. त्या मूर्तींमध्ये ईश्वराची विविध वैशिष्ट्ये प्रतीकरूपाने दाखवायचा प्रयत्न केला. त्यानंतर मग प्रत्येकाने आपल्याला ज्या प्रतीकामुळे ईश्वरी भक्तीचा अनुभव मिळाला, त्यालाच ईश्वरदर्शनाचे माध्यम म्हणून वापरायला सुरुवात केली. कालांतराने मूर्तीमागची संकल्पना, प्रतीकांचे कारण लुप्त होत गेले आणि मग लोक त्या प्रतीकांनाच ईश्वर मानून त्यांचीच पूजा करायला लागले. त्यासोबतच कर्मकांडेही सुरू केली गेली. अशा प्रकारे मूर्तीच्या माध्यमातून ईश्वराशी जोडले जाण्याची भावना नष्ट होत गेली. मग कर्मकांडांना आणि नियमांनाच जास्त महत्त्व प्राप्त झाले.

आपल्या पूर्वजांनी गणेशोत्सव आणि नवरात्रीसारखे उत्सव सुरू केले. कारण लोक त्या निमित्ताने काही दिवस ईश्वराला प्रतीकात्मक रूपात आपल्या घरी घेऊन येतील, सिंहासनावर स्थापित करतील आणि त्याच्यापुढे नतमस्तक होताना त्यांचा अहंकार विलीन होईल, हा त्यामागचा उद्देश. अहंकारापासून दूर होण्याचा आनंद एकदा अनुभवला तर ते पुनःपुन्हा तो आनंद अनुभवण्यासाठी अहंकाराचा त्याग करत राहतील. पण काळाबरोबर लोकांना याचेही विस्मरण घडले. आता गणेशाच्या आणि दुर्गेच्या मूर्ती स्थापित केल्या जातात. अनेक प्रकारचे पूजाविधी आणि कर्मकांड करून नऊ-दहा दिवसांनी त्यांचे विसर्जन केले जाते. या उत्सवामागचे मूळ कारण बाजूलाच राहते आणि

पूजा व्यवस्थित होते आहे की नाही, विधींमध्ये आपल्याकडून काही चूक तर होत नाही ना, गणपती बाप्पा किंवा दुर्गामाता आपल्यावर नाराज तर होणार नाही ना, आपल्याला काही शाप तर लागणार नाही ना, या गोष्टींनाच जास्त महत्त्व दिले जाते. आपणच निर्माण केलेला हा भक्तीचा तणाव नऊ-दहा दिवस सहन करणे ठीक आहे; पण तो कायम सहन करणे अशक्य असल्याने आयुष्यभर ईश्वराला आपल्या हृदयसिंहासनावर बसवून आपल्यामध्ये त्याला आमंत्रित करणे त्यांना अवघड वाटत असते. आयुष्यभर ईश्वराला आपल्या हृदयसिंहासनावर बसवून त्याच्या सान्निध्याचा आनंद घ्यायचा असेल तर ते केवळ खऱ्या भक्तीच्या शक्तीनेच साध्य होऊ शकते. ज्याच्या हृदयसिंहासनावर ईश्वर विराजमान आहे, अशा भक्ताला बाह्य जगतात दुःखांची आणि संकटांची कितीही वादळे येत असली किंवा सुखाचा वर्षाव होत असला तरी काहीही फरक पडत नाही. कारण तो तर त्याच्या हृदयात विराजमान असणाऱ्या रामाच्या सहवासात म्हणजेच 'स्व'च्या परमोच्च आनंदात तल्लीन असतो. जर तुमच्या जीवनाचे अंतिम लक्ष्यही राम मिलाफ (स्वानुभव प्राप्त करून त्यातच स्थापित होणे) हेच असेल तर तुम्हीही तुमच्या भक्तीला भरताच्या भक्तीसारखे उच्च स्तरावर घेऊन जायला हवे.

कोणाच्या आज्ञेचे पालन करावे?

अनेकदा इच्छा असो वा नसो, लोक इतरांच्या आज्ञांचे पालन करत असतात. उदाहरणार्थ, नोकर त्याच्या मालकाची, प्रेमी आपल्या प्रेमिकेची, मित्र मित्राची, लहान मुले त्यांच्या आईवडिलांची आज्ञा पाळत असतात. पण यातल्या प्रत्येक नात्यातील आज्ञापालनामध्ये फरक असतो. काही जण नाइलाज म्हणून आज्ञा पाळतात, तर काही लोक मोहाच्या आहारी जाऊन आज्ञापालन करतात. पण खऱ्या आणि समर्पित भक्तीमध्ये माणूस केवळ ईश्वर-आज्ञेचेच पालन करतो. या प्रसंगाच्या शेवटी अयोध्येचा राजा कोण होणार आणि वनामध्ये कोण राहणार, याचा निर्णय गुरू वसिष्ठांवर सोपवला गेला. तेव्हा वसिष्ठांनी आज्ञा दिली, की श्रीराम जे सांगतील ते सर्वांनी मान्य करावे. जेव्हा श्रीरामांनी भरताला आज्ञा दिली, त्याने अयोध्येला जाऊन श्रीरामांचा प्रतिनिधी म्हणून राज्यकारभार चालवावा, तेव्हा भरत त्या आज्ञेला नकार देऊ शकला नाही. कारण ती आज्ञा पित्यासारख्या ज्येष्ठ बंधूची आणि त्याचे आराध्य असलेल्या श्रीरामांची होती. तसे पाहिले तर ही आज्ञा भरताच्या इच्छेविरुद्ध होती; कारण त्याला श्रीरामांना अयोध्येला घेऊन जायचे होते. तरीही त्याने श्रीरामांची आज्ञा शिरोधार्य मानून खऱ्या निष्काम समर्पित भक्ताच्या भूमिकेतून पूर्ण श्रद्धेने तिचे पालन केले.

त्याचप्रमाणे आपल्या हृदयामध्ये विराजमान असणारा ईश्वरही (स्वानुभव, स्व) प्रत्येक स्थितीमध्ये आपण काय करायला हवे, काय नको आणि आपल्यासाठी काय योग्य, काय अयोग्य, ते आपल्याला सांगत असतो. कधी निसर्ग संकेतांमधून, कधी आंतरिक अनुभूतीमधून म्हणजे आपल्या आतल्या आवाजामधून तर कधी गुरूंच्या मार्गदर्शनातून आपल्याला संकेत मिळत असतात. मात्र, आपण ईश्वराचे ऐकणार की आपल्या वृत्तींचे, हे सगळे आपल्यावर अवलंबून असते. म्हणूनच ज्या व्यक्तीमध्ये भरतासारखी समर्पित भक्ती आणि आज्ञापालनासाठी आवश्यक असा समर्पण भाव असतो, त्यालाच प्रत्येक पावलावर ईश्वर मार्गदर्शन करतो.

खंड ५

राम वनवासाचे लक्ष्य

अध्याय १८

रामकृपेची लीला-लीकृपाला

रोचक वनवास प्रसंग - भाग १

रामलीला समजून घेण्यासाठी श्रीरामांच्या वनवास काळातले काही रोचक प्रसंग समजून घेणे अतिशय आवश्यक आहे. इथे ते सर्व प्रसंग थोडक्यात सांगितले आहेत; पण त्यातून आपल्याला सखोल आध्यात्मिक ज्ञान मात्र निश्चितच मिळणार आहे.

प्रसंग १ : इंद्रपुत्र जयंताचे कपट

सीता आणि लक्ष्मणासह श्रीराम चित्रकूट पर्वतावर बांधलेल्या पर्णकुटीमध्ये ऋषिमुनींच्या सत्संगाचा लाभ घेत होते. तिथल्या प्रेमपूर्ण वातावरणामध्ये आनंदाने निवास करत होते. एकदा काय झाले, श्रीरामांनी सीतेवरचे आपले प्रेम व्यक्त करायचे ठरवले. त्यासाठी त्यांनी वनामधून अनेक प्रकारची फुले वेचून आणली. सीतेसाठी त्या फुलांची विविध प्रकारची आभूषणे तयार केली आणि ती स्वतःच्या हातांनी सीतेच्या अंगावर चढवली. श्रीरामांचे हे प्रेम बघून सीता आनंदून गेली. श्रीरामांनी इतक्या प्रेमाने तयार केलेली ती फुलांची आभूषणे तिला हिऱ्यांच्या

आभूषणांपेक्षाही मौल्यवान वाटत होती. नेमक्या त्याच वेळी एक कावळा तिथे आला आणि सीतेच्या पायावर चोच मारून उडून गेला. तो कावळा म्हणजे खरे तर देवराज इंद्राचा पुत्र जयंत होता. त्याने श्रीरामांच्या शक्तीविषयी आणि पराक्रमाविषयी बरेच ऐकले होते; पण त्याला विश्वास वाटत नव्हता. तेव्हा त्याने विचार केला, आता आपणच श्रीरामांची परीक्षा घेऊन बघू, त्यांच्या पराक्रमाबद्दल जे बोलले जाते ते खरे आहे की नाही! असा विचार करून मूर्ख जयंत कावळ्याचे रूप घेऊन श्रीरामांच्या आश्रमात गेला. श्रीरामांच्या शक्तीची परीक्षा घेण्यासाठी सीतेच्या पायावर चोच मारून तो उडून गेला. सीतेच्या पायाला रक्ताची धार लागली. तेव्हा श्रीरामांनी गवतकाडीचा बाण केला आणि आपल्या धनुष्यातून, कावळ्याचे रूप घेऊन आलेल्या जयंताला मारला.

मंतरलेला तो ब्रह्मबाण जेव्हा कावळ्याच्या रूपातल्या जयंताच्या मागे लागला तेव्हा मात्र जयंत घाबरला. खरे रूप धारण करून तो आपल्या पित्याला, इंद्राला शरण गेला. पण तो श्रीरामांना विरोध करतो आहे, हे कळल्यावर इंद्रानेही त्याचे रक्षण केले नाही. तेव्हा जयंत निराश झाला, भयभीत झाला आणि भय शोकाने व्याकूळ होऊन शरण मिळवण्यासाठी तिन्ही लोकांमध्ये फिरू लागला. पण त्याला कोणीच आसरा दिला नाही. श्रीरामांच्या शत्रूला कोण शरण देणार? नारदमुनींनी जेव्हा जयंताची ती दारुण अवस्था पाहिली तेव्हा त्यांना जयंताची दया आली. ते जयंताला म्हणाले, ‘‘या समस्त विश्वात केवळ श्रीरामच तुला साहाय्य करतील, तुझे रक्षण करू शकतील.’’

नारदमुनींचे म्हणणे मान्य करून जयंत तत्काळ श्रीरामांना शरण गेला. त्यांचे पाय धरून त्यांना विनंती करू लागला, "हे शरणागतांचे तारणहार, माझे रक्षण करा. मी तुम्हांला शरण आलो आहे." जयंताची प्रार्थना ऐकून कृपाळू श्रीरामांनी त्याला जीवदान दिले. पण दंड म्हणून ब्रह्मबाणाने त्याचा एक डोळा काणा करून त्याला सोडून दिले.

नातेसंबंधात प्रेमाचा गोडवा

या प्रसंगाच्या सुरुवातीला आपण पाहिले, की राजप्रासादामध्ये राहणारे राम-सीता-लक्ष्मण वनामध्ये प्रासादिक सुखसुविधा नसतानाही किती सुखी आणि आनंदी होते. त्या वेळी सीतेकडे सोन्यामोत्याची आभूषणे नव्हती; पण श्रीरामांनी बनवलेली फुलांची आभूषणे परिधान करूनही ती आनंदी होती. या प्रसंगातून आपल्याला कळते, की नात्यांमध्ये प्रेम असेल, समजूतदारपणा असेल, एकमेकांबद्दल शुद्ध आणि शुभ भावना असतील, संतोष असेल तर व्यावहारिक सुखसुविधा नसल्या तरी लोक सुखी, आनंदी राहू शकतात. पण, जर नात्यांमध्ये या गोष्टी नसल्या तर मात्र माणसाकडे कितीही धनदौलत असली तरीही तो अशांत आणि दुःखीच राहतो.

वास्तविक माणसाचे खरे सुख हे नेहमी त्याच्याजवळच असते. पण चुकीच्या कल्पना आणि अनावश्यक इच्छांच्या जाळ्यात तो इतका गुरफटलेला असतो, की स्वतःजवळचे ते शुद्ध सुख त्याला जाणवतच नाही. त्याला वाटते, एखादे मोठे यश मिळाले तरच मी आनंदी होईन, बंगला बांधला की संतुष्ट होईन, महागडी गाडी घेतली की सुखी होईन... अशा विचारांमुळे तो स्वतःच स्वतःचा आनंद पुढेपुढे ढकलत असतो.

हिऱ्यांचा हार पाहिल्यावर एखाद्या स्त्रीला वाटते, ज्या स्त्रीला हा हार धारण करायला मिळेल ती किती भाग्यवान असेल. मला असा हार मिळाला तर?... झोपडीत राहणारा कोणी गरीब माणूस एखाद्या श्रीमंताला बघतो तेव्हा त्याला वाटते, याच्याकडे सगळे काही आहे. त्याला कसलीच चिंता नसणार... पण असे नसते. ज्यांना दुःखीच राहायचे असते ते सतत दुःखी राहण्याची कारणे शोधत असतात. मग ते श्रीमंत असले तरी दुःखीच असतात. मात्र, ज्यांनी कोणत्याही परिस्थितीत आनंदी राहायचा निश्चय केलेला असतो, त्यांना कोणतीही बाह्य कारणे दुःख देऊ शकत नाहीत. मग ते गरीब असले तरी आनंदी राहू शकतात. कारण छोट्या-छोट्या गोष्टींमध्ये, साध्या प्रसंगांमध्येही ते आनंद मिळवत असतात, जसा वनवासकालात श्रीराम आणि सीता यांनी मिळवला होता. अशा प्रकारे श्रीराम आणि सीता आपल्यासमोर आनंदी नात्याचा आदर्श उभा करतात.

नात्यांची मर्यादा

स्वानुभवामध्ये स्थिर अशा या अवस्थेत त्यांना करण्यायोग्य कुठलेही कर्म नव्हते. कारण ते प्रत्येक कर्मापासून अलिप्त किंवा कर्मबंधनातून मुक्त होते. तरीही मनुष्यरूपामध्ये असताना वैवाहिक जीवनाच्या मर्यादेचे पालन त्यांनी किती चांगल्या प्रकारे केले. आपल्या पत्नीला प्रसन्न करण्यासाठी त्यांनी तिला फुलांची आभूषणे करून घातली. पत्नीच्या भावना, तिचे मन समजून घेऊन तिला आनंद दिला. हे त्यांचे तेजसंसारी रूप आहे. जे संसारातून मुक्त असूनही संसारी मर्यादांचे पालन करत होते.

काही लोक स्वतःला आध्यात्मिक म्हणवतात, पण स्वभावाने ते कठोर असतात. त्यांना नात्यांची पर्वा नसते. अध्यात्माच्या नावाखाली ते आपल्या प्रियजनांच्या भावनांचा विचार न करता त्यांच्यावर अनावश्यक नियम लादत असतात. अशा लोकांसाठी हा एक उत्तम धडा आहे. उदाहरणार्थ, स्वतःला मोहमायेपासून दूर, अलिप्त समजणाऱ्या एखाद्या साधकाला जेव्हा त्याची पत्नी आणि मुले खरेदीला, सहलीला, चित्रपटाला किंवा उपाहारगृहात चलण्याचा आग्रह करतात, तेव्हा या सगळ्या गोष्टी म्हणजे माया आहेत, त्यामुळे माझ्यासाठी त्याज्य आहेत, असे म्हणून त्यांना तो नकार देतो. असे करून तो स्वतःच्या कुटुंबाचा आनंद हिरावून घेत असतो.

एखाद्या माणसाला वाटते, की आपण ऑफिसमधून आल्यावर आपल्या पत्नीने हसून स्वागत करावे आणि आपल्याला वेळ द्यावा. पण त्याच्या पत्नीला मात्र असे काही करण्याची गरज वाटत नसते. असे करून ती तिच्या पतीला निराश करत असते.

म्हणजेच जर एखादा सत्यशोधक आध्यात्मिकतेच्या नावाखाली आपल्या

कुटुंबीयांची उपेक्षा करत असेल, तर त्याने आधी स्वतःला विचारून पाहावे, की या सर्व गोष्टी त्याला खरेच माया वाटत आहेत का? ही त्याची वृत्ती, पूर्वग्रह, एखादी धारणा किंवा अज्ञान तर नाही? म्हणजेच आपल्या कुटुंबीयांबरोबर फिरायला न जाण्याचे कारण आळस किंवा त्यांच्याविषयीची बेपर्वाई हेही असू शकते. असा माणूस कुटुंबीयांबरोबर फिरायला जाणे, त्यांच्या आनंदात सहभागी होणे हे माया समजून नाकारत असेल; पण घरी बसून क्रिकेटचा सामना पाहण्यात वेळ घालवत असेल तर त्याला मायेचा खरा अर्थच समजलेला नाही. जसे, एखादी स्त्री घरी गबाळ्याप्रमाणे राहते, परंतु पार्टीला जाताना मात्र मेक-अप करून जाते.

तेव्हा स्वतःचे परीक्षण करून हे जाणून घ्यायला हवे, की आध्यात्मिकतेचा अर्थ तुम्ही तुमच्या सोयीनुसार आणि आवडीनिवडीप्रमाणे लावताय का? काही कार्ये टाळण्यासाठी तर अध्यात्माचा वापर करत नाही ना? असे असेल तर तुम्हांला आध्यात्मिकतेचा अर्थच उमगलेला नाही. आध्यात्मिकता ही एक आंतरिक यात्रा आहे, तिचा बाहेर देखावा करून उपयोग नाही. श्रीराम तर स्वानुभव स्वरूप आहेत, तरीही ते तेजसंसारी होऊन आपल्या पत्नीबरोबर आनंदात समय व्यतीत करत असत. ते सीतेला असे कधी म्हणाले नाही, की मी आता संसारी मायाजालातून मुक्त झालो आहे. त्यामुळे तुला हवे ते तू कर. मी तुझ्याबरोबर संसारी गोष्टींमध्ये वेळ दवडणार नाही. खरी आध्यात्मिकता म्हणजे संसार नेटका करावा, जगरहाटी सांभाळावी; पण मायेच्या मोहजालात अडकू नये. मायेचा खेळ समजून घ्यावा आणि अकर्ता भावनेने भक्तियुक्त प्रतिसाद द्यावा. बाहेर काहीही चालले, कशीही परिस्थिती असली तरी आपल्या अंतर्यामी प्रेम, शांती आणि आनंद जागृत राहिला पाहिजे. जर तुम्ही तुमच्या तेजस्थानावर स्थिर असाल, तर मग सत्संगामध्ये असलात काय किंवा चित्रपटाला गेलात काय, सगळीकडे मायेपासून मुक्तच राहाल. ज्या गोष्टी आपल्याला क्षुल्लक वाटतात त्या कदाचित दुसऱ्यांना महत्त्वाच्या वाटत असतील. म्हणूनच आपले म्हणणे दुसऱ्यांवर लादण्याऐवजी त्यांच्या इच्छा समजून घ्या, त्यांचा आदर राखा. तुम्ही आपल्या कुटुंबाच्या आनंदासाठी जे काही कराल, ते सेवाभावनेने आणि ईश्वरी कार्य मानून केले तर मायेतसुद्धा मनात भक्तिभाव जागृत राहील.

आणखी एक महत्त्वाची गोष्ट म्हणजे तुम्ही सत्यप्रेमी असाल तर आपल्या प्रियजनांनीही आपल्याप्रमाणेच मायेतून मुक्त होऊन सत्याचा आनंद घ्यावा असे तुम्हांला वाटेल. पण तुम्ही जर भौतिक आनंद देणाऱ्या सर्व गोष्टी माया समजून नाकारत गेलात तर तुमचे हे वागणे त्यांना रूक्ष वाटू शकेल. असे रूक्ष जीवन जगायची इच्छा त्यांना होणार नाही. परिणामी, ते सत्यापासून दूरच राहतील. जर तुम्ही तुमच्या कुटुंबीयांच्या

इच्छांची उपेक्षा करत राहिलात, अनादर करत राहिलात तर तुम्ही नकळत त्यांच्या मनात सत्याविषयी गैरसमज निर्माण करत आहात, असा याचा अर्थ होतो.

एक पिता त्याच्या मुलांकडे नेहमी दुर्लक्ष करत असे. त्यांना हवा तेव्हा वेळ देत नसे. कारण सर्व वेळ तो पूजाअर्चेतच घालवत असे. पूजेच्या वेळी मुलांनी दंगा केला तर त्यांना बदडूनही काढत असे. मुलांना फिरायला घेऊन जायच्या नावाखाली त्यांना फक्त कुठल्यातरी देवळात घेऊन जात असे. या सगळ्याचा परिणाम असा झाला, की त्याच्या मुलांच्या मनात ईश्वराबद्दल आणि ईश्वराविषयी तिरस्कार निर्माण झाला.

एक स्त्री तिच्या पतीच्या इच्छांची कदरच करत नसे. उलट त्याला माया, सत्य या विषयी नेहमी प्रवचन देत असे. ही सगळी संसारी सुखे म्हणजे माया आहे. तात्कालिक आनंद आहे. मायेतून मुक्त व्हा, खरा आनंद मिळवा, सत्यमार्गावर राहा... अशा प्रकारे ती उपदेशाचे डोस पाजत असे. आपला पती हे ऐकण्याच्या मन:स्थितीत आहे की नाही, याचाही विचार ती करत नसे. तिच्या अशा वागण्याने दोघांमध्ये वितुष्ट आले. त्याचा परिणाम त्यांच्या संपूर्ण कुटुंबावर आणि त्यांच्या मुलांवरही झाला. पत्नी तिच्या पतीच्या अज्ञानाला दोष देत असे; तर पती त्याच्या पत्नीच्या सत्संगाला आणि गुरूंना दोष देत असे. 'या सत्संगाने माझ्या घराची वाट लावली आहे. मला हे आधीच माहीत असते तर मी तुला तिथे जाऊच दिले नसते', असे तो म्हणत असे.

असे काही साधक लोकांसमोर अध्यात्माची चुकीची प्रतिमा तयार करतात. लोकांना सत्यापासून दूर नेऊन, त्यांच्या मनात अध्यात्माविषयी तिरस्कार निर्माण करण्यासाठी निमित्त ठरतात. कारण त्यांना पाहून लोक विचार करतात, सत्संगामध्ये जाऊन माणूस असा होत असेल तर आपण तिथे कशाला जायचे? तुमच्याकडून ही चूक होऊ नये म्हणून समोरच्याची ऐकण्याची पात्रता कितपत आहे, हे आधी लक्षात घेऊन मगच त्याला सत्याविषयी काही सांगायचा प्रयत्न करा. नाही तर सत्यमार्गावर राहून आनंद मिळवण्याचा सुंदर विषयही त्याच्या क्रोधाचे कारण होऊ शकतो. तुमचे वागणे, बोलणे, तुमचा व्यवहार, व्यक्तिमत्त्वच असे असावे जेणेकरून तुम्हांला पाहून, तुमच्यातील प्रभावाने लोक सत्याकडे आकर्षित होतील. हो, आणि ज्यांना सत्याविषयी ओढ वाटणार नाही त्यांना जबरदस्तीने या मार्गाकडे खेचू नका. अशा लोकांसाठी आपण केवळ प्रार्थना करू शकतो– 'त्यांच्याही जीवनात गुरूंचे आगमन व्हावे आणि त्यांच्या मार्गदर्शनाने

त्यांचेही जीवन सत्यप्रकाशाने उजळून जावे.'

प्रामाणिकपणे आपल्या मनाचे विश्लेषण करा; कोणत्या गोष्टी तुम्हांला आवडत नाहीत म्हणून तुम्ही त्यांना मायेचे नाव देऊन टाळत आहात. शिवाय मिठाई, चमचमीत पदार्थ, गरजेपेक्षा जास्त झोप घेणे, आवश्यकतेहून जास्त वेळ टीव्ही पाहणे, ध्यानधारणा टाळणे, वेळ न पाळणे अशा कोणत्या गोष्टी माया असूनही तुम्हांला आवडतात? विचार करताच सत्य आपोआपच तुमच्या समोर प्रकट होईल.

आपलेच मन स्वानुभवाचा संशय घेत असते

श्रीराम हे 'स्व'चे, स्वानुभवाचे प्रतीक आहेत, तर सीता ही सत्याची! सत्यमार्ग हा असा मार्ग आहे, जो आपल्याला रामाकडे घेऊन जातो म्हणजेच स्वानुभव प्रदान करतो. या प्रसंगामध्ये इंद्रपुत्र जयंत हा माणसाच्या तुलनात्मक मनाचे प्रतीक आहे. या तुलनात्मक मनाचे पोषण माणसाची इंद्रियेच करतात. हे मन इंद्रियसुखांचे सेवन करून धष्टपुष्ट होते, सशक्त होते. पण, त्याच्यामध्ये ज्ञानाचा अभाव असतो; म्हणूनच तो स्वतःला परमचैतन्याहून श्रेष्ठ मानतो आणि त्याची परीक्षा घेऊ पाहतो. परमचैतन्याला कमी लेखतो, त्याची चेष्टा करतो, त्याचे अस्तित्वच नाकारतो. त्याला सत्याचा पडताळा हवा असतो, की माझे हे मागणे पूर्ण झाले तरच मी ईश्वराला मानेन... ईश्वर जर असेल तर मग जगात एवढी दुःखं का आहेत... ईश्वर असेल तर सगळीकडे शांती, समृद्धी, आनंद असला पाहिजे, तसे नसेल तर याचाच अर्थ, ईश्वर नाही. सतत अशी पडताळणी केल्याने तो सत्य समजून घेऊ शकत नाही. हा तुलनात्मक मनाचा प्रभाव असतो, जे सतत परिस्थिती तोलत राहते.

तुलनात्मक मन ईश्वरावर विश्वास ठेवत नाही आणि ठेवला तरी त्याच्या शक्तीविषयी, सामर्थ्याविषयी शंका घेत राहते. म्हणूनच प्रतिकूल परिस्थितीत ते चिंता करून दुःखी होते. जर एखादी व्यक्ती स्वतःला ईश्वरभक्त म्हणवून घेत असेल आणि मनाने दुःखी असेल, चिंतित असेल तर तिचा ईश्वरावर पूर्ण विश्वास नाही, असा त्याचा अर्थ होतो. तुलनात्मक मन ईश्वराशी कपटही करत राहते. एकीकडे सगळ्या जगाला ऐकू जाईल अशा उच्च स्वरात आरती करत असते, 'तन-मन-धन सब कुछ है तेरा... तेरा तुझको अर्पण क्या लागे मेरा...' पण आरती संपताच स्वतःच तन-मन-धनाचा स्वामी होते. हे तोलू मन प्रसादही वाटते ते कर्ता भावनेने, की मी प्रसाद वाटतो आहे. मी दान देतो आहे, या कर्ता भावनेने दान देते. म्हणजे ते ईश्वराला सांगते एक आणि करते दुसरेच. हे कपट नाही तर आणखी काय आहे?

जयंतरूपी तुलनात्मक मनाने तर कमालच केली. श्रीरामांच्या सामर्थ्याची परीक्षा घेण्यासाठी त्याने कावळ्याचे रूप धारण केले (कपट केले) आणि प्रत्यक्ष सीतेवरच (सत्यावर) प्रहार केला. काही लोक आपले खरे रूप, खरा चेहरा लपवतात आणि साधकाचा मुखवटा चढवून सत्संगात दाखल होतात. त्यांचा खरा हेतू असतो, तो स्वार्थ साधण्याचा किंवा सत्यावर प्रहार करून त्याचे नुकसान करण्याचा. सत्यावर प्रहार म्हणजे सत्संगाला विरोध करणे, लोकांना भडकवणे होय. सत्यसेवकांची निंदा करून त्यांच्याविषयी चुकीच्या गोष्टी बाहेर पसरवणे, त्यांच्यावर टीका करणे. इकडच्या तिकडच्या गोष्टी सांगून लोकांना पथभ्रष्ट करणे, गुरूची निंदा करणे, त्यांच्याशी वाद घालणे वगैरे. पण तरीही युगानुयुगे गुरूंद्वारे आणि सत्यरक्षकांद्वारे जगात सत्याचे रक्षण केले जात आहे. म्हणूनच जगात अजूनही सत्य टिकून आहे.

मनाचे दोन डोळे

या प्रसंगात आपण पाहिले, की जयंत श्रीरामांना शरण गेला तेव्हा श्रीरामांनी त्याला जीवदान दिले; पण त्याचा एक डोळा आपल्या बाणाने निकामी केला. याचा अर्थ असा, की अज्ञानी मन सर्व गोष्टींकडे, घटनांकडे दोन डोळ्यांनी पाहत असते. म्हणजेच एका घटनेला दोनमध्ये विभाजित करून पाहते. उदाहरणार्थ, सुख-दुःख, छोटा-मोठा, चांगले-वाईट, डावे-उजवे इत्यादी. अज्ञानी माणूस सर्व गोष्टींकडे दोन दृष्टिकोनातून बघून त्यांचे चांगले-वाईट, शुभ-अशुभ असे वर्गीकरण करून त्यांच्यावर लेबल लावत असतो. जेव्हा ज्ञानरूपी बाणाने त्याचा एक डोळा निकामी होतो, तेव्हा उरतो तो केवळ ज्ञानरूपी एकच डोळा. त्याच्यातील द्वैतभाव नाहीसा होऊन ज्ञानरूपी डोळ्याने तो चांगल्या-वाइटामध्ये वर्गीकरण न करता घटना जशी आहे तशीच, केवळ सत्यच पाहू लागतो.

नेमबाज जेव्हा लक्ष्यावर नेम धरतो, तेव्हा तो नेम साधण्यासाठी एक डोळा मिटून घेतो. कारण त्याला दोन डोळ्यांनी आसपासची अनावश्यक दृश्ये पाहायची नसतात, तर केवळ आपल्या लक्ष्यावरच दृष्टी केंद्रित करायची असते. त्याचप्रमाणे जीवनाचे लक्ष्य साधायचे असेल, तर आपणही आपला अज्ञानरूपी नेत्र मिटून ज्ञानरूपी नेत्र उघडावा. माणसाला जेव्हा ज्ञानाचा नेत्र लाभतो, तेव्हा त्याचे जीवन खऱ्या अर्थाने सुरू होते. तो आता बाह्य गोष्टींकडे न बघता आपल्या अंतर्मनामध्ये डोकावू लागतो. त्यामुळे त्याचा आंतरिक शोध सुरू होतो. जेव्हा आपल्या अंतर्यामी रामाचे दर्शन होते, आत्मानुभव, स्वानुभव प्राप्त होतो, तेव्हाच हा शोध थांबतो. आपल्यालाही अशीच ज्ञानदृष्टी प्राप्त व्हावी अशी प्रार्थना करून पुढचा प्रसंग समजून घेऊ या.

अध्याय १९

वनमुनी प्रीती पाठ

रोचक वनवास प्रसंग - भाग २

अत्री ऋषी आणि त्यांची पत्नी अनसूया यांच्याशी श्रीराम-सीतेची झालेली भेट आणि चेतना संदेशाचे वर्णन यात आले आहे. त्याचप्रमाणे श्रीरामांनी शरभंग ऋषी आणि सुतीक्ष्ण ऋषींना मोक्षाप्रत नेल्याची कथा हा प्रस्तुत अध्यायाचा विषय आहे.

प्रसंग २ : अत्री ऋषी आणि अनसूया यांची श्रीराम भेट

काही काळ चित्रकूट पर्वतावर राहिल्यावर श्रीरामांनी दुसरीकडे निवास करण्याचे योजले. कारण त्यांच्या चित्रकूटावर राहण्याने दिवसेंदिवस तिथे गर्दी वाढत होती. त्यांच्या प्रेमामुळे आसपासचे लोक तिथे येऊ लागले होते. त्यामुळे तिथले वन्यजीवन विसकळीत होऊ लागले होते. म्हणून श्रीराम, सीता आणि लक्ष्मणासह चित्रकूटावरून निघाले आणि जवळच असलेल्या अत्री ऋषींच्या आश्रमात त्यांना भेटायला गेले. अत्री ऋषी आणि त्यांची पत्नी म्हणजेच भगवान दत्तात्रेयांची माता अनसूया, श्रीरामांना पाहून हर्षभरित झाले. श्रीरामांच्या रूपात परमचैतन्यच लीला करत आहे हे सत्य ते जाणून होते. त्यांनी श्रीराम, सीता, लक्ष्मण यांचे यथोचित आदरातिथ्य केले.

अत्री आश्रमात प्रभू श्रीराम एका आसनावर विराजमान झाले होते. अत्री ऋषी श्रीरामाकडे अनिमिष नेत्रांनी पाहत मनोमन त्यांची स्तुती करत होते. सीतेने जेव्हा सती अनसूयेला चरणस्पर्श करून वंदन केले, तेव्हा तिने सीतेला आशीर्वाद दिला. तिला आपल्या समीप बसवून पतिव्रता धर्माची शिकवण दिली. अनसूया सीतेला म्हणाली,

''हे राजकुमारी, मी जे सांगते ते लक्षपूर्वक ऐक. मातापिता, बंधूभगिनी हे सर्व जण आपले हितचिंतकच असतात. परंतु त्यांनाही काही मर्यादा असतात. मात्र पती हा परमेश्वरासमान असतो, सुख देणारा असतो. त्याच्यावर प्रीती न करणारी, त्याची सेवा न करणारी स्त्री अधर्मी असते. स्त्रीने मन, वचन, काया आणि कर्माने पतीचरणी आपली प्रीती अर्पण करावी, त्याची निष्काम सेवा करावी, हाच तिचा एकमेव धर्म असतो. हे सीते, युगानुयुगे स्त्रिया तुझे स्मरण करून पतिव्रता धर्माचे पालन करतील.'' सीतेला पतिव्रता धर्म समजावून सांगितल्यावर अनसूयेने तिला उपहारस्वरूप उंची वस्त्रे आणि आभूषणे दिली. तो उपहार सीतेसाठी खूपच मौल्यवान होता. त्या वस्त्राभूषणांचे सौंदर्य, शुद्धी आणि निर्मलता सदैव टिकून राहील अशी होती.

श्रीराम अत्री मुनींना म्हणाले, ''प्रभू, आता आम्हांला दुसऱ्या वनात जाण्याची आज्ञा द्यावी. मला आपला सेवक मानून आपली कृपा, आपला स्नेह सदैव माझ्याबरोबर राहू द्या.'' श्रीरामांचे विनम्र वचन ऐकून अत्री ऋषींचे नेत्र आनंदाश्रूंनी भरून गेले. त्यांचे शरीर आनंदाने पुलकित झाले. श्रीरामांना हात जोडून ते म्हणाले, ''ब्रह्म, शिव आणि विश्वातले समस्त महाज्ञानी ज्या एकमात्र चैतन्याची कृपा प्राप्त करू इच्छितात; ते दीनबंधू, परम कृपाळू ईश्वर स्वतः असे बोलत आहेत. त्यांच्यासारखी विनम्रता आणखी कोणात असू शकते? तुम्हांला इथून जाण्याची आज्ञा मी कशी देऊ? मी असे कोणते जपतप केले आहे, ज्यामुळे मला शरीर, मन, बुद्धी आणि इंद्रियांपलीकडे असलेल्या चैतन्याचे दर्शन लाभले आहे. हे परम सुख मी कसे सोडून देऊ?'' त्या वेळी आनंदविभोर झालेल्या अत्री ऋषींच्या हृदयामध्ये जो आनंदाचा आणि प्रेमाचा संचार झाला होता, तो केवळ एक खरा भक्तच जाणू शकतो.

त्यानंतर श्रीराम, सीता आणि लक्ष्मण अत्री ऋषींना आणि सती अनसूयेला वंदन करून पुढच्या प्रवासाला निघाले.

निष्काम प्रीती हाच सर्वोच्च स्त्रीधर्म

या प्रसंगामध्ये सीतेला स्त्रीधर्म समजावून सांगताना सती अनसूया म्हणाली, 'स्त्रीने तिच्या तन-मन-धनाने पतीच्या चरणी आपली प्रीती अर्पण करावी आणि त्याची निष्काम सेवा करावी. कारण हाच तिचा एकमात्र धर्म आहे.' या उपदेशामध्ये पती कोण आहे आणि स्त्री कोण, हे स्पष्ट करणे आवश्यक आहे. इथे स्त्री हा शब्द स्त्रीजातीसाठी वापरलेला नसून ते स्वभावाला दिले गेलेले नावे आहे. ही गुणधर्माची संज्ञा आहे. ज्या व्यक्तीमध्ये स्त्रीधर्माचे गुण आहेत, ती व्यक्ती स्त्री असते. स्त्रीधर्माचे विशेष गुण म्हणजे ग्रहणशीलता,

करुणा, दया, समर्पण, निःस्वार्थ प्रेम, सहनशीलता आणि निरंतर कार्य करण्याची क्षमता. सखोल विचार केल्यास लक्षात येईल, की हे सर्व गुण भक्तीसाठी आवश्यक असतात.

ज्ञानप्राप्तीसाठी ग्रहणशीलता हवी. सर्व प्राणिमात्रांमध्ये ईश्वराला पाहण्यासाठी दया, प्रेम आणि करुणा हवी. कर्ता भावनेचा त्याग करून ईश्वरचरणी समर्पित होण्यासाठी समर्पणाचा गुण अंगी असायला हवा. जीवनात येणाऱ्या कठीण परिस्थितीत आणि दुःखद घटनांमध्ये संतुलित राहण्यासाठी सहनशीलता हवी. ईश्वरप्राप्तीचे ध्येय पूर्ण करण्यासाठी जपतप, ध्यान या कार्यांमध्ये निरंतरता असायला हवी. माणसामध्ये यातल्या एखाद्या जरी गुणाचा अभाव असला तरी तो खरा भक्त होऊ शकत नाही. मग तो ईश्वराला प्राप्त कसे करणार? त्यामुळे तुम्ही शरीराने स्त्री असा किंवा पुरुष, पण ईश्वरप्राप्तीसाठी आंतरिक भावना स्त्रीचीच असावी लागते, त्यासाठी ग्रहणशील व्हावे लागते.

एकदा संत मीराबाईंना मंदिरामध्ये प्रवेश नाकारला गेला. कारण त्या मंदिरात स्त्रियांना प्रवेश निषिद्ध होता. मंदिराच्या पुजाऱ्याने जेव्हा हे कारण देऊन मीराबाईंना मंदिरात येण्यापासून रोखले तेव्हा त्या म्हणाल्या, "या विश्वात एका गिरिधराशिवाय अन्य पुरुष कोणी आहे का? जर असेल तर त्याने माझ्यासमोर यावे." तिच्या बोलण्यातले मर्म समजताच तो पुजारी पुरता खजील झाला. वास्तविक या समस्त जगतात केवळ एकच पुरुष आहे. तो म्हणजे स्व, चैतन्य, स्वानुभव, शिव, ईश्वर, राम. ही सर्व त्या अकाल पुरुषाचीच विविध नावे आहेत. केवळ तो एकटाच पती, स्वामी होण्यायोग्य आहे. त्यामुळे केवळ त्याचेच स्मरण करणे हे माणसाच्या जीवनाचे एकमेव सर्वोच्च लक्ष्य (कुल मूल लक्ष्य) असले पाहिजे. त्यासाठी प्रत्येक व्यक्तीला गुणधर्माने स्त्री व्हायला हवे... राम (स्वानुभव) प्राप्त करून घेण्यासाठी सीता (सत्य) व्हायला हवे.

सत्याची आभूषणे- ज्ञान, भक्ती आणि वैराग्य

या प्रसंगात असे सांगितले गेले आहे, की सती अनसूयेने सीतेला अशी काही वस्त्रे आणि आभूषणे दिली, ज्यांची चमक कधीच फिकी पडत नाही, जी कधीच मलिन होत नाहीत. ती सदैव सौंदर्याने झळाळत असतात. ही आभूषणे कोणती? तर ज्ञान, वैराग्य आणि भक्ती! ही सत्याची आभूषणे चिरस्थायी, नित्य नूतन आणि सदैव आनंद देणारी आहेत. ज्ञान हे असे आभूषण आहे, जे धारण केल्यावर ईश्वराची लीला समजून घेता येते. भक्ती हे असे आभूषण आहे, जे हृदयी धारण करताच भक्त आणि भगवान यांमधील भेद संपतो. द्वैतभाव नाहीसा होऊन भक्त व भगवान एकाकार होऊन जातात. अशी आत्मसाक्षात्काराची, मोक्षाची दुर्लभ अवस्था केवळ ही तीन आभूषणे परिधान करूनच

प्राप्त करता येते. वैराग्याचा अर्थ आहे अनासक्त आणि अकर्ता भावनेने जगून सर्व प्राणिमात्रांमध्ये ईश्वराला पाहणे. सीता याच दिव्य आभूषणांचा शृंगार करून आपल्या प्रिय रामाची ('स्व'ची, स्वानुभवाची) निष्काम सेवा करत असते. ज्या भक्ताला रामाला प्रसन्न करून घ्यायचे आहे, त्याने सीतेप्रमाणे सदा कांतिमान असणारी ही आभूषणे धारण करायला हवीत.

प्रसंग ३ : शरभंग आणि सुतीक्ष्ण मुनींना मोक्षाप्रत नेणे

अत्री ऋषींना भेटून पुढे जाताना श्रीरामांना शरभंग मुनी भेटले. ते श्रीरामाचे परमभक्त होते. प्रभूचे दर्शन झाल्यावर शरभंग मुनी म्हणाले, ''एकदा ब्रह्मलोकी जात असताना आपण येथे येणार असल्याची वार्ता माझ्या कानावर आली होती. त्या क्षणापासून मी इथे तुमची प्रतीक्षा करत बसलो आहे. आता तुमचे दर्शन घेऊन माझे मन शांत झाले आहे. हे प्रभू, जोपर्यंत मी हा देह सोडून आपल्यात सामावून जात नाही, तोपर्यंत आपण इथेच थांबावे, अशी मी आपल्याला विनंती करतो.'' असे म्हणून शरभंग मुनींनी आपल्या सर्व आसक्तीचा त्याग केला आणि अग्नीच्या स्वाधीन होऊन स्वतःचे भस्म करून घेतले. अशा प्रकारे ते श्रीरामांच्या वैकुंठात गेले. त्यांनी श्रीरामांना भेद-भक्तीचे म्हणजेच द्वैतभावाचे वरदान मागितले होते. म्हणून ते ईश्वराशी एकरूप न होता भक्ताच्या रूपातच विभक्त होऊन राहिले.

तिथून पुढे गेल्यावर एका ठिकाणी श्रीरामांना हाडांचा भला मोठा ढीग दिसला. तेव्हा श्रीरामांबरोबर असणाऱ्या संत-मुनींनी सांगितले, 'या वनात राक्षसांनी ज्या ऋषिमुनींना आपले भक्ष्य बनवले होते, त्यांच्या हाडांचा हा ढीग आहे.' ते ऐकताच श्रीरामांचे हृदय दुःखाने आणि कारुण्याने भरून गेले. त्यांच्या मनात रोष जागृत झाला. आणि त्याच क्षणी त्यांनी पृथ्वीला असुरांपासून मुक्त करण्याचा संकल्प केला. त्याच वेळी त्यांनी सुतीक्ष्ण ऋषींना पाहिले, जे अगस्ती ऋषींचे शिष्य होते. ईश्वराविषयी त्यांना अनन्य प्रीती होती. मन-वचन-कर्माने ते श्रीरामांचे दास होते. श्रीरामांच्या आगमनाची वार्ता कळताच त्यांचे दर्शन घेण्यासाठी ते धावतच आले. त्यांच्या मनात अनेक विचार येत होते. 'हे विधात्या, प्रेमाचे आणि आनंदभावनेचे स्वामी असणारे श्रीराम माझ्यासारख्या दुष्टावरही दया करतील का? माझ्याकडे तर भक्ती, ज्ञान, वैराग्य यांपैकी काहीच नाही आणि मी ना कधी सत्संग, योग, जपतप, यज्ञ केला आहे. किंवा माझ्या मनात तर प्रभुचरणांविषयी दृढ प्रेमही नाही. मला तर केवळ श्रीरामांची कृपा आणि प्रेममयी भक्तीचाच एकमेव आधार आहे. अहा! आज माझ्या त्याच प्रिय प्रभूंच्या मुखदर्शनाने माझे जीवन धन्य होणार.'

अशा प्रकारे श्रीरामांच्या विचारात दंग झालेल्या, श्रीरामांच्याच ध्यानानंदात तल्लीन झालेल्या सुतीक्ष्ण मुनींना भावनावेगामुळे मार्ग, दिशा यांचे भानच उरले नव्हते. आपण कोण आहोत आणि कुठे जात आहोत, याचीही शुद्ध त्यांना राहिली नव्हती. कधी ते चालता चालता अचानक मागे वळत होते, तर कधी अचानक प्रभूंचे गुणगान करत नाचत होते. कारण सुतीक्ष्ण मुनींच्या मनात प्रभू श्रीरामांविषयी प्रेमयुक्त प्रगाढ भक्ती जागृत झाली होती.

प्रभू श्रीराम एका वृक्षाच्या आड लपून आपल्या भक्ताची ही प्रेमातूर अवस्था निरखत होते. सुतीक्ष्ण मुनींचे अत्याधिक प्रेम पाहून श्रीराम, सुतीक्ष्ण मुनींच्या हृदयात प्रकटले. आपल्या हृदयातच प्रभूचे दर्शन झाल्याने सुतीक्ष्ण मुनी मार्गात मध्येच स्थिरावले. त्यांचे शरीर रोमांचित झाले होते. काही काळाने श्रीरामांनी मुनींना अनेकदा उठवायचा प्रयत्न केला. पण मुनी काही उठेनात. कारण त्या अवस्थेत त्यांना प्रभूंच्या ध्यानाचे सुख लाभत होते. तेव्हा श्रीरामांनी त्यांच्या हृदयातले आपले रूप लपवले. हृदयामधले प्रभू अंतर्धान पावताच व्याकूळ होऊन मुनींनी डोळे उघडले. समोर पाहतात तर काय! साक्षात श्रीराम स्वतः उभे होते. प्रभुप्रेमामध्ये तल्लीन झालेले मुनी श्रीरामांच्या चरणी नतमस्तक झाले. प्रभूंनी त्यांना उठवले आणि प्रेमभराने आपल्या हृदयाशी कवटाळले. मुनी स्तब्ध उभे राहून अनिमिष नेत्रांनी प्रभूंकडे पाहत होते. धैर्य एकवटून पुनःपुन्हा श्रीरामांच्या चरणांना स्पर्श करत होते. मग प्रभुप्रेमाच्या धुंदीतच ते श्रीरामांना आपल्या आश्रमात घेऊन गेले. विविध प्रकारांनी त्यांचा आदरसत्कार केला. त्यांची स्तुती गायली.

सुतीक्ष्ण मुनींच्या भक्तीने प्रसन्न होऊन श्रीराम म्हणाले, ''हे मुनी, मी तुमच्या भक्तीने प्रसन्न झालो आहे. तुम्ही जो वर मागाल तो मी तुम्हांला देईन.'' तेव्हा मुनी म्हणाले, ''मी तर कधीच वर मागायचा विचार केला नाही. मला तर सत्यासत्य याचेही ज्ञान नाही. त्यामुळे काय मागावे आणि काय नाही, हेच मला उमजत नाही. म्हणून हे रघुनाथजी, तुमच्या इच्छेनुसार मला वर द्यावा.'' तेव्हा श्रीरामांनी त्यांना वरदान दिले, ''हे मुनिवर, तुम्ही प्रगाढ भक्ती, वैराग्य, सर्व गुण आणि ज्ञानाचे भांडार व्हाल.'' हे ऐकताच मुनी म्हणाले, ''हे प्रभू, तुम्ही जे वरदान दिले, ते मी स्वीकारले आहे. म्हणून आता मला जे आवडते ते आपण द्यावे. हे प्रभू, आपण माझ्या हृदयात सदैव निवास करावा.'' मुनींच्या या प्रार्थनेला 'तथास्तु' म्हणून श्रीरामांनी त्यांना त्यांचा मनाजोगता वरही प्रदान केला.

अशा प्रकारे भक्त आणि भगवान दोघेही परस्पर लीलेने हर्षभरित होऊन अगस्ती ऋषींच्या आश्रमाकडे निघाले. सुतीक्ष्ण मुनींनी गुरू अगस्ती ऋषींकडे जाऊन श्रीरामांच्या

आगमनाची शुभवार्ता दिली. अगस्ती ऋषी तत्काळ श्रीरामांना सामोरे गेले आणि त्यांचे आनंदाने स्वागत केले. विराजमान झाल्यावर श्रीराम ऋषींना म्हणाले, ''हे मुनिश्रेष्ठ, आपण तर अंतर्यामी आहात. शिवाय आपण माझ्या मनीचा उद्देशही जाणता. तेव्हा संत-मुनींना पीडा देणाऱ्या राक्षसांचा संपूर्ण विनाश करण्याचा एखादा उपाय मला सांगावा.''

श्रीरामांचे ते विनम्र वचन ऐकून अगस्ती ऋषी भावविभोर होऊन म्हणाले, ''हे नाथा, ज्यांच्या भक्तीच्या प्रभावामुळे त्यांची केवळ अल्प महिमा मी जाणून घेऊ शकलो, आता तेच मला त्यांचे कार्य पूर्ण करण्यासाठी उपाय विचारत आहेत. खरे तर हे आपले सेवकांविषयी असणारे प्रेम आणि करुणाच आहे. म्हणूनच तर आपण आमच्यासारख्या सेवकांना इतका मान देत आहात. आपल्या सेवेची संधी देत आहात. आपल्या लीलेत सहभागी होण्याचा आनंद घेण्यासाठी मी आपल्याला निवासासाठी पंचवटी नामक एक मनोहर आणि पवित्र ठिकाण सुचवत आहे. आपल्या लीलेच्या नव्या अध्यायाचा आरंभ तिथेच होणार आहे.'' ऋषींचा सल्ला मान्य करून प्रभू श्रीरामांनी सीता आणि लक्ष्मणासह पंचवटीकडे प्रयाण केले.

अध्याय २०

भक्तीच्या विविध अवस्था

भेद-भक्ती वरदान

या रोचक वनवास प्रसंगांतून आपण विविध पात्रांच्या माध्यमातून भक्तीचे विविध प्रकार जाणून घेतले. आता त्या सर्व अवस्था आपण ज्ञानदृष्टीने समजून घेऊ या.

दिव्य भक्ती

ही भक्तीची अशी अवस्था असते, ज्यात भक्त सर्व इच्छांपासून मुक्त होत केवळ अशी शुभेच्छा मनात बाळगतो, 'मला आता ईश्वराशिवाय अन्य काही नको. केवळ ईश्वरच हवा आहे.' या भावनेतून तो प्रार्थना करू लागतो, 'हे ईश्वरा, आता मला केवळ तूच हवा आहेस, तुझ्याशिवाय अन्य काहीही नको.' आई आपल्या बाळाला रिझवण्यासाठी नेहमी नवीनवी खेळणी आणून देत असते. मग बाळ त्या खेळण्याच्या नादात आपल्या आईला थोडा वेळ विसरते. पण एक वेळ अशी येते, की बाळ सर्व खेळणी टाकून देते आणि आईसाठी रडू लागते. तेव्हा मात्र आईला आपली सगळी कामे बाजूला सारून बाळाकडे यावेच लागते. त्याचप्रमाणे भक्तही मायावी खेळण्यांना कंटाळून एक दिवस दृढ संकल्प करतो, 'बस्स, आता मला केवळ ईश्वरच हवा आहे. त्याशिवाय अन्य काहीही नको.' तेव्हा ईश्वराला भक्ताची आर्त हाक ऐकावीच लागते.

शरभंग मुनींची भक्ती-अवस्था अशाच प्रकारची होती. त्या भक्तीने त्यांना ईश्वरासाठी व्याकूळ केले होते. श्रीरामांचे दर्शन होताच त्यांची सर्व प्रकारची सांसारिक आसक्ती समाप्त झाली आणि त्यांनी शरीराचा त्याग केला. इथे शरीर त्याग करण्याचा

अर्थ आहे, 'मी म्हणजे शरीर' या भावनेचा त्याग करणे. या प्रसंगात श्रीरामांची भेट झाल्यावर शरभंग मुनींना आपल्या वास्तविक स्वरूपाचे ('स्व'चे) ज्ञान झाले. म्हणूनच त्यांची शरीराविषयीची आसक्ती नष्ट झाली.

भेदभक्ती

शरभंग मुनींनी श्रीरामांकडे भेदभक्तीचे वरदान मागितले. ही भक्तीची अशी अवस्था असते, ज्यात 'द्वैतभाव' जपला जातो. म्हणजेच भक्त हा भगवंतापासून वेगळा राहून भक्ती करत असतो. ईश्वराचा दास, सखा, बंधू, भगिनी, प्रेमी-प्रेमिका, पुत्र-पुत्री, माता-पिता अशा कोणत्याही नात्याने तो ईश्वराची भक्ती करत असतो. कारण अशा भक्तांना याच अवस्थेत परमानंद मिळत असतो. जसे, मीराबाई श्रीकृष्णाच्या प्रेमिकेच्या रूपात त्याची भक्ती करायची. मातेच्या रूपात कौसल्या श्रीरामाची, यशोदा श्रीकृष्णाची आणि अनसूया दत्तात्रेयांची भक्ती करत होती. गोप, गोपी, राधा, उद्धव हे सगळे श्रीकृष्णाच्या मित्रांच्या रूपात तर भरत-लक्ष्मण श्रीरामांना बंधूंच्या रूपात आणि हनुमान दास बनून भक्ती करत होते.

या प्रसंगात पुढे असे म्हटले आहे, की मनाजोगे वरदान प्राप्त केल्यावर शरभंग मुनी वैकुंठात गेले. वैकुंठ म्हणजे नारायणाचे, विष्णूचे निवासस्थान... जिथे नारायण वास करतात ते धाम. नारायण हे भगवान विष्णूंचे नाव आहे; आणि श्रीराम, श्रीकृष्ण हे विष्णूंचे अवतार मानले जातात. नारायणाच्या प्रत्येक भक्ताची अंतिम इच्छा वैकुंठधाम प्राप्त करण्याचीच असते. कारण त्याला सदैव ईश्वराच्या सान्निध्यात राहायचे असते. वैकुंठधाम हे एखादे भौतिक स्थान नाही तर ते आहे हृदयस्थान... जिथे स्व (नारायण, राम, ईश्वर) जागृत आहे. वैकुंठधाम ही अशी अवस्था आहे जिला आत्मसाक्षात्कार, मोक्ष किंवा स्वबोध अशा अनेक नावांनी संबोधले जाते. ही अवस्था प्राप्त करून सदैव त्या स्मृतीत स्थिर असणे म्हणजेच वैकुंठधाम प्राप्त करणे होय. श्रीरामांचे दर्शन (आत्मसाक्षात्कार) होताच शरभंग मुनी याच अवस्थेत स्थिरावले.

दिव्य समर्पण भक्ती

भक्तीच्या या अवस्थेत भक्त ईश्वराला पूर्णपणे समर्पित होऊन जीवन जगतो... निष्काम सेवा करतो. प्रत्येक कार्य हे ईश्वरी आज्ञा समजून करत असतो. प्रत्येक प्राणिमात्रांत तो एकाच परमचैतन्याला पाहत असतो. महान भक्त भरताची आणि हनुमानाची भक्ती याच प्रकारची होती. आपण ईश्वराला फळे, फुले, धन, श्रम, सेवा जे काही अर्पण करतो, ते सर्व आधीपासूनच त्याचे असते, हे जेव्हा माणसाला समजते, तेव्हा त्याचा अहंकार समाप्त होतो. त्याचा मीपणा म्हणजेच स्वतःला ईश्वराहून वेगळे समजण्याचे अज्ञान नष्ट होते.

दिव्य स्वीकार भक्ती

भक्तीच्या या अवस्थेमध्ये भक्त सर्व इच्छांपासून पूर्णपणे मुक्त होतो. ही मुक्ती त्याने इच्छांचे दमन करून, जबरदस्तीने मिळवलेली नसते, तर त्याविषयी सत्य जाणून स्वेच्छेने मिळवलेली असते. या अवस्थेत भक्त इच्छांपासून इतका अलिप्त होतो, की 'मला ईश्वर भेटावा' ही शुभ इच्छाही लोप पावते. ईश्वर भेटला नाही तरी त्याला काही खंत नसते. कारण ही स्थिती त्याने अगदी सहजतेने स्वीकारलेली असते.

सुतीक्ष्ण मुनींची भक्ती ही अशीच दिव्य स्वीकार भक्ती होती. त्यांना त्यांच्या हृदयातच श्रीरामांचे (स्वानुभवाचे) दर्शन झाले. श्रीरामांनी जेव्हा त्यांना वर मागायला सांगितला, तेव्हा त्यांनी दिलेले उत्तर हे दिव्य स्वीकार भक्तीला साजेसे होते. ते म्हणाले, 'मी तर कधीच काही वर मागायचा विचार केला नाही. मला तर सत्यासत्य याचेही ज्ञान नाही. त्यामुळे काय मागावे आणि काय नाही, हेच मला उमजत नाही. म्हणून हे रघुनाथजी, तुमच्या इच्छेनुसार मला वर द्यावा.' या अवस्थेत भक्त ईश्वराला म्हणतो, 'तुझी इच्छा तीच माझी इच्छा!' अशा प्रकारे तो आपल्या आराध्याप्रती समर्पित होऊन पूर्ण स्वीकारभावात राहू लागतो.

श्रीरामांनी स्वतःहून त्यांना वरदान दिले, 'हे मुनिवर, तुम्ही प्रगाढ भक्ती, वैराग्य, सर्व गुण आणि ज्ञानाचे भांडार व्हाल.' म्हणजेच जो आपल्या सर्व इच्छांमधून मुक्त होतो त्यालाच ईश्वर भक्ती, वैराग्य, ज्ञान आणि सद्गुण या विश्वातल्या सर्वात दुर्लभ असणाऱ्या गोष्टी प्रदान करतो. या सर्व गोष्टी प्राप्त केल्यावर सुतीक्ष्ण मुनींनी श्रीरामांना सदैव आपल्या हृदयातच विराजमान होण्याची विनंती केली. म्हणजे सदैव स्वानुभवात स्थिर राहण्याची त्यांची इच्छा होती. भक्तीमध्ये जसजसा स्वीकारभाव वाढतो, तसतसा भक्ताला खरा आनंद मिळू लागतो.

दिव्य ज्ञान-भक्ती

ही भक्तीची उच्चस्तरीय अवस्था आहे. या अवस्थेत ईश्वराविषयीची सर्व रहस्ये प्रकाशात येतात आणि भक्त ईश्वराशी एकरूप होऊन जातो. जशी नदी सागराला मिळाल्यावर स्वतःच सागर बनते, त्याप्रमाणेच या अवस्थेत भक्त ईश्वराशी असा काही एकरूप होतो, ज्यालाच 'स्वानुभव' किंवा 'आत्मसाक्षात्कार' असे संबोधले गेले आहे. या अवस्थेत असत्यरूपी माया नष्ट होते. शिव अर्थात चैतन्य, ईश्वर प्रकट होऊन सुख-दुःख, यश-अपयश, मान-अपमान, जीवन-मृत्यू, मी-तू अशा द्वैतभावापासून मुक्ती मिळते. हा द्वैतभाव स्वानुभव प्राप्त करताच समाप्त होतो. भक्त भक्तीच्या कोणत्याही स्तरावर असला तरी अशी दिव्य ज्ञान-भक्तीची अद्वैत अवस्था प्राप्त करणे हेच त्याचे अंतिम ध्येय असते. शरभंग मुनींनी आणि सुतीक्ष्ण मुनींनी श्रीरामांकडे याच स्वानुभवाचे वरदान मागितले होते.

शिवाय असे उच्चस्तरीय अनुभव शब्दांत व्यक्त करता येत नाहीत, ते स्वतःच अनुभवावे लागतात. कारण हे अनुभव शरीर आणि इंद्रियांपलीकडचे असतात. हे अनुभव प्राप्त करण्याचे शरीर हे केवळ एक माध्यम असते. ज्याप्रमाणे नेत्रांना नेत्रांचे दर्शन घडवण्यासाठी आरसा हे एक माध्यम असते. त्याचप्रमाणे ईश्वर, भक्ताच्याच शरीरात स्वतःचे दर्शन घेत असतो. अत्री ऋषी, अगस्ती ऋषी, वाल्मिकी ऋषी, विश्वामित्र ऋषी या सर्वांची श्रीरामांच्या चरणी असलेली भक्ती याच स्तरावर होती.

दिव्य तेज भक्ती

ईश्वराशी मीलन झाल्यावर भक्तीच्या अंतिम स्तरावर भक्त आणि भगवान पुन्हा वेगवेगळे होतात, दोन बनतात. ही जाणीव अत्यंत गहिरी आणि तीव्र आहे. भक्त आणि भगवान एक होतात; पण केवळ भक्ताच्या भूमिकेतून आणि ईश्वराच्या भूमिकेतून वेगवेगळा आनंद प्राप्त करण्यासाठी पुन्हा विभक्त होतात, तेव्हा दिव्य तेज भक्तीचा किंवा पराभक्तीचा आरंभ होतो. सत्‌चित आनंद, तेज आनंद आणि तेज मौन यांतून दिव्य तेज भक्ती निर्माण होते. खरे तर भक्तीच्या या स्तराची व्याख्या, वर्णन शब्दांत करता येणे केवळ अशक्यच! श्रीराम या स्तरावर होते. या स्तरावरून अभिव्यक्ती करण्यासाठी ते परम चेतना रामापासून वेगळे होऊन भौतिक शरीरासह राजा दशरथाच्या पुत्राच्या रूपात त्यांनी अवतार घेतला होता. श्रीकृष्ण, ईसा मसीह, गौतम बुद्ध यांसारख्या महापुरुषांनी भक्तीच्या याच उच्चतम अवस्थेत लोककल्याणासाठी मानवी भूमिकेतून विश्वात अभिनय केला होता, लीला रचली होती.

अध्याय २१

लक्ष्मण जिज्ञासा - श्रीराम ज्ञान

ज्ञान-विज्ञान भेद - भाग १

या अध्यायामध्ये श्रीराम आणि लक्ष्मण यांच्यात झालेल्या अतिशय रोचक आणि ज्ञानवर्धक संवादाचा प्रसंग वर्णन केला आहे. यात लक्ष्मण हा एका सत्यशोधकाच्या भूमिकेत आहे, तर श्रीराम त्याचे गुरू बनले आहेत. लक्ष्मणाने श्रीरामांपुढे आपली काही आध्यात्मिक जिज्ञासा व्यक्त केली आहे. इथे लक्ष्मणाला पडलेले प्रश्न हे सत्यप्राप्तीची तृष्णा असणाऱ्या प्रत्येक साधकाला पडणारे मूलभूत प्रश्न आहेत. श्रीरामांनी या प्रश्नांची खूपच स्पष्ट आणि सुंदर उत्तरे दिली आहेत. हा प्रसंग आणि त्याचा अर्थ वाचून निश्चितच तुमच्याही मनातल्या अनेक शंकांचे निरसन होईल.

चित्रकूटाहून पंचवटीपर्यंतच्या प्रवासात अत्री, शरभंग, सुतीक्ष्ण आणि अगस्ती ऋषींसह अनेक ऋषिमुनींना आपल्या दर्शनाचा लाभ देत श्रीराम, सीता आणि लक्ष्मणासह पंचवटीला पोहोचले. तिथे त्यांनी गिद्धराज जटायूलाही दर्शन दिले, जो श्रीरामांचा परम भक्त होता. पंचवटीला पोहोचल्यावर गोदावरी नदीच्या किनारी एक सुंदर पर्णकुटी बांधून ते तिघे राहू लागले. त्यांच्या शुभागमनाने पंचवटीचा सारा परिसर आनंदून गेला.

एकदा श्रीराम पंचवटीतील पर्णकुटीत विश्राम करत होते. त्या वेळी लक्ष्मणाच्या साधक मनात काही प्रश्न निर्माण झाले. ते प्रभू श्रीरामांना म्हणाले, "दादा, माझ्या मनात काही जिज्ञासा आहे. कृपया त्यांचे निरसन करावे. म्हणजे माझे मन शांत होईल, मग माझ्याकडून कधी कोणती अयोग्य कर्मे घडणार नाहीत. कृपया मला सांगा, ईश्वर म्हणजे काय आणि त्याची माया म्हणजे काय? आपल्याला प्राप्त करण्यासाठी जो ज्ञान, वैराग्य

आणि भक्तीचा मार्ग भक्त अवलंबतात, तो मार्ग मला समजावून सांगा. हे प्रभू, मला ईश्वर आणि जीव, ईश्वर आणि व्यक्तीमधले अंतर काय हे समजल्याने हा विषय पूर्णपणे समजून घेता येईल. माझी भक्ती, माझे ज्ञान वाढेल आणि

माझ्या सर्व शंका, अनुमान आणि मोह नष्ट होऊन मी शांत होईन.''

लक्ष्मणाची जिज्ञासा जाणून घेतल्यावर श्रीराम म्हणाले, ''हे बंधू, ही सर्व तत्त्वे वास्तविक अतिमहत्त्वपूर्ण आहेत. परंतु मी तुला ती थोडक्यात समजावून सांगतो. तू लक्षपूर्वक ऐक. ज्यामुळे माणूस, मी-माझे... तू-तुझे... तो-त्याला... असा भेद करतो, ती म्हणजे माया आणि या मायेनेच सर्व जीवांना आपल्या अधीन करून ठेवले आहे. जिथपर्यंत मनाची मर्यादा आहे, तिथपर्यंत माया पसरली आहे. शिवाय ही मायादेखील ईश्वरानेच निर्माण केली आहे. तसे पाहिले तर मायेचे दोन प्रकार आहेत : एक विद्या अर्थात ज्ञान आणि दुसरा अविद्या म्हणजे अज्ञान. अविद्या ही कुकर्म, विकार, मोह आणि दुःख यांनी युक्त आहे. म्हणून जीव मुक्त असला तरी मायेच्या प्रभावामुळे या मायाबंधनांनी जखडलेला असतो. याशिवाय विद्येमध्ये ज्ञान-विज्ञान व कला या गुणांचा समावेश आहे, जे विश्वरचना आणि विश्वविकास करण्यासाठी उपयुक्त आहेत. विद्येला ना स्वतःची काही सत्ता असते ना सामर्थ्य. विद्याही ईश्वरानेच निर्माण केलेली असून त्यानेच प्रेरित केली आहे. ज्यामध्ये अहंकाराचा लवलेशही नाही, ते खरे ज्ञान. हे लक्ष्मणा, खरा वैरागी तोच, जो सर्व प्राणिमात्रांना समान मानून त्यांच्यात ईश्वराचे म्हणजेच स्व, परमचैतन्याचे दर्शन घेतो. ज्याने साऱ्या सिद्धींचा आणि रज, तम, सत्त्व या तीनही गुणांचा त्याग केला आहे. जो मायेला, ईश्वराला आणि स्वतःच्या सत्य स्वरूपाला जाणत नाही, तो जीव म्हणजेच व्यक्ती होय. ईश्वर ही एक अशी परम सत्ता आहे, जी मायेच्या रूपात स्वतःचा विस्तार करून सर्व जीवांना त्यांच्या कर्मांनुसार बंधने किंवा मोक्ष देत असते. जो सगळ्यांच्या पलीकडे असून अजन्मा म्हणजेच जन्म-मृत्यूच्या पलीकडे आहे. जो सर्वव्यापक, अव्यक्त परमचैतन्य आहे, तोच ईश्वर होय.

''आपल्या मर्यादांचे पालन करत कर्म केल्याने वैराग्य प्राप्त होते. श्रवण, पठण,

मनन आणि ध्यान यांद्वारे सत्याशी जोडले गेल्यावर ज्ञान प्राप्त होते. ज्ञान मोक्ष देते. परंतु हे लक्ष्मणा, मला तत्काल प्रसन्न करून घेते, ती माझ्यावरची भक्ती. अशी भक्ती, जी भक्तांना सुख प्रदान करते, ती सदैव मुक्त असते. तिला ज्ञान, विज्ञान, विधी, कर्मकांड अशा कुठल्याच साधनांची गरज नसते. मला प्राप्त करून घेण्यासाठी केवळ भक्तीच पुरेशी आहे. ज्ञान आणि विज्ञान भक्ती घडवत नाहीत. हे तर भक्तीच्या अधीन आहेत. भक्ती हेच सर्वश्रेष्ठ वरदान आहे आणि ते ईश्वराच्या कृपेनेच प्राप्त होते.

''मला प्राप्त करून घेण्याचा सोपा आणि सहज मार्ग म्हणजे भक्ती. त्यासाठी माणसाच्या मनात सत्य प्रेमी, सत्य साधक आणि सत्य सेवकांविषयी अतिशय सेवाभाव व आदर असला पाहिजे. त्याने धर्मानुसार आपल्या मर्यादांमध्ये राहून कर्तव्याचे पालन केले पाहिजे. त्यामुळे त्याच्या मनात विषयवासनांबद्दल वैराग्य आणि अनासक्ती निर्माण होते. वैराग्य निर्माण होऊन मनातल्या वासना नष्ट होताच, सत्यासाठी प्रेम जागृत होते. मग तो नवविधा भक्ती करू लागतो; म्हणजेच श्रवण, मनन, स्मरण अशा नऊ प्रकारांनी ईश्वरसाधना करू लागतो. त्याच्या मनात माझ्याविषयी अत्याधिक प्रेम निर्माण होते.

''ज्याच्या मनात सत्यासाठी प्रगाढ प्रेम असेल, जो मन, वचन आणि कर्माने नियमित भक्ती करत असेल, तो गुरू, माता-पिता, बंधु-भगिनी, पति-पत्नी आणि सर्व देवतांमध्ये मलाच पाहत असेल. माझ्याच सेवेत लीन राहून, माझेच गुणगान करताना ज्याचे रोम-रोम पुलकित, वाणी सद्‌गदित आणि नेत्रांतून प्रेमाश्रू पाझरू लागतील. ज्याच्यात कामना, लोभ, मद, मत्सर, अहंकार इत्यादी विकार नसतील, अशाच भक्ताला मी वश होत असतो. जो भक्त केवळ माझाच आधार मानतो, जो निष्काम भावनेने केवळ माझेच ध्यान करतो, त्याच्याच हृदयात मी सदैव निवास करत असतो.''

श्रीरामांच्या मुखातून हा भक्तियोग ऐकून लक्ष्मण संतुष्ट, आनंदित झाला. त्याने श्रीरामांच्या चरणी मस्तक ठेवले. अशा प्रकारे वैराग्य, ज्ञान, गुण आणि नीती यांच्या चर्चेमध्ये श्रीराम, सीता आणि लक्ष्मणाचा वनवास जणू सुखवास होत होता.

आता लक्ष्मणाने विचारलेल्या शंका आपण एक-एक करून समजून घेऊ या.

ईश्वर, माया आणि जीव म्हणजे काय?

या प्रश्नाचे सविस्तर उत्तर द्यायचे झाले तर त्यासाठी एक मोठा ग्रंथही अपुरा पडेल, इतका हा गहन प्रश्न आहे; पण इथे आपण ते थोडक्यात समजून घेणार आहोत. ईश्वराचे अर्थात 'स्व'चे मूलतत्त्व हे महाशून्य, निराकार, अजन्मा, सर्वव्यापक, अनादी, अनंत, निःशब्द, एकमेव, अद्वैत असेच आहे. खरे तर या शब्दांमध्येही ईश्वराची व्याख्या

करण्याचे सामर्थ्य नाही. मुळात ईश्वर-तत्त्व हे परिभाषेच्या पलीकडे आहे. ईश्वराला स्वतःला जाणून घ्यायचे होते, स्वतःचा अनुभव घ्यायचा होता, त्याला स्वत:ची स्तुती करायची होती, आनंद आणि आश्चर्य अनुभवायचे होते, म्हणून त्याने माया निर्माण केली. मायेतूनच ईश्वर एकातून दोनमध्ये विभाजित झाला. उदाहरणार्थ, माया आणि मायापती (स्व), पुरुष आणि प्रकृती, शिव आणि शक्ती, लीला आणि लीलाधर... नाव काहीही असो; पण हे ईश्वराचेच द्वैत आहे. ईश्वराचीच दोन रूपे आहेत.

मायाही 'स्व'चीच लीला आहे. जेव्हा तो 'स्व' इन रेस्ट असतो, तेव्हा तो निराकार ईश्वर असतो. जेव्हा तो 'स्व' इन ॲक्शन असतो, तेव्हा तो क्रियाशील ईश्वर असतो. ईश्वराची क्रियाशीलता म्हणजेच माया, लीला, सृष्टी, शक्ती, मोहिनी इत्यादी. महत्त्वाची गोष्ट म्हणजे ईश्वर एकातून दोनमध्ये विभाजित झालेलाच नाही, तर त्याने केवळ दोनात विभाजित होण्याचा भ्रम, आभास निर्माण केला आहे. शिवाय हा भ्रम म्हणजेच माया. मायेला वास्तवात अस्तित्वच नाही. ती केवळ अनुभवायची गोष्ट आहे. तो अनुभवच इतका वास्तविक आणि खरा भासतो, की गुरूंकडून सत्याचे ज्ञान प्राप्त करत असताना, माया केवळ भ्रम आहे, हे जाणून घेताना मनुष्याचे अवघे आयुष्य संपते, तरीही माणूस मायेच्या भ्रमातून बाहेर येऊ शकत नाही. भ्रमाला सत्याहूनही अधिक विश्वसनीय करणारा हा ईश्वर किती कुशल रचनाकार आहे, याची प्रचिती अशा वेळी येते.

मग आता प्रश्न असा आहे, 'ईश्वर आणि मायेत जीवाचे (व्यक्तीचे) नेमके स्थान काय?' जर माया ही 'स्व'ची लीला असेल तर जीव (व्यक्ती) त्या लीलेची लीला आहे. खरे तर त्या मायेतूनच जीव जन्मला आहे. विश्वात जे काही दिसत आहे, ती 'स्व'ची लीला आहे आणि त्या लीलेने स्वतः निर्माण केलेली लीला म्हणजे जीव होय. याचाच अर्थ, सृष्टीतील सर्व प्राणिमात्र आणि दृश्ये ही मायेच्या लीलेचाच एक भाग आहेत.

ही गुंतागुंत आपण एका उदाहरणाद्वारे समजून घेऊ या. समजा, एका शास्त्रज्ञाने एक रोबोट तयार केला. पण तो रोबोटच जर सर्जनशीलतेने अनेक प्रकारचे अन्य रोबोट तयार करू लागला, तर या निर्मितिप्रक्रियेला तुम्ही काय म्हणाल? ही तर एक उच्च प्रकारची निर्मिती, सर्जनशीलता असेल. त्या शास्त्रज्ञाने रोबोटच्या रूपात एक अशी प्रणाली तयार केली, जी आता स्वयंचलित पद्धतीने तिच्याचसारखे अन्य रोबोट तयार करू शकेल. यामुळे त्या शास्त्रज्ञाचे काम किती सोपे, हलके झाले असेल, शिवाय तो संतुष्टही झाला असेल. त्याचप्रमाणे ईश्वराने मायेचा भ्रम निर्माण केला आणि मग त्या मायेने आपला भ्रम तयार करून तिच्या क्षमतेची व्यक्ती, जीव तयार केला. जो विश्वसनीय आणि वास्तविक वाटतो; पण मुळात खोटा, अवास्तव असतो.

जसे, चित्रपटात दिसणारी दृश्ये आणि पात्रे खरी वाटतात. ती एकमेकांशी बोलतात, भांडतात, गाणी गातात, पण ते सगळे खोटे असते. केवळ मनोरंजनासाठी निर्माण केलेला हा एक भ्रम आहे, हे त्या चित्रपटाच्या निर्मात्यांना, दिग्दर्शकाला माहिती असते. त्याचप्रमाणे या उदाहरणात चित्रपट ही माया आहे, ज्यात सर्व सृष्टी आणि त्यातली पात्रे आहेत. या चित्रपटातील पात्रे म्हणजे व्यक्ती, ज्या स्वतःला वास्तव मानतात. या चित्रपटाचा निर्माता ईश्वर असून त्याने सर्जनशीलता, आनंद, आश्चर्य आणि स्तुती यांचा अनुभव घेण्यासाठी या महान चित्रपटाची निर्मिती केली.

मायेच्या प्रभावामुळेच व्यक्ती म्हणजेच जीव स्वतःचे खरे अस्तित्व वास्तव मानायला लागला. तो स्वतःचे एक स्वतंत्र, स्वयंपूर्ण अस्तित्व समजायला लागला. मग त्याच्यात 'मी'पणा येऊन अहंकार जागृत झाला. तो स्वतःला सर्वव्यापी, परमचैतन्य 'स्व'हून वेगळे समजू लागला. एखाद्या मनुष्याला सहज म्हणून तर बघा, 'तू म्हणजे केवळ एक भ्रम आहेस, स्वप्न आहेस.' तर तो तुमच्याकडे विचित्र नजरेने बघून म्हणेल, 'अरे, तूच वेडा आहेस.' मायेचा प्रभावच इतका असतो, की खोट्याला खरे मानून परमसत्य नाकारले जाते. आपले खरे स्वरूप विसरून स्वतःला सतीश, सचिन, सविता, नीलिमा, इक्बाल, फातिमा, मारिया, जोसेफ, सुखविंदर अशा विविध नावांनी ओळखला जातो. म्हणूनच या प्रसंगात श्रीराम लक्ष्मणाला म्हणतात, 'जो ही माया, ईश्वर आणि स्वतःच्या मूळ रूपाला जाणत नाही, त्यालाच जीव (व्यक्ती) संबोधले पाहिजे.'

खरे तर प्रत्येक व्यक्तीची शक्ती असीमित आहे. पण तिने आपले मूळ स्वरूप विसरून स्वतःला सीमित करून घेतले आहे. ती स्वतःला शरीर मानत आहे. त्याची इंद्रिये जे दर्शवतात, तेच त्याच्यासाठी सत्य असते. जिथपर्यंत त्याचे मन पोहोचू शकते, तितकीच त्याच्या विचारांची सीमा मर्यादित आहे. त्याच्या भावना, विचार आणि कर्मे केवळ मायेतच गुरफटून गेली आहेत. तो या गुंत्यातून स्वतःला सोडवूच शकत नाही. म्हणूनच श्रीराम म्हणतात, 'जिथे मनाची सीमा आहे, तिथे सर्व काही माया आहे.'

अष्टमायेचा ऑक्टोपस

ईश्वराची माया विशाल असून त्याचा थांग लागणे कठीण आहे. इथे मात्र आपण मायेचा विचार वेगळ्या दृष्टिकोनातून करणार आहोत. लक्ष्मणाला समजावताना श्रीराम म्हणतात, 'मी-माझे, तू-तुझे, तो-त्याला' असा भाव मनात असणे, हीच तर माया आहे; शिवाय सर्व जीव याच मायेच्या प्रभावात अडकलेले आहेत. या मायारूपी ऑक्टोपसने आपल्या आठ पायांनी सर्व जीवांना घट्ट जखडून ठेवले आहे. अष्टमायेचे हे आठ पाय म्हणजे

'मी, माझे, मला, तू, तुझे, तुला, तो आणि त्याला.' व्यक्तीने स्वतःला परमचैतन्यापासून वेगळे करताच अष्टमायेचे पाश लगेच तिच्याभोवती घट्ट विळखा घालून तिला जखडून टाकतात. त्या अवस्थेत ती व्यक्ती 'मी' होते आणि अन्य लोक 'तू' होतात. व्यक्तीत हा 'मी' येतो; तोच मुळी आसक्ती, मद, काम, क्रोध, महत्त्वाकांक्षा, कामना, लोभ, स्वार्थ, भय, घृणा आणि श्रेयाची अपेक्षा या विकारांना सोबत घेऊन. मनुष्याच्या मनात विकारांनी प्रवेश करताच त्यानुसार वृत्ती तयार होतात. म्हणजे व्यक्तीमध्ये विकारांना पोसणाऱ्या सवयी आणि वृत्ती विकसित होतात. त्यामुळे व्यक्तीवर असलेली मायेची पकड अधिकच दृढ होत जाते.

मायेचे भेद : विद्या आणि अविद्या

लक्ष्मणाला मायेचे प्रकार समजावून सांगताना श्रीराम म्हणाले, मायेचे दोन भेद आहेत : एक विद्या आणि दुसरा अविद्या. अविद्या ही कुकर्म, विकार, मोह आणि दुःखाने युक्त आहे. या मायेच्या प्रभावामुळे जीव मुक्त असला तरीही या मायाबंधनांनी जखडलेला असतो; तर विद्येमध्ये ज्ञान-विज्ञान आणि कला या गुणांचा समावेश आहे, जे विश्वरचना व विश्वविकास करण्यासाठी उपयुक्त असतात.

श्रीरामांचे हे कथन आता आपण सविस्तर समजून घेऊ. इथे अविद्येचा अर्थ आहे अज्ञान. माणसाला 'मी शरीर आहे' असे वाटणे हेच त्याचे मुख्य, मूलभूत अज्ञान आहे. या मूलभूत अज्ञानाच्या आधारेच तो मनातल्या मनात सांसारिक यशाचे कित्येक मनोरे उभे करतो. सुरुवातीला हे मनोरे रचताना आनंद होत असला तरी शेवटी ते दुःखच देतात. अज्ञान हे माणसाचा अहंकार, आसक्ती, विषय विकार आणि वाईट सवयी वाढवून त्याला बंधनांमध्ये जखडून टाकते; जेणेकरून त्याची पुन्हा 'स्व'कडे परतण्याची शक्यताच नाहीशी होते. अज्ञानाच्या अंधकारात माणूस सुख-दुःख, जय-पराजय, यश-अपयश, घृणा-आसक्ती आणि आशा-निराशा अशा विरोधी भावनांमध्ये हेलकावे घेत राहून खऱ्या आनंदापासून दूर होत जातो.

विद्येचा अर्थ आहे ज्ञान. विद्येला पुन्हा दोन भागांत विभाजित केले जाते. अपरा विद्या आणि परा विद्या. अपरा विद्या म्हणजे विज्ञान आणि परा विद्या म्हणजे आध्यात्मिक ज्ञान, अंतिम सत्य. या विश्वात मायेचा खेळ रचण्यासाठी ईश्वराने अनेक गुण, कला, विज्ञान आणि विद्या निर्माण केल्या आहेत. उदाहरणार्थ, भौतिक-जीव-रसायन शास्त्र, भू शास्त्र, अंतराळ शास्त्र, वैद्यकीय शास्त्र, ज्योतिष, अनेक सिद्धी, भाषा-व्याकरण, छंद-अलंकार, वेद शास्त्र, गणित, नृत्य, गायन, संगीत, वादन, लेखन, चित्रकला अशा सर्व

कला आणि क्रीडा इत्यादी. मानवाला त्याच्या क्षमता विकसित करता येणे, त्याच्या सद्‌गुणांचा विकास करून त्याला त्याच्यातील गुणांची अभिव्यक्ती करण्याची संधी देणे हाच या निर्मितीमागचा उद्देश आहे. या कला आणि क्रीडाविश्वाचे म्हणजेच मायेचे सौंदर्य वाढवण्याचे, तिचा विकास करण्याचे आणि तिला रोचक, मनोरंजक करण्याचे काम करतात, त्यांनाच अपरा विद्या किंवा विज्ञान/शास्त्र असे म्हटले गेले आहे. थोडक्यात सांगायचे तर, जीव (व्यक्ती) आणि जगत (माया) यांच्याशी संबंधित सांसारिक शास्त्र आणि कला या अपरा विद्या आहेत.

याउलट, जी विद्या माणसाला मायेपासून मुक्त करून त्याला त्याच्या मूळ रूपाची ओळख करून देते, ती परा विद्या (तेजज्ञान, अंतिम सत्य, ब्रह्मज्ञान) असते. ईश्वर आणि मायेच्या सर्व रहस्यांवरचा पडदा बाजूला करून सत्याचे दर्शन घडवते ते तेजज्ञान. हे ज्ञान माणसातील 'मी'पणा, अहंभाव नष्ट करते. मग त्यातला मी निघून जाताच तो स्वतःमध्ये आणि अन्य सर्व जीवांमध्ये त्या एकाच सर्वव्यापी 'मी'ची ('स्व'ची) अनुभूती घेऊ लागतो. हा असतो स्वानुभव आणि हीच आत्मसाक्षात्काराची अवस्था.

यावरून आपण अविद्या (अज्ञान) ही नकारात्मक आणि अशुभ आहे, असा निष्कर्ष काढू शकतो. अपरा विद्या (कला आणि शास्त्र इत्यादी) सकारात्मक आणि शुभ आहे, तर या शुभ-अशुभाच्या पलीकडे घेऊन जाते ती परा विद्या; अर्थात तेजज्ञान, जे व्यक्तीला मायेपासून मुक्त करून सेल्फशी एकरूप करते. विद्येसंबंधी श्रीराम म्हणतात, 'कोणाकडेही स्वतःची अशी सत्ता किंवा सामर्थ्य नसते. कारण सर्व काही ईश्वराने निर्मिलेले असून त्याच्याचद्वारे प्रेरित केले जात आहे. यावरून लक्षात येते, या विश्वात ईश्वराने सर्व जीवांसाठी सर्व प्रकारची व्यवस्था केली आहे. जो जीव जसा मार्ग निवडतो, तसा ईश्वर त्याला त्या मार्गावर जाण्याची अनुमती देतो. प्रत्येक जण आपल्या स्वभावानुसार आणि संस्कारांना अनुसरून आपापली जीवनयात्रा पूर्ण करत असतो.

वैराग्य म्हणजे काय?

या प्रसंगात वैराग्य म्हणजे काय, यावरही श्रीरामांनी स्पष्टीकरण दिले आहे. ते म्हणतात, 'हे लक्ष्मणा, जो सर्वांमध्ये समान रूपाने ईश्वराला (स्व, परमचैतन्य) पाहतो, ज्याने साऱ्या सिद्धींचा आणि रज, तम, सत्त्व या तीनही गुणांचा त्याग केला आहे, तोच माणूस श्रेष्ठ वैरागी आहे. वैराग्याची व्याख्या अशा प्रकारे केली जाऊ शकते. वैराग्य = अनासक्ती + अकर्ता भाव + स्वसाक्षी + गुणातीत.

मायेच्या प्रलोभनात राहून, तिचा उपयोग करूनही तिच्यापासून अनासक्त राहणे

म्हणजे खरे वैराग्य आहे. या व्यवहारी जगात सर्व नातेवाइकांमध्ये राहून जगरहाटी सांभाळत असताना आतून संतुलित राहणे, कोणाविषयी काही तक्रार किंवा वाईट भावना न ठेवणे, सर्वांना समान लेखणे, सर्वांमध्ये ईश्वर पाहणे हेच वैराग्य आहे. सुख-दुःख, मान-अपमान, लाभ-नुकसान अशा सर्व परिस्थितीत मनःस्थिती स्थिर ठेवणे म्हणजेच वैराग्य आहे. निष्काम होऊन म्हणजे कर्ताभावनेतून मुक्त होऊन जे काही होत आहे किंवा केले जात आहे, ते ईश्वरच करत आहे, ही भावना ठेवून फळाची अपेक्षा न करता कर्म करत राहणे हेच खरे वैराग्य आहे.

स्वाक्षी भावनेत असताना तुम्हांला खऱ्या वैराग्याचा अनुभव येतो. स्वाक्षी म्हणजे 'स्व'चा साक्षी, ज्यात माणूस 'स्व'ला जाणून जीवन जगत असतो; सर्व व्यवहार करत असतो; पण तरीही तो कर्ता नसतो. त्याला कर्माची आणि कर्माच्या फळाचीही आसक्ती नसते. त्याच्याकडून केल्या जाणाऱ्या सर्व कार्यांसाठी तो स्वतःला केवळ एक माध्यम समजत असतो. कुटुंबात, ऑफिसमध्ये, रस्त्यावर, बाजारात किंवा अन्य ठिकाणी, ज्या काही घटना घडत असतात, त्यात तो स्वाक्षीभावनेने उपस्थित राहून अलिप्तपणे आपली भूमिका निभावत असतो. म्हणजेच तो कोणत्याही व्यक्तीवर किंवा घटनेवर योग्य-अयोग्य, चांगल्या-वाइटाचा शिक्का मारत नाही. त्यामुळे तो कधी सुखी, तर कधी दुःखीही होत नाही. प्रत्येक क्षणी तो केवळ त्याच्या असण्याचा आनंदच घेत असतो.

अशा प्रकारे हळूहळू तुम्ही केवळ बाह्य जगताकडेच नव्हे, तर स्वतःच्या शरीराकडेही स्वाक्षीभावाने पाहू लागता. उदाहरणार्थ, शरीरात कुठे ताण आहे, कुठे वेदना आहे, कधी क्रोधाची भावना जागृत होते, इत्यादी. स्वाक्षीभावनेने शरीराविषयीही असाच विचार केला जातो, की ईश्वराने शरीरात जर काही वेदना दिली असेल तर ती त्या क्षणाची गरज आहे म्हणून दिलेली असते. पुढच्या क्षणी गरज बदलली, की ती वेदना समाप्त होते. त्या क्षणी वेदनेची गरज नसती तर वेदना झालीच नसती. पण वेदना होत असेल तर नक्कीच तिची गरज आहे म्हणून ती होत आहे. अशा प्रकारे प्रत्येक गोष्टीकडे, प्रत्येक घटनेकडे, अन्य लोकांकडे आणि आपल्या स्वतःकडेही माणूस इतक्या सहजतेने पाहू लागतो. ईश्वराविषयी खरे प्रेम निर्माण झाल्यावर जे प्राप्त होते, तेच खरे वैराग्य आहे. कारण ईश्वराविषयी प्रेम वाटू लागल्यावर तो ज्या परिस्थितीत ठेवतो, तसा मनुष्य राहू लागतो. अशा वेळी कोणत्याही परिस्थितीचा त्याला त्रास होत नाही किंवा कुठल्याही गोष्टीविषयी त्याची काही तक्रारही नसते.

या अवस्थेत अनेक बाह्य समस्या आणि शारीरिक पीडा असूनही तो मनुष्य आतून पूर्णपणे शांत, आनंदित राहतो. ते पाहून लोकांना आश्चर्य वाटते. त्यांना वाटते, तो

संसारापासून अलिप्त झाला असून स्वतःच्या शरीराबद्दलही बेपर्वा झाला आहे. पण वास्तवात ईश्वराविषयी खरे प्रेम आणि ज्ञान प्राप्त झाल्यानेच ही सदानंदी वैराग्यपूर्ण अवस्था निर्माण झालेली असते.

त्याचप्रमाणे जगात काही ढोंगी लोकही असतात. ते आपला आळशीपणा, नाकर्तेपणा लपवण्यासाठी वैराग्याची सबब सांगून, कर्म टाळत जबाबदारीपासून दूर पळत असतात. वैराग्याच्या नावावर काही लोक जबाबदारी टाळण्यासाठी आपले घरदार, संसार सोडून दूर कुठेतरी डोंगरावर निघून जातात. संन्याशाची वस्त्रे परिधान करून त्यालाच वैराग्य समजतात. पण जाणीवपूर्वक केलेली भक्ती आणि खरे ज्ञान प्राप्त केल्यावर जे प्राप्त होते, तेच खरे वैराग्य असते. ते दिखाऊ वैराग्यापेक्षा खूप भिन्न असते.

एकदा एक माणूस आपले घरदार सोडून, भगवी वस्त्रे धारण करून हिमालयात निघून गेला. तिथे अनेक वर्षे राहून, एक साधू महात्मा होऊनच आपल्या गावी परतला. त्याला वाटत होते, इतकी वर्षे व्यवहारी जगापासून, संसारापासून दूर राहिल्याने आपण मोह-माया आणि विकारांवर विजय मिळवून खरे वैराग्य प्राप्त केले आहे.

त्याला साधू वेषात परत आलेले पाहून गावकरी खूपच प्रभावित झाले. त्यांनी त्याचा सत्कार केला. गावातून त्याची मोठी मिरवणूक काढली. मिरवणुकीच्या गर्दीत चुकून एका गावकऱ्याचा पाय त्या साधूच्या पायावर पडला, तेव्हा साधू भयंकर चिडला. त्या गावकऱ्याला नाही-नाही ते बोलू लागला. ते पाहून गावकऱ्यांना प्रश्न पडला, 'एखादा खरा वैरागी असा कधी वागू शकेल का?' साधूही स्वतःचे वागणे बघून आश्चर्यचकित झाला. इतकी वर्षे एकांतात राहून ज्या गोष्टी त्याला समजल्या नव्हत्या, त्या संसारात परतल्यावर लगेच ध्यानात आल्या. 'अरे, मी अद्याप क्रोधावर विजय मिळवलेलाच नाही.' इतकी वर्षे तो एकटाच राहत असल्यामुळे कोणाविषयी मतभेद होण्याचा किंवा क्रोध, प्रेम वाटण्याचा प्रश्नच उद्भवत नव्हता. परंतु माणसांमध्ये राहून, जगरहाटी सांभाळताना विकारांपासून मुक्त होणे हे खरे वैराग्य आहे. याचाच अर्थ, वैराग्याची खरी परीक्षा संसाराचा त्याग करून नव्हे, तर संसारात राहूनच होत असते.

पुढील अध्यायात आपण सत्त्व, रज आणि तम या मनुष्याच्या तीन मूलभूत गुणांविषयी जाणून घेणार आहोत. त्याचबरोबर वैराग्याची खरी ओळख असणाऱ्या या तीनही गुणांपलीकडची गुणातीत अवस्थाही समजून घेणार आहोत.

अध्याय २२

गुणांच्या पार - राम निराकार

ज्ञान-विज्ञान भेद - भाग २

खऱ्या वैराग्याची ओळख करून देताना श्रीराम म्हणतात, 'ज्या माणसाने तीनही गुणांचा त्याग केला आहे, तोच खरा वैरागी आहे.' आता आपण श्रीरामांचे हे वचन समजून घेऊ या.

तमोगुण : तमोगुणी शरीराला आराम प्रिय असतो. सुस्ती, तंद्री, अति निद्रा, आळशीपणा, कामचोरपणा, बेपर्वाई आणि क्रोध ही तमोगुणांची लक्षणे आहेत. या लोकांचे आवडते तत्त्व म्हणजे-

आज करें सो कल कर, कल करे सो परसों।
इतनी जल्दी क्या है भैया, जीना है जब बरसों ।।

तमोगुणी व्यक्ती नेहमीच काम टाळायचा किंवा ते पुढे ढकलायचा प्रयत्न करत असते. तिला गुरु-आज्ञेचे पालन करायचे नसते. कारण गुरु-आज्ञेचे पालन केले तर काही कार्य करावे लागेल आणि मग शरीराला कष्ट होतील असे तिला वाटते. असे आळशी शरीर 'स्व'ला (रामाला) अभिव्यक्त होण्यासाठी फारच कमी सहयोग देते; पण तमोगुणींमध्ये भक्ती जागृत झाली तर सहयोग वाढतो.

रजोगुण : रजोगुणी व्यक्तीचे तत्त्व असते–

परसों करे सो आज कर, आज करे सो तुरंत ।

रजोगुणी स्वभावाचा माणूस कुठलाही विचार न करता, न थांबता सतत कामांच्या मागे धावत असतो. थोडे थांबून तो असा विचार करत नाही, की आपण काय आणि का करतो आहोत? आपल्या जीवनाचा उद्देश काय आहे? आपल्या आसपास काय चालले आहे, याचेही त्याला भानच नसते. एक काम पूर्ण झाल्यावर दुसरे करायचे, एवढेच त्याला माहीत असते. अशी माणसे नेहमी कर्म हीच आमच्यासाठी पूजा आहे, असे म्हणत असतात. पण गंमत अशी असते, की कर्माचा खरा अर्थच त्यांना माहीत नसतो. रोजच्या उद्देशहीन यांत्रिक धावपळीलाच ते कर्म समजत असतात.

सत्त्वगुण : सत्त्वगुणी स्वभावाच्या माणसाचे तत्त्व असते–

कल करे सो आज कर, आज करे सो अब ।

सत्त्वगुणाला तमोगुण आणि रजोगुणाहून श्रेष्ठ मानले जाते. कारण या गुणांनी युक्त शरीराकडून चांगली कार्ये केली जातात. अशी माणसे समाजसेवा करतात, गरिबांना अन्नदान, वस्त्रदान करतात, धर्मशाळा बांधण्यासारखी समाजोपयोगी कामे करतात. सत्त्वगुणी माणूस भक्ती करतो. धार्मिक अनुष्ठाने करतो. त्यामुळे त्याला समाजात प्रतिष्ठा आणि मानसन्मान लाभतो. शिवाय त्याला धर्मात्मा, पुण्यात्मा अशा पदव्याही बहाल केल्या जातात. पण हाच सगळा मान-सन्मान त्याच्यात अहंकार निर्माण करून मुक्तीत बाधा आणू शकतो.

गुणातीत अवस्था : गुणातीत स्वभावाच्या शरीराचे तत्त्व असते–

आज करवाना है सो आज करवा,
कल करवाना है सो कल करवा,
तुम्हे जो लगे अच्छा, वही मेरी इच्छा

गुणातीत अवस्थेत माणसाचे शरीर सत्त्व, रज किंवा तम यांपैकी कोणत्याही गुणांनी बांधलेले नसते. ते आवश्यकतेनुसार त्या-त्या गुणांचा उपयोग करून गरज नसेल तेव्हा अगदी सहजपणे त्यांचा त्याग करते. याचाच अर्थ, शारीरिक गुणांचा त्याला जराही मोह नसतो, ना आसक्ती असते. गुणातीत अवस्थेतील व्यक्ती तीनही गुणांपासून मुक्त असून कर्ताभावनेने (हे मी केले) येणाऱ्या अहंकारापासूनही मुक्त असते. कारण आपल्या शरीराच्या माध्यमातून कोण (राम) कार्य करवून घेत आहे, हे त्याला योग्य प्रकारे माहीत असते. म्हणूनच कर्म करणे म्हणजे तिन्ही गुणांचा त्याग करणे असे मानले गेले आहे. तिन्ही गुणांपलीकडे असलेल्या याच अवस्थेला गुणातीत अवस्था म्हणतात. शिवाय हेच खऱ्या वैराग्याचे लक्षणही असते. गुणातीत शरीरात 'स्व' हा भक्ती आणि जाणिवेशी जोडला गेलेला असतो. म्हणूनच गुणातीत अवस्थेतील शरीराच्या माध्यमातून तो स्वानुभव घेऊन, अभिव्यक्ती म्हणजेच कार्य करू शकतो.

भक्तीचा महिमा

लक्ष्मणाशी झालेल्या संवादात भक्तीचा महिमा सांगताना श्रीराम म्हणतात, 'हे लक्ष्मणा, मला तत्काळ प्रसन्न करते ती माझ्यावरची भक्ती. कारण ती भक्तांना सुख देणारी आहे, स्वतंत्र आहे. तिला ज्ञान, विज्ञान, विधी-कर्मकांड, पात्रता अशा अन्य कशाचीही आवश्यकता नसते. भक्ती स्वयंपूर्ण असून मला प्राप्त करून घेण्यासाठी केवळ शुद्ध, खरी भक्ती पुरेशी आहे. खरी भक्ती जोपर्यंत जागृत होत नाही, तोपर्यंत त्यात रुची वाटत नाही; आणि जेव्हा भक्ती जागृत होते, तेव्हा भक्तीशिवाय अन्य कोणत्याही गोष्टीत रुची वाटत नाही. कारण भक्ती म्हणजे अन्य काही नसून विशुद्ध प्रेम आहे.

भक्तीचा संबंध भावनेशी असून भावनेचे स्थान हृदयात आहे; तर ईश्वराचा वास हृदयातच असतो. म्हणूनच भक्ती थेट ईश्वराला जाऊन मिळते. याउलट भक्तीविना असलेल्या ज्ञानाचे स्थान म्हणजे मस्तिष्क, बुद्धी. माणसाची बुद्धी त्याचा अहंकार वाढवून त्याला ईश्वरापासून दूर ठेवते. भक्तिरहित ज्ञान, साधकाला ईश्वर आणि त्याच्या महान लीलांचे रहस्य समजून घेण्यासाठी मदत तर करते, पण ईश्वराला प्राप्त करून घेऊ शकत नाही. हे आणखी स्पष्टपणे समजून घेण्यासाठी एक कथारूपी उदाहरण पाहू या–

> एक महान राजा होता. त्याचा स्वभाव खूपच प्रेमळ आणि चांगला होता. त्याच्या पराक्रमाने शत्रूंचा थरकाप उडत असे. तो आपल्या प्रजेची काळजी घेऊन सतत प्रजेच्या कल्याणासाठी झटत असे. प्रजेलाही आपला राजा खूपच प्रिय होता. प्रजेतील लोकांत राजाविषयी सातत्याने चर्चा होत असे, आपला

राजा असा आहे... तसा आहे... तो कसे काम करतो... कसा राहतो...

एक दिवस राजाने प्रजेसाठी खास दरबार भरवला. प्रजेला आपल्या राजाला पाहता यावे, भेटता यावे, आपल्या समस्या सांगता याव्यात, हा त्यामागचा उद्देश. राजाचा प्रभाव, त्याचे व्यक्तिमत्त्वच इतके भारदस्त होते, की लोक त्याच्या दरबारात तर जात; पण त्याच्याजवळ ना जाऊ शकत होते ना त्याच्याशी बोलू शकत होते. त्यांना राजाविषयी एक प्रकारची भीती, संकोच वाटत असे. ज्या दिवशी प्रजेसाठी दरबार भरवला गेला, त्या दिवशी दरबारात एक लहान मुलगाही आला होता. त्याने त्याच्या आईकडून राजाबद्दल अनेक कथा ऐकल्या होत्या. त्यामुळे त्याला राजा खूप आवडत होता. राजाविषयी त्याला प्रेम वाटत होते. त्यामुळे राजाला पाहताच तो धावत त्याच्याकडे गेला आणि राजाच्या मांडीवर जाऊन बसला. राजाशी गोड-गोड बोलू लागला. त्याचे ते गोड निष्पाप बोल ऐकून सुखावलेला राजा त्याचे लाड करायला लागला.

या कथेत आपण पाहिले, की मोठी माणसेदेखील राजावर प्रेम करत होती. त्यांनाही राजाला भेटायचे होते, त्याच्याशी बोलायचे होते; पण ते असे करूच शकत नव्हते. कारण ते सगळे डोक्याने विचार करत होते. त्यांचे तुलनात्मक मन, 'राजाशी आपल्याला नीट बोलता येईल का... राजाला काय वाटेल... कुठे राजा अन् कुठे आपण... राजाला आपले वागणे आवडले नाही तर... त्याला आपला वेष आवडला नाही तर... तो

रागावला तर... त्याने आपल्याला हाकलून दिले तर... सगळे लोक आपल्याला हसले तर...' असा विचार करत होते. त्या मनानेच त्यांना राजापासून दूर ठेवले होते. पण लहान मुलाचे तसे नव्हते. त्याच्या मनात अद्याप तुलनात्मक मनाने प्रवेश केला नव्हता. ते सहज, निरागस होते. राजावर त्याचा विश्वास होता. म्हणून लोक आपल्याला काय म्हणतील, याचा विचारही त्याच्या मनात आला नाही. त्यामुळेच राजावरचे प्रेम त्याने न घाबरता, अगदी सहजपणे व्यक्त केले. तो हृदयाचे ऐकत होता. त्याच्या हृदयाने त्याला सांगितले, की तू राजाच्या जवळ जा; आणि तोही लगेच काही विचार न करता, मनात काही धारणा न ठेवता राजाकडे गेला.

प्रेम, विश्वास आणि भक्ती यांची शक्ती हीच तर असते. भक्ती म्हणजे कोणत्याही अटींशिवाय असलेले समर्पित प्रेम. भक्तीचा एकमेव निकष म्हणजे ईश्वरावर असलेले शुद्ध प्रेम. जे भक्त ईश्वरावर हृदयातून प्रेम करतात, त्याच्या अथांग प्रेमात तल्लीन होतात, त्यांनाच ईश्वर प्राप्त होतो. जो बुडतो, तोच तरतो, हा भौतिक जगाविरुद्ध असलेला नियम इथे लागू पडतो. अशा भक्तांना मोठमोठे ग्रंथ, पोथ्या वाचायची किंवा कर्मकांड करण्याचे कडक नियम पालन करण्याची गरज नसते. घरदार सोडून हिमालयात निघून जाण्याची तर अजिबात आवश्यकता नसते. आपल्या हृदयात ईश्वरासाठी खरे, शुद्ध, समर्पित आणि निष्काम प्रेम असेल तरच तिथे ईश्वराचा निवास असतो. त्या लहान मुलाला राजाच्या मांडीवर जशी जागा मिळाली, त्याचप्रमाणे हृदयात निरंतर प्रेमरूपी झरा वाहत राहिल्याने भक्ताला ईश्वराचे सान्निध्य प्राप्त होते. मीराबाई, संत रोहिदास, केवट, शबरी, हनुमान, भरत, सुदामा, गोकुळातील गोप-गोपींची भक्ती याच प्रेममार्गावरची समर्पित भक्ती आहे. म्हणूनच श्रीराम म्हणतात, मला प्राप्त करून घेण्याचा सगळ्यात सोपा आणि साधा मार्ग म्हणजे भक्ती!

जे सत्यप्रेमींचा, सत्य साधकांचा आणि सत्य सेवकांचा आदर राखतात, ते विकारांपासून मुक्त होतात. जे लोक आपल्या भूमिकांच्या मर्यादेत राहून कार्य करतात, त्यांच्याच मनात शुद्ध भाव उपजतात. त्यामुळे त्यांच्या मनात वैराग्य उत्पन्न होऊन सत्याविषयी प्रेम जागृत झाल्याने भक्त नवविधा भक्ती करू लागतो.

पुढील अध्यायात भक्तीच्या नवविधांचे, नऊ प्रकारांचे वर्णन आपण वाचणार आहोत.

अध्याय २३

भक्तीचे नऊ प्रकार

ज्ञान-विज्ञान भेद - भाग ३

श्रीरामांनी लक्ष्मणाला भक्ती करण्याचे नऊ प्रकार सांगितले. आश्चर्य म्हणजे कोणत्याही खऱ्या भक्ताला भक्तीचे हे प्रकार मुद्दाम सांगण्याची किंवा शिकवण्याची आवश्यकता नसते. मनुष्यात जेव्हा ईश्वराविषयी खरी शुद्ध भक्ती जागृत होते, तेव्हा भक्तीचे हे नऊ प्रकार त्याच्या आचरणात आपोआपच दिसू लागतात. हे प्रकार पुढीलप्रमाणे :

१. सत्संगात राहणे : माणसावर संगतीचा खूप मोठा प्रभाव असतो. तो ज्या संगात असतो, त्याच्या प्रभावाने हळूहळू तसाच वागायला लागतो. ईश्वरप्रेमी माणसाने अशा संगात राहायला हवे, ज्याचे लक्ष्य उच्च, स्वानुभव प्राप्त करणे हेच असेल, जो सत्यप्रेमी असेल, सत्य प्राप्त करण्यासाठी प्रयत्नशील असेल, सजग असेल, कपटमुक्त असेल आणि हृदयाचे ऐकत असेल; जो केवळ ज्ञानाच्या गोष्टीविषयी पोकळ चर्चा न करता त्या आचरणातही आणत असेल. असा सत्संग भक्ताची भक्ती वाढवतो. त्याला सदैव जागृत ठेवून, योग्य मार्गावर ठेवतो, त्याची चेतना वाढवतो. म्हणून नेहमी उच्चतम ध्येय असलेल्या संगात, सत्संगात राहणेच श्रेयस्कर.

२. ईश्वरी गुणांचे मनन : आपण ज्या गोष्टीचा विचार सतत करतो, ज्यावर आपले लक्ष केंद्रित करतो, ध्यान-मनन करतो, त्या गोष्टीचे आपल्या जीवनात आगमन होते, हा निसर्गनियम आहे. म्हणून भक्ताने मनन करावे ते ईश्वरी गुणांचे. जेणेकरून त्याच्यातही

ईश्वरी गुण येऊ लागतात. प्रेम, मौन, आनंद, दया, विनम्रता, विश्वास, करुणा, क्षमा, सर्जनशीलता, सहजता, साहस, निर्भयता, परोपकार, निष्काम सेवा, कपटहीनता असे जे ईश्वरी गुण आहेत, त्याचे मनन करावे तितके थोडेच आहे. ज्याप्रमाणे मातापित्यांना वाटते, आपले मूल सर्वगुणसंपन्न व्हावे, आपल्यापेक्षा महान बनावे, त्याने आपले नाव उज्ज्वल करावे, त्याचप्रमाणे ईश्वराचीही इच्छा असते, की आपल्या भक्ताने आपले सर्व गुण अंगी बाणवावेत, आचरणात आणावेत, मुक्त हस्ते त्यांचा वापर करावा. म्हणून, आपल्या प्रिय ईश्वराची इच्छा पूर्ण करणे, हे प्रत्येक भक्ताचे परम कर्तव्य असते.

त्यासाठीच आपल्या पूर्वजांनी आणि आत्मसाक्षात्कारी संतांनी ईश्वराला विविध रूपात मूर्तींत, प्रतीकांद्वारे आपल्यासमोर आणले आहे. प्रत्येक रूपातले ईश्वरी गुण व्यक्त करण्यासाठी, भक्ताची ईश्वरावर असलेली भक्ती वाढवण्यासाठी त्यासंदर्भात काही कथा जोडल्या. चांगली शिकवण देणाऱ्या आणि सत्कर्मांची प्रेरणा देणाऱ्या त्या कथांचा खरा अर्थ जाणून भक्त ईश्वराचे गुण समजून घेतो. मग ते आपल्या आचरणात आणून खरी भक्ती करू लागतो.

३. कपटमुक्त जीवन जगणे : खोटे बोलणे, एखादी गोष्ट – घटना, अतिरंजित करून (मीठमिरची लावून) सांगणे किंवा एखादी गोष्ट लपवून ठेवणे, एखाद्याला फसवणे, गोड-गोड बोलून घात करणे हे कपट आहे. यापासून नेहमी दूर राहायला हवे. पण आता सगळीकडे असाच समज झाला आहे, की कपटाने वागल्याशिवाय या जगात राहणे शक्यच नाही... कपटाशिवाय कामेच होत नाहीत... यश मिळवायचे असेल तर थोडेफार कपट करावेच लागते... काही लोकांचे तर जीवनाचे हे तत्त्वच होऊन जाते. साध्या-साध्या गोष्टींतही ते कपटाने वागू लागतात. त्याचबरोबर धार्मिक अनुष्ठाने करून, पूजाअर्चा करून ते स्वतः ला भक्तही समजत असतात. अशा लोकांनी हे लक्षात घ्यायला हवे, की त्यांना कितीही आवश्यक वाटले, तरी ईश्वरभक्तीत कपट कारस्थानाला अजिबात स्थान नाही. कारण केवळ कपटमुक्त आणि निर्मळ हृदयातच ईश्वराचा वास असतो. ज्याच्यात कपट नाही, अशा हृदयातच स्वानुभव प्रकाशित होत असतो. *रामचरितमानस*मध्ये गोस्वामी तुलसीदासांनी श्रीरामांचे एक वचन सांगितले आहे :

निर्मल मन जन सो मोहि पावा,
मोहि कपट छल छिद्र न भावा।।

अर्थात, ज्या माणसाचे मन निर्मळ शुद्ध असेल, तोच मला (आत्मसाक्षात्कार) प्राप्त करू शकतो. मला कपट, दुष्ट वृत्ती आवडत नाही.

४. अहंकारमुक्त होणे : माणसाला अनेक गोष्टींचा अहंकार असतो. कुणाला रूपाचा तर कुणाला पद-प्रतिष्ठेचा; कुणाला आपल्या जाती-घराण्याचा, तर कुणाला धन-संपत्तीचा अहंकार असतो. इतकेच काय, कुणाला आपल्या भक्तीचाही अहंकार असू शकतो. साधारणपणे या कारणांनी होणारा अहंकार खरा अहंकार मानला जातो. पण हा अहंकार तर केवळ वरवरचा, नकली अहंकार असतो. खऱ्या अहंकाराची मुळे माणसाच्या मनात खूप खोलवर रुजलेली असतात. जन्माला आल्यावर दोन-तीन वर्षांपासूनच ही मुळे घट्ट होत जातात. कोणता अहंकार असतो हा? हा अहंकार म्हणजे 'अहं' अर्थात 'मी'ला जपणे; त्या सर्वव्यापी परमचैतन्यापासून स्वतःला वेगळे समजणे; आणि 'मी शरीर आहे' या भावनेने जीवन जगणे. जिथे 'मी' ईश्वराहून वेगळा आहे, या भावनेचा अंत होतो, तिथेच खरी भक्ती सुरू होते. मग जे कार्य या शरीराकडून होत आहे... ते ईश्वरच करतो आहे, अशी भावना निर्माण होते. सर्व कर्मांचा कर्ता ईश्वरच आहे, मी नाही, या भावनेने जगण्यालाच अहंकारमुक्त, अकर्ता भावनेने जीवन जगणे असे म्हणतात.

५. ईश्वराचे नामस्मरण, मंत्र-जप : भक्ती करण्याचा हा सर्वात सोपा प्रकार आहे. यात माणूस आपली सर्व दैनंदिन कार्ये करत असतानाही प्रत्येक क्षणी ईश्वराच्या भक्तीत तल्लीन राहू शकतो. कारण या अवस्थेत जरी त्याचे शरीर कर्म करत असले, तरी त्याच्या मनात मात्र निरंतर नामस्मरण चाललेले असते. खरे तर माणसाचे मन चंचल आहे. एकाच ठिकाणी स्थिर राहणे त्याला कठीण जाते. शिवाय मायेच्या झगमगाटाकडे ते लवकर आकर्षित होऊन नकारात्मक गोष्टी लगेच स्वीकारते. अशा चंचल मनाला एकाग्र करण्यासाठी भक्तीच सर्वश्रेष्ठ ठरते. कारण नामस्मरणामुळे माणसाच्या मनात ईश्वरी भाव जागृत होतो. ईश्वराच्या नामस्मरणाने नकळत ईश्वरी लीलेचेही स्मरण होत असल्याने मन अनावश्यक गोष्टींमध्ये गुंतत नाही.

६. विश्वात प्रत्येक रचनेत ईश्वरच पाहणे : मायेविषयी जाणून घेताना मायेच्या रूपात स्वतः ईश्वरच प्रकट होत असतो, हे आपण जाणले. यातील तथ्य ज्ञानाच्या आधारे जाणून घेतले जाऊ शकते. पण जेव्हा ही जाणीव माणसाच्या विचारात, भावनेत, शब्दांत आणि कृतीत दिसू लागते, तेव्हा ती भक्ती असते. म्हणजे माणूस जेव्हा

सदासर्वदा प्रत्येक गोष्टीत ईश्वराचा अनुभव घेऊ लागतो, तेव्हा ती भक्ती असते. नजर पोहोचेल तिथपर्यंत प्रत्येक गोष्टीत, प्रत्येक जीवात, कणाकणांत त्याला ईश्वर दिसू लागतो. खरे तर तेव्हा त्याने ईश्वराला आणि त्याच्या मायेला जाणून घेतलेले असते. त्या वेळी तो ईश्वराची खरी भक्ती करत असतो. या अवस्थेत भक्ताची संवेदनशीलता आणि ग्रहणशीलता वाढत असते. सर्व जीवांमध्ये ईश्वराला पाहिल्यावर माणसात दया, करुणा, प्रेम, विनम्रता, परोपकार, अहिंसा, अहंकारहीनता, सहिष्णुता (उच्च-नीच, श्रेष्ठ-हीन असा कोणताही भेदभाव न मानता सर्वांना समान मानणे) अशा ईश्वरी गुणांचा विकास होऊ लागतो.

७. शरीर आणि इंद्रिये शिस्तबद्ध करणे : ईश्वराने माणसाचे शरीर बनवले, तेच स्वतःचा अनुभव घेण्यासाठी. म्हणजे मानवी शरीर हे जणू ईश्वराचा आरसाच आहे. त्या आरशात तो स्वतःचेच दर्शन घेत असतो. मानवी शरीर हे एक मंदिर असून त्यात ईश्वराचा वास असतो. ते एक माध्यम असून त्याद्वारे ईश्वर स्वतःला व्यक्त करत असतो. पण जेव्हा मनुष्यरूपी ईश्वर आपल्याच मायेत गुंतून स्वतःमधील ईश्वराला विसरतो, त्याच्यापासून दूर होतो, शरीरापुरताच संकुचित होऊन एक स्वतंत्र व्यक्ती बनतो, तेव्हा त्याचे शरीर ईश्वराची नाही तर त्या 'मी'ची अभिव्यक्ती करू लागते. स्वतःला मी समजून कार्य करते, त्याचा अहंकार वाढू लागतो. पण ज्ञान-प्राप्तीनंतर जेव्हा त्याला त्याच्या अस्तित्वाविषयीचे सत्य समजते, तेव्हा पुन्हा तो आपले शरीर, मन, बुद्धी आणि इंद्रियांना नियंत्रित करू लागतो. त्यांना शिस्तबद्ध करून संयम मिळवतो. त्यानंतर पुन्हा त्याचे शरीर व्यक्तीची नव्हे, तर ईश्वराची अभिव्यक्ती करण्यायोग्य बनते. ईश्वरी कार्य करण्यासाठी तयार होते.

यासाठी शरीर शिस्तबद्ध असणे अत्यावश्यक आहे. त्यासाठी व्यायाम, योग्य आहार, योग्य ते परिश्रम, कर्तव्यपालन आणि निःस्वार्थ सेवा केली पाहिजे. मनाला शिस्त लावण्यासाठी ध्यानधारणा केली पाहिजे. मनात सदा शुद्ध भावना आणि कपटमुक्त विचार बाळगले पाहिजेत. बुद्धी शिस्तबद्ध करण्यासाठी सत्य पठण, मनन आणि चिंतन केले पाहिजे. समर्पित भावनेने प्रार्थना केली पाहिजे. कानांना शिस्त लावण्यासाठी नेहमी सत्य श्रवण केले पाहिजे. डोळ्यांना शिस्त लावण्यासाठी नेहमी सत्य पाहिले पाहिजे आणि सर्व जिवांमध्ये ईश्वराचे दर्शन घेतले पाहिजे. जिभेला शिस्त लावण्यासाठी सत्य बोलावे, भजन करावे, ईश्वराची स्तुती करावी, निंदा टाळावी, सगळ्यांबद्दल चांगले बोलावे, आशीर्वाद द्यावेत, सकारात्मक बोलावे. केवळ जिभेचे चोचले पुरवण्यासाठी

नाही, तर शरीराचे पोषण करण्यासाठी अन्न सेवन करावे. आपले भोजन आवश्यकतेपेक्षा कमी किंवा जास्तही नसावे. योग्य प्रमाणात भोजन घ्यावे. त्याबरोबरच आपल्या नाकाचा, त्वचेचाही नैतिक आणि उचित उपयोग करावा. तात्पर्य, माणसाने स्वतःच्या इंद्रियांना अशा प्रकारे प्रशिक्षित करावे; जेणेकरून ती मायेच्या नव्हे, तर सत्याच्या अधीन राहतील. मायेला भुलण्याऐवजी सत्याकडे आकर्षित होतील आणि सत्यामध्येच सुख शोधण्याचा प्रयत्न करतील.

८. ईश्वरावर तेजविश्वास : विश्वास आणि अविश्वासाच्या पलीकडे असतो तो तेजविश्वास. परिस्थिती कितीही प्रतिकूल असली तरी जो डळमळत नाही, तो तेजविश्वास. जो दृढ असतो, अतूट असतो तो तेजविश्वास. काही लोक म्हणतात, आमचा ईश्वरावर पूर्ण विश्वास आहे. पण आयुष्यात जरासे चढउतार आले, छोट्याशा समस्या आल्या तरी त्यांचा विश्वास लगेचच डळमळीत होऊ लागतो. ते लगेचच दुःखी, निराश होतात. चिंता करू लागतात. मग याला विश्वास म्हणायचे का?

ईश्वरावर दृढ विश्वास असणारे लोक प्रत्येक परिस्थितीत ईश्वराची इच्छा समजून तिचा स्वीकार करतात. 'तुझी इच्छा तीच माझी इच्छा' असे म्हणून आनंदात राहतात. आयुष्यात येणारी प्रतिकूल परिस्थिती म्हणजे ईश्वरावरच्या विश्वासाची जणू कसोटीच असते. भक्त प्रत्येक परिस्थितीत म्हणजे अगदी मृत्यूच्या निकट असतानासुद्धा आनंदी राहू शकत असेल, तरच त्याचा विश्वास हा तेजविश्वास आहे, असे म्हणायला हवे. या तेजविश्वासामुळेच मीराबाईने आणि सॉक्रेटिसने हसत-हसत विषाचा प्याला रिचवला. या तेजविश्वासानेच ईसा मसीह सुळावर चढले आणि सीता, लक्ष्मणासह श्रीराम वनवासाला गेले. हनुमानाने केवळ रामनामाचा उच्चार करून एका उड्डाणात विशाल सागर ओलांडला. त्या वेळी आपण एका उडीत सागरापार पोहोचू की नाही, असे एकदाही त्याच्या मनात आले नाही. भक्त प्रल्हादाने हसत-हसत सारा छळ सहन केला. ही सारी उदाहरणे तेजविश्वासाची शक्तीच स्पष्ट करतात.

९. संतोषाने आणि धैर्याने आयुष्य जगणे : सध्याच्या युगात माया खूपच प्रबळ झाली आहे. मनुष्यापुढे तिने एकाहून एक आकर्षक, मनमोहक गोष्टी आव्हान म्हणून मांडल्या आहेत. प्रभावी जाहिराती आणि तांत्रिक माध्यमांतून या गोष्टींची गरज माणसाच्या मनावर अशी काही बिंबवली जाते, की माणूस त्यात फसल्याशिवाय राहतच नाही. त्यामुळे त्याला अनेक अनावश्यक गोष्टीच महत्त्वाच्या वाटायला लागतात.

ज्याच्याकडे संतोष आणि धैर्य हे दोन गुण आहेत, तोच माणूस या खोट्या, नकली मायावी जगात सुरक्षित राहू शकतो. या जगात राहायचे असेल तर मायेत राहावेच लागेल; पण मायेत राहूनसुद्धा तिचा सदुपयोग करून, तिच्यात हरवून जायचे नाही. जे काही मिळत आहे, ते ईश्वराचा कृपाप्रसाद समजून त्याचा स्वीकार करायचा आणि संतुष्ट राहायचे. अधिकाधिक मिळवण्याची इच्छा बाळगायची गरज नाही. आवश्यकता आणि इच्छा यांतला फरक समजून गरजेवरच लक्ष केंद्रित करायचे. सर्व परिस्थितीत धैर्याने वागायचे. ही खऱ्या भक्ताची लक्षणे आहेत. भक्तीमध्ये संतोष आणि धैर्य यांचे किती महत्त्व आहे, हे आता आपण एका कथेतून जाणून घेऊ.

> एकदा ईश्वराचे दोन अनन्य भक्त एका डेरेदार वृक्षाखाली बसून भक्ती करत होते. तेवढ्यात तिथे एक ज्ञानी महापुरुष आले. तेव्हा त्या दोन भक्तांनी महापुरुषाला विचारले, "हे प्रभू, कृपया हे सांगा, आम्हांला ईश्वराचे दर्शन होईल का?" तेव्हा महापुरुष म्हणाला, "हो, निश्चितच! जर तुम्ही अशाच प्रकारे भक्तिसाधना सुरू ठेवलीत, तर या वृक्षावर जितकी पाने आहेत तितक्या वर्षांनी तुम्हांला निश्चितच ईश्वराचे दर्शन होईल." ते ऐकताच त्यातल्या एका भक्ताचे धैर्य खचले. तो ताडकन उठून हे सगळे व्यर्थ आहे, असे म्हणून तिथून निघून गेला. पण दुसरा भक्त मात्र अत्यानंदाने नाचून म्हणाला, "मला तर ईश्वराची भक्ती करत असतानाच किती आनंद होतो आहे. त्याचे दर्शन होणार की नाही, हा विचारच मी कधी केला नव्हता. पण आता तर मला त्याचे दर्शनही होणार आहे. मग याहून मोठी कृपा आणखी काय असू शकते?" असे म्हणून तो पुन्हा भक्तीमध्ये लीन झाला. आश्चर्य म्हणजे त्याच क्षणी त्याला ईश्वराचे दर्शन झाले, आत्मसाक्षात्कार झाला.

भक्तामध्ये जर परम संतोषाची भावना असेल आणि त्याच्या मनात काही इच्छा नसतील, तर केवळ भक्ती हीच त्याच्यासाठी वरदान सर्व काही असते. त्याला जर ईश्वरप्राप्तीचीही इच्छा नसेल, तो धैर्यवान असेल तर निश्चितच त्याला भक्तीचे परमलक्ष्य अर्थात आत्मसाक्षात्कार प्राप्त होतो.

ज्ञान आणि भक्ती हे एकमेकांना पूरक आहेत

भक्तीचा महिमा ऐकल्यावर काही लोकांच्या मनात प्रश्न निर्माण होतो, 'इथे भक्तीला ज्ञानाहून जास्त महत्त्व दिले जात नाही ना? किंवा ज्ञानाला भक्तीहून कमी लेखले जात आहे का?' तेव्हा आधी हे लक्षात घेतले पाहिजे, ज्ञान आणि भक्ती हे परस्परविरोधी

नसून या एकाच नाण्याच्या दोन बाजू आहेत. ज्ञानमार्गाच्या शेवटी साधकाला भक्ती प्राप्त होते आणि भक्तिमार्गाचा अंत ज्ञानप्राप्तीने होतो. साधकाला जेव्हा ज्ञानाच्या माध्यमातून ईश्वराची ओळख होते, त्याचे लीलारहस्य समजते, तेव्हा त्याचा खरा, मूळ अहंकार अर्थात 'मी'पणा गळून पडतो. तो ईश्वरापुढे समर्पित होतो आणि त्याच्यामध्ये खऱ्या भक्तीचा उदय होतो. अशा प्रकारे खऱ्या भक्तीच्या परमोच्च अवस्थेत भक्त

स्वानुभवातून ईश्वराचे आणि त्याच्या लीलेचे रहस्य जाणून घेतो. म्हणजेच अंतिम ज्ञान, तेजज्ञान प्राप्त करतो. भक्ती आणि ज्ञान हे दोन्ही एकमेकांचे आधार आहेत. ते परस्परांना मार्गभ्रष्ट होण्यापासून रोखून एकमेकांच्या साथीने अंतिम लक्ष्य गाठतात.

भक्तीविना ज्ञान हे एखाद्या मोठ्या ढोलासारखे असते. बाहेरून भलेमोठे आणि जड दिसणारे, पण आतून पूर्ण रिकामे आणि हलके. काही लोक मोठे आध्यात्मिक ग्रंथ वाचून ज्ञान तर मिळवतात; पण योग्य ती समज नसल्याने स्वतःला परम ज्ञानी समजायला लागतात. ते सतत ज्ञानाच्याच चर्चेत गुंतलेले असतात. शिवाय, इतरांपुढे आपल्या ज्ञानाचे प्रदर्शन करून त्यांच्याकडून आपली स्तुती ऐकत असताना स्वतःला धन्य समजतात. अशा प्रकारे स्तुती आणि मानसन्मानाच्या वर्षावामुळे हळूहळू त्यांच्यात अहंकार जागा होतो. आपण इतर लोकांपेक्षा जास्त ज्ञानी आहोत, असे त्यांना वाटू लागते. म्हणूनच भक्तीविना असलेले ज्ञान हे ईश्वरप्राप्तीचे नव्हे, तर त्या व्यक्तीच्या अधःपतनाचे (अहंकार वाढण्याचे) कारण ठरते. असे ज्ञानी बनण्यापेक्षा अज्ञानी असणे शतपटीने चांगले. कारण तिथे कधीतरी योग्य ज्ञान प्राप्त करण्याची आणि भक्ती जागृत होण्याची शक्यता तरी असेल.

भक्तिविहीन ज्ञानी लोक BADमधून (तम, रज, विकार, दुर्गुण) GOODमध्ये (सत्त्वगुण) येतात. पण GODपर्यंत (तर्कवितर्क, ज्ञान-अज्ञानापलीकडील अवस्था) पोहोचू शकत नाहीत. त्यामुळे ज्ञानाचा अभाव असलेली भक्ती कधीकधी माणसाला त्याच्या ध्येयापासून दूर नेऊ शकते. मग ती अंध भक्ती किंवा व्यावहारिक भक्ती बनते. म्हणजे केवळ देवाणघेवाण व्यवहार करणारी भक्ती! अशी भक्ती करणारा भक्त काही सिद्धी मिळवण्याच्या, कामना पूर्ण करण्याच्या मागे लागतो. अशा वेळी त्याला या अज्ञानातून (मायेलाच सत्य समजणे आणि ईश्वराला केवळ वरदान मिळवण्याचे साधन मानणे) वाचवते, ते भक्तिमय ज्ञान.

ज्ञान आणि भक्ती दोन्हींचेही स्वतःचे असे वेगळे महत्त्व आहे. तरीही श्रीराम भक्तीला प्राधान्य देतात. कारण ईश्वराला प्राप्त करण्याच्या मार्गातील सर्वात मोठी बाधा म्हणजे अहंकार. ज्ञानामुळे अहंकार वाढण्याची शक्यता अधिक असते, तर भक्तीत अहंकार नष्ट होण्याची! खरे तर भक्तीचा अर्थच अहंकार नष्ट करणे असा आहे. त्यानंतरच माणसात ज्ञान, प्रेम, समर्पण, विश्वास आणि स्वीकारभाव जागृत होतो. म्हणूनच भक्तीमध्ये भक्ताला जो लाभ मिळतो, तो भक्तीविना ज्ञान प्राप्त करणाऱ्याला कधीही मिळत नाही. दुसऱ्या शब्दांत सांगायचे झाले तर ज्ञान जेव्हा क्रियाशील होते, तेव्हाच ते भक्तीत परिवर्तित होते.

खंड ६

रामनामाचे रहस्य

अध्याय २४

रामाहून श्रेष्ठ रामनाम

रामनामाचा महिमा

श्रीरामांविषयी एक वाक्‌प्रचार प्रचलित आहे. तो म्हणजे, 'राम से बढ़कर राम का नाम!' रामाच्या भक्तीत रामनाम स्मरणाला खूप महत्त्व आहे. या ग्रंथाच्या प्रस्तावनेत आपण रामाचे निराकार, परमचैतन्य रूप जाणून घेतले. तेव्हा आता असा प्रश्न पडतो, जो दशरथनंदन, सीतापती, मर्यादापुरुषोत्तम अशा नावांनी आपल्याला परिचित आहे, युगानुयुगे आपले श्रद्धास्थान आहे, आपल्या संस्कृतीचा मान आहे, ज्यांचे जीवन हे आपला आदर्श आहे, तो राम कोण?

या प्रश्नाचे उत्तर असे आहे, की जर राम निराकार, असीम, अनंत आहे, तर मनुष्याची सीमित बुद्धी त्याला कसे जाणून घेऊ शकेल? यासाठीच निराकार रामाला समजून घेता यावे, म्हणून त्यांनी भौतिक शरीर धारण केले आणि राजा दशरथाचा पुत्र म्हणून जन्म घेतला. श्रीरामांच्या दशरथपुत्र रूपालाच मर्यादापुरुषोत्तम म्हटले गेले आहे. त्यांनी त्यांच्या मनुष्यजीवनातली प्रत्येक भूमिका अनेक युगांनंतरही लोकांच्या स्मरणात राहावी अशा प्रकारे साकारली. म्हणूनच लोक म्हणतात, 'मुलगा असावा तर रामासारखा, भाऊ असावा तर रामासारखा, शिष्य असावा तर रामासारखा, पती असावा तर रामासारखा, मित्र असावा तर रामासारखा... आणि शत्रूही (परोपकारी) असावा तर रामासारखाच...'

अशा प्रकारे कोणत्या ना कोणत्या कारणाने सतत रामनाम घेतले जाऊ लागले. रामनाम हे आदर्श व्यक्त करण्याचे प्रमाण ठरले. कबीरदासजींसारख्या आत्मसाक्षात्कारी

संताला रामाचे साकार आणि निराकार अशी दोन्ही रूपे समजून घेण्याचे सामर्थ्य लाभले होते. आपल्या एका दोह्यात त्यांनी रामाचे सुंदर वर्णन केले आहे :

एक राम दशरथ का प्यारा, एक राम का सकल पसारा।
एक राम घट-घट में छा रहा, एक राम दुनिया से न्यारा ।।

अर्थात हा सगळा मायाजाल निर्माण केला आहे, तो त्या निराकार रामाने. त्यानेच साकाररूपात कौसल्या-दशरथाच्या पोटी जन्म घेतला. निराकार राम विश्वातल्या कणाकणांमध्ये सामावलेला असून साकार रामाने या जगातल्या लोकांसाठी महान आदर्श निर्माण केला आहे. यालाच दुसऱ्या शब्दांत असेही म्हटले जाऊ शकते, की संपूर्ण सृष्टीचा निर्माता आणि कणाकणांत सामावलेला निराकार राम (सेल्फ) दशरथपुत्र श्रीरामाच्या रूपात जागृत झाला. स्वतःला प्रकट करून त्याने विश्वात उच्च आदर्श स्थापन केले.

रामनामाचे रहस्य

रामाचे नाव राम कसे पडले, हे जाणणेही खूप रंजक आहे. आपल्याला माहीतच आहे, की बरेचसे लोक आपल्या अपत्यांची नावे त्यांचे श्रद्धास्थान असलेल्या एखाद्या आराध्य दैवताच्या नावावरून ठेवत असतात. उदाहरणार्थ, राम, राघव, माधव, श्याम, वैष्णवी, राधिका, मोहम्मद, मेरी, ओंकार इत्यादी. अशी नावे ठेवण्यामागे त्यांचा उद्देश असतो, की जितक्या वेळा ते आपल्या अपत्याचे नाव उच्चारतील, तितके आपोआपच त्यांच्याकडून त्यांच्या आराध्याचे नाव घेतले जाईल. राजा दशरथाने जेव्हा गुरू वसिष्ठांना त्यांच्या ज्येष्ठ पुत्राचे नामकरण करण्याची विनंती केली, तेव्हा गुरू वसिष्ठ स्वानुभवात रममाण होते. त्याच स्वानुभव अवस्थेत त्यांनी दशरथाच्या ज्येष्ठ पुत्रासाठी नाव सुचवले– राम. त्यांच्यासाठी राम हेच त्यांच्या स्वानुभावचे (सेल्फ, चैतन्य) नाव होते. म्हणजेच त्यांच्यासाठी राम आणि स्वानुभव हे दोन्ही एकच होते. बोलताना ते जेव्हा राम म्हणत, तेव्हा सत्याचा अनुभव घेत असत.

यावरून असे लक्षात येते, की श्रीरामांच्या भौतिक शरीराचे राम हे नाव त्यांच्या जन्माच्या आधीपासूनच अस्तित्वात होते. राम हे गुरू वसिष्ठांचे गुरू होते. नंतर ते श्रीरामांचे (शरीर) गुरू झाले. रामनामाचे आजपर्यंत असणारे हे रहस्य या ग्रंथाच्या माध्यमातून इथे अगदी सहज, सोप्या पद्धतीने समजून घेतले जाऊ शकते. मानवी शरीर

आणि स्वानुभव यांतील फरक तुम्ही समजून घ्यावा, हाच यामागील उद्देश आहे.

रामाहून श्रेष्ठ - रामनाम

रामनामाच्या रहस्याची सत्यता रामायणातल्या एका प्रसंगात दिसून येते. लंकेत जाण्यासाठी समुद्रात एक सेतू बांधला होता. त्यासाठी मोठमोठे अवजड दगड वापरले गेले. त्या अवजड दगडांवर रामनाम लिहून समुद्रात टाकताच ते हलके व्हायचे आणि पाण्यावर तरंगायचे. पण गंमत म्हणजे श्रीरामांनी स्वतः पाण्यात टाकलेले दगड मात्र पाण्यात बुडत होते. या प्रसंगातला संकेत आणि संदेश असा, की ज्याला राम (सत्य) सोडून देईल किंवा जो रामाला (सत्याला) सोडून देईल, त्याला या संसारी मायेच्या सागरात बुडण्यापासून कोण वाचवणार? तो जड बुद्धीमुळे या भवसागरात दगडासारखा बुडणार! तात्पर्य, एखादी निम्न चेतना असणारी म्हणजेच पाषाणवत व्यक्तीही जेव्हा रामनामाचा जप करू लागते, तेव्हा ती आपली तमोगुणी प्रवृत्ती सोडून सात्त्विक होऊ लागते. पण केवळ नामस्मरणाने ही गोष्ट कशी शक्य होते? ते या कथेच्या माध्यमातून समजून घेऊ या. ही कथा आहे एका चोराची.

> एकदा एक चोर रात्रीच्या वेळी चोरी करून आला. त्याने सोबत भरपूर धन आणले होते; पण मनातून तो खूप घाबरलेला होता. कारण पोलीस त्याचा पाठलाग करत होते. त्या भीतीतून बाहेर येण्यासाठी त्याने त्याच्या घरात असलेली एक गिटार वाजवायला सुरुवात केली. गिटारच्या स्वरांनी त्याची भीती, ताण कमी झाला आणि तो निश्चिंत होऊन झोपी गेला. दुसऱ्या दिवशी सकाळी जाग येताच त्याने ठरवले, बस्स... आता यापुढे चोरी करायची नाही. आतापर्यंत जेवढे धन कमावले आहे, त्यावरच आयुष्य काढायचे. दिवसभर त्याचा हा निश्चय टिकला; पण रात्र झाल्यावर सगळे जग झोपी गेले, तेव्हा मात्र त्याची मूळ वृत्ती पुन्हा जागी झाली आणि लगेच तो पोते घेऊन चोरी करायला घराबाहेर पडला.

या उदाहरणाचा नीट विचार केला तर लक्षात येईल, की त्या चोराच्या मनातही राम म्हणजेच प्रेम, आनंद आणि मौन हे सर्व होतेच. संगीताच्या मधुर स्वरांनी त्याला विचारमुक्त केले. त्याच्यावरचा ताण हलका करून काही काळ स्वानुभवापर्यंत पोहोचवले. त्या वेळी चोराला तो अनुभव नक्की काय आहे, हे माहीत नव्हते. तरीही त्या अनुभवाच्या प्रभावामुळे त्याच्या मनात सात्त्विक विचार आले आणि त्याने चोरी न करण्याचे ठरवले. पण त्याची ती सात्त्विक अवस्था फार काळ टिकू शकली नाही. कारण

चोरी करण्याची वाईट सवय अनेक वर्षे त्याच्यात रुजलेली होती. त्या वाईट सवयीने त्याच्या सात्त्विक वृत्तीवर मात केली. खरे तर चोरी करणे वाईट आहे, हे त्याला माहीत होते. या वाईट सवयीतून मुक्त होण्याचीही त्याची इच्छा होती, पण त्याच्या वृत्तींचे, सवयींचे बंधन सुटू न शकल्याने तो पुन्हा वाईट मार्गाकडे ओढला गेला. अशा वेळी जर माणसाला नामस्मरणाचा आधार मिळाला, तर नामाच्या शक्तीमुळे तो स्वानुभवापर्यंत पोहोचून, तिथे स्थिर राहू शकतो. जसे, वाल्या कोळ्याचे परिवर्तन वाल्मिकी ॠषीत झाले; तेही केवळ नामस्मरणामुळे!

रामनाम म्हणजे रामाचा (स्व) सूचक

जसे, रसगुल्ला हा शब्द एका रसभरित मिठाईचा सूचक शब्द आहे, तसेच रामनामदेखील आपल्यात स्थित असलेल्या रामाचे म्हणजेच 'स्व'चे, चैतन्याचे सूचक आहे. रसगुल्ला हा शब्द आपल्यापुढे कोणी वारंवार उच्चारला तर काय होईल? आपल्या डोळ्यांपुढे लगेच रसगुल्ल्याचे चित्र तरळू लागेल. त्याची चव आठवेल आणि कदाचित आपण शेवटचा रसगुल्ला कधी खाल्ला होता, तेही आठवेल. मग रसगुल्ल्याच्या, त्याच्या स्वादाच्या नुसत्या आठवणीनेही तुमच्या जिभेला पाणी सुटेल. त्याचप्रमाणे निम्न चेतना असलेला माणूस जेव्हा रामनामाचे स्मरण करू लागतो, तेव्हा त्याला लहानपणापासून ऐकलेल्या, वाचलेल्या सुंदर रामकथा आणि रामाचे आदर्श चरित्र आठवते. त्यामुळे त्याच्या मनात आपोआपच चांगले विचार येऊ लागतात. त्याला आणि त्याच्या निकट असलेल्या मनुष्याला संकटसमयी ईश्वराने कसे तारले, याचेही स्मरण त्या वेळी होते. हळूहळू त्याच्या चेतनेचा स्तर वाढून त्याच्यात सात्त्विक भाव जागा होऊ लागतो. जेव्हा त्याला सात्त्विक विचारांमधला आनंद उमजू लागतो, तेव्हा त्याला ती अवस्था आवडायला लागते. कायम त्याच अवस्थेत राहावे, असेही वाटू लागते. त्या अवस्थेत राहण्याचा काळ वाढत गेल्यावर हळूहळू त्याला रामाची (सत्याची) ओळख पटू लागते. मग तो आधी सत्यशोधक बनतो आणि नंतर सत्यप्रेमी भक्त होतो. पण जी व्यक्ती आधीपासूनच चेतनेच्या उच्च स्तरावर असते, तिच्यासाठी ही प्रक्रिया खूपच अल्पकालीन असते. उच्च चेतना असलेली व्यक्ती नामस्मरणात थेट स्वतःच्या हृदयाशी म्हणजे तेजस्थानाशी जोडली जाऊन स्वानुभव प्राप्त करते.

यावरून असे लक्षात येते, की जेव्हा रामाचे नाव आपल्याला प्रत्यक्ष रामापर्यंत (सेल्फ, सत्याप्रत) पोहोचवते, तेव्हा रामाचे नाव रामाहूनही श्रेष्ठ ठरते. सेल्फपर्यंत पोहोचण्यासाठी जी गोष्ट निमित्त ठरते, ती आपल्यासाठी अधिक महत्त्वाची असते.

म्हणून तर महान संतांनीही गुरूला गोविंदाहून म्हणजेच ईश्वराहून श्रेष्ठ मानले आहे. कारण गुरूच शिष्याला गोविंदापर्यंत पोहोचवण्यासाठी निमित्त बनतो. काही जणांमध्ये हे काम केवळ नामस्मरणाने शक्य होते. केवळ नामस्मरणानेच त्या व्यक्तीमध्ये भक्ती जागृत होते. आणि ती भक्ती स्वतःच तिचा पुढचा मार्ग सोपा करून देते. अशी भक्ती भक्तासाठी आवश्यक असलेले सर्व प्रकारचे ज्ञान आणि अत्यावश्यक गोष्टी त्याला सहज उपलब्ध करून देते. थोडक्यात, रामनामाचे टोक हातात पक्के धरून ठेवताच हळूहळू रामतत्त्वाचा संपूर्ण दोरच हातात येतो.

महत्त्वाचा आहे तो भाव, शब्द तर केवळ निमित्त

अज्ञानामुळे काही लोक 'रामनामा'चीच माळ सदैव जपत राहतात. जणू काही ईश्वर त्यांनी जपलेल्या माळेचा हिशेब ठेवणार असतो. रामनामाची जितकी संख्या त्यांच्या नावे जमा होईल, तितका राम त्यांच्यावर प्रसन्न होऊन त्यांना मनाप्रमाणे वर देतील, असे त्यांना वाटते. परंतु हे वास्तव नाही. रामाचे नामस्मरण करणारा जेव्हा रामनामासह आपल्या अंतर्यामी असलेल्या रामापर्यंत पोहोचतो, तेव्हाच रामाचे नाव खऱ्या अर्थाने सार्थक होते. याउलट मनुष्य रामनामाचे स्मरण करत असतानाही मायेत गुरफटून रामनामाच्या बदल्यात सांसारिक, व्यावहारिक गोष्टींचीच मागणी करतो, तेव्हा त्याच्यातील रामाचा रावण होतो. मीराबाई, तुलसीदास आणि चैतन्य महाप्रभूंसारख्या महान भक्तांनी नाम-महिम्याचे सत्य जाणले होते. ईश्वराचे नाव काहीही असो, तो कृष्ण असो की जीझस, अल्लाह असो की सेल्फ... त्याच्या नामस्मरणातून तुम्ही स्वानुभव घेऊ शकलात, तरच भवसागरातून पार व्हाल; अन्यथा अनेक सुंदर नावे माणसाला मायेच्या सागरात बुडण्याचे कारण ठरतात. कारण त्यांना शुद्ध भावनेची साथ नसते.

यासाठीच महत्त्वाचा आहे तो भाव. शब्द हे तर केवळ निमित्त असतात. ज्यांना हे रहस्य उमगले, त्यांनी अजाणतेपणी नाव उलटे घेऊनही सत्य प्राप्त केले. वाल्मिकी ऋषींची कथा तर आपल्याला माहितीच आहे. आधी ते डाकू रत्नाकर या नावाने ओळखले जायचे. देवर्षी नारदांकडून दीक्षा मिळाल्यावर त्यांनी रामनामाचा जप सुरू केला. पण 'राम राम...' म्हणण्याऐवजी त्यांच्याकडून सतत 'मरा मरा' असेच उच्चारले जायचे. 'राम'ऐवजी 'मरा' असा उलट्या नावाचा जप ते करत होते. पण 'मरा मरा' या उलट्या नामस्मरणातही भाव तर रामाचा म्हणजे स्वानुभवाचाच होता. त्यामुळे मरा... मरा...चा राम... राम झाला आणि त्यांना स्वानुभव प्राप्त झाला. तात्पर्य, जप करणाऱ्याचा भाव खरा, हृदयापासून असेल तर 'मरा' या शब्दातसुद्धा अनुभव जीवित

करण्याचे सामर्थ्य निर्माण होते. कारण राम हे काही एखाद्या शरीराचे नाव नसून प्रत्येक माणसाच्या अंतर्यामी असणाऱ्या चैतन्याचे नाव आहे. वास्तविक मायेच्या जाळ्यातून मुक्त होण्यासाठी नामस्मरणाची शक्ती मदत करत असते. मग ते नामस्मरण उच्चारताना जरी चूक झाली किंवा तोतऱ्या भाषेत जरी उच्चारले गेले तरीही त्याचा परिणाम कमी होत नाही. मात्र, त्यामागचा भाव शुद्ध असायला हवा.

रामनाम हे सत्याचेच एक नाव आहे

एखाद्याचा मृत्यू होताच 'रामनाम सत्य है।' या गजरात त्याला स्मशानात नेले जाते. पण खरे म्हणजे राम हे सत्याचे नाव असल्याने माणूस जिवंत असतानाच ते त्याला समजायला हवे. मृत व्यक्तीला हे सत्य सांगून काय उपयोग? हो, त्या मृत व्यक्तीला शेवटचा निरोप द्यायला आलेल्या जीवित व्यक्तींनी मात्र हे सत्य लक्षात ठेवायला हवे. पण हे श्रेष्ठ वचन अंत्ययात्रेशी जोडले गेल्याने ते ऐकताच लोकांच्या मनात मृत्यूची भीती उत्पन्न होते. आपण मात्र लक्षात घ्यायला हवे, की प्रभाव नावाचा नाही, तर त्या नाव घेण्यामागे असलेल्या भावनेचा असतो. नाव घेण्यामागे असलेली भावना सत्यप्राप्तीची असेल तर सत्यप्राप्ती होणारच; आणि जर भयाची भावना असेल तर भय वाटणारच. शिवाय देण्याघेण्याचा विचार करून केलेली बिझनेस भक्ती – व्यावहारिक भक्ती असेल तर आसक्ती वाढणार, यात शंकाच नाही.

लोक जेव्हा रामनामाचा खरा अर्थ आणि भाव विसरून बाह्य अवडंबरामध्येच गुंतून पडतात, तेव्हा अज्ञान, अविश्वास वाढतो, बेहोशी येते. सद्‌भावनेऐवजी हिंसात्मक भावना वाढू लागते. शांतीचा प्रसार करणाऱ्या मंदिर-मशिदींसारख्या प्रार्थनास्थळांच्या नावाखाली अशांती निर्माण केली जाते. 'जय रामजी की' म्हणणाऱ्यांना केवळ रामाची मूर्ती स्थापन करण्यातच रामाचा विजय दिसतो. शिवाय, रामाची मूर्ती स्थापणे हे त्यांना आपले कर्तव्य वाटते. रामाचा खरा जय तेव्हाच होईल, जेव्हा प्रत्येक व्यक्तीतील रावण नष्ट होऊन, राम अर्थात चेतना जागृत होईल.

पूर्वी एकमेकांना भेटल्यावर राम-राम म्हणण्याची पद्धत होती. कारण प्रत्येकातच राम आणि कृष्ण आहे, अशी सगळ्यांची भावना असायची. जेव्हा असा भाव मनात कायम राहत असे, तेव्हाच कुणाला भेटल्यावर तोंडून 'जय रामजी की' असे शब्द निघत असत. मात्र आज या शब्दांमधला अर्थच हरवला असून उरले आहेत केवळ शब्द! तुम्हांला जर राम विजयी व्हावा, असे वाटत असेल तर आपल्या मनातले रामायण जाणून हृदयातील रामाला जागृत करायला हवे.

नामस्मरणाचे महत्त्व

पूर्वीच्या काळी अध्यात्मात साधकांसाठी जपतपाचे कठोर नियम असायचे. त्या काळी लोक सत्यप्राप्तीसाठी दीर्घ तपस्या करायचे, घरादाराचा त्याग करून दूर वनात, पहाडांवर राहायचे. व्यवहारी जगापासून दूर, गुरूंच्या सहवासात आश्रमात राहून ज्ञान प्राप्त करायचे. पण आता काळ बदलला आहे. आजचा माणूस अनेक सुखसुविधांमध्ये, मनोरंजनाच्या साधनांमध्ये, मायावी आकर्षणांमध्ये गुंतलेला आहे. सांसारिक जबाबदाऱ्यांमध्ये तो पूर्णपणे अडकलेला आहे. आज सर्व क्षेत्रांमध्ये असलेल्या जीवघेण्या स्पर्धेत, तणावपूर्ण वातावरणात स्वतःचे अस्तित्व टिकवून ठेवण्यासाठी तो सतत धडपडत आहे. अशा धावपळीच्या आयुष्यात त्याला सत्याचे भान कसे राहील? जरी कधी त्याला सत्य प्राप्त करावेसे वाटले, तरीही त्यासाठी करावे लागणारे जपतप आणि पाळावे लागणारे कठोर नियम समजल्यावर निश्चितच तो घाबरेल. 'माझ्याकडे एवढा वेळ नाही' असेच म्हणेल. म्हणूनच आत्मसाक्षात्कारी संतांनी बदलता काळ लक्षात घेऊन, आजच्या माणसाच्या गरजा आणि अडचणी समजून घेऊन त्याच्यासाठी अध्यात्माचा मार्ग सहज, सोपा केला आहे. त्यासाठी त्यांनी नामस्मरणाचा मार्ग सांगितला आहे. ईश्वराशी जोडले जाण्याचा आणि त्याच्यापर्यंत पोहोचण्याचा हा सर्वात सोपा उपाय आहे. नामस्मरणाविषयी संत तुलसीदास म्हणतात,

कलियुग केवल नाम आधारा,
सुमिरि सुमिरि उतरही नर पारा।

या कलियुगात म्हणजेच वर्तमान यांत्रिक युगात नामस्मरण हाच असा एक आधार आहे, ज्याद्वारे माणसाला भवसागर (माया) तरून जाता येईल. या मार्गात देश-काळ, आचारविचार, पावित्र्य, वेषभूषा, नियम यांना महत्त्व न देता केवळ सच्च्या भावनेने प्रभूंचे नामस्मरण करण्यावर भर दिलेला आहे. संत तुलसीदास म्हणतात, 'ज्या माणसाकडे सत्कर्म, ज्ञान, भक्ती, विवेक या सगळ्यांचाच अभाव आहे, त्याला केवळ नामस्मरणाचाच आधार आहे.' वाल्मिकी ऋषींप्रमाणेच एखाद्या माणसाने खऱ्या भावनेने केवळ नामस्मरण सुरू केले, तरी ते नाम त्याला सत्याकडे आकर्षित करेल. शिवाय, त्या माणसात सद्‌गुणांचा विकास होईल हे सर्व संत जाणून होते. म्हणूनच नामस्मरणाचा महिमा सांगितला गेला आहे. त्यात भाषेचा अडथळा नाही, वेळेचे बंधन नाही, विशिष्ट पात्रतेची गरज नाही. इतकेच काय, पण कठोर व्रत, साधना करण्याचीही गरज नाही. गरज

आहे ती केवळ खऱ्या भावनेची!

तुलसीदासांनी नामस्मरणाची महती सांगताना नावात, रूपात कोण मोठे आणि कोण छोटे, हा प्रश्नच अयोग्य आहे, असेही म्हटले आहे. कारण राम हा नाव आणि रूप यांच्या पलीकडे आहे. परंतु नामाशिवाय रूपाचे ज्ञान होऊ शकत नाही. कोणतीच वस्तू नावाशिवाय ओळखली जाऊ शकत नाही. रूप नावाशिवाय अपूर्ण आहे. एखाद्या गोष्टीचे नुसते नाव घेतले, तरी ती वस्तू डोळ्यांसमोर येते, तिचे रूप आठवते. म्हणूनच नामाचा महिमा अपार आहे. नाम हे आकार आणि निराकार यांना सांधणारा सेतू आहे. रामनाम एकीकडे रामाच्या रूपाचे स्मरण करून देते, तर दुसरीकडे सगळ्यांमध्ये समान असणाऱ्या परम अनुभवाची जाणीव करून देते. नामस्मरणाचा उपाय सांगताना गुरू नानकजी म्हणतात,

एको सुमिरो नानका, जल, थल, रहा समाय।
दूजा काहे सुमिरिए, जो जनमतेही मर जाए।

अर्थात जो जळी स्थळी काष्ठी पाषाणी, सृष्टीच्या कणाकणांत सामावलेला आहे, त्या एकाच परम तत्त्वाचे (सेल्फ, ईश्वर, सत्य, ज्या नावावर श्रद्धा आहे ते नाव) स्मरण करायला हवे. जो नश्वर आहे, अस्थायी आहे, जन्माबरोबरच ज्याचा अंत निश्चित झालेला आहे, अशा एखाद्या माणसाचे किंवा वस्तूचे नामस्मरण करून काय उपयोग?

त्याचप्रमाणे जीवनाच्या धावपळीत अडकलेल्या माणसाला उपदेश करताना कबीरदासजी म्हणतात,

पाँच पहर धन्धे गया, तीन पहर गया सोए।
एक पहर हरि नाम बिन, मुक्ति कैसे होए।

आपल्या आयुष्यातला बराचसा वेळ उपजीविकेसाठी काम करण्यात जातो. रोज सात ते आठ तास झोपण्यात जातात. त्यातून दिवसाचा जो काही थोडासा वेळ वाचतो, त्यातही जर हरिनामाचे स्मरण केले नाही तर मग मुक्ती कशी मिळणार? पूजा, अर्चना, साधना असे काही जरी करता आले नाही, तरी दिवसातला निदान काही वेळ खऱ्या शुद्ध भावनेने ईश्वराचे नामस्मरण तरी निश्चितच करता येते. या नामस्मरणातच मनुष्यासाठी मुक्तीचे दार उघडण्याचे सामर्थ्य आहे. माणसाला अंतर्बाह्य प्रकाशित व्हायचे असेल

तर त्याने आपल्या मनात निरंतर नामस्मरणाची ज्योत तेवत ठेवली पाहिजे. नामस्मरण आपल्याला दुःखद विचारांपासून दूर ठेवून भक्तीत ध्यान केंद्रित करायला शिकवते. मग तीच आपली प्रार्थना होते. शुद्ध भावनेने नामस्मरण केल्याने प्रार्थनेत बल येऊन ती व्यक्ती तेज आनंदात न्हाऊन निघते.

मनाला जेव्हा रामनामाचा छंद लागतो, तेव्हा ते मायेच्या जाळ्यातून बाहेर येते. *मन अंदर... मनमंदर।* रामनाम माणसाला त्याची स्वतःची खरी ओळख करून देते. त्याला त्याच्या मनमंदिरात घेऊन जाते. नेहमी एक गोष्ट लक्षात ठेवा, 'मन को मिले राम, शरीर को मिले आराम।' पण आ-रामाच्या जागी जेव्हा जा-राम येतो, तेव्हा रामाचा वियोग घडतो. रामाचा विरह होतो. संपूर्ण रामायण कथेचा विचार केला तर लक्षात येईल, खरे तर रामायण ही योग-वियोगाचीच कथा आहे. तेव्हा शब्दांपलीकडे जाऊन त्यांचा भाव जाणून घ्यायचा प्रयत्न करायला हवा.

राम नाम की लूट है, लूट सके तो लूट ।
पाछे फिर पछताओगे, प्राण जाहिं जब छूट ।।

खंड ७

तुमच्या जीवनातील अल्प वनवास

अध्याय २५

डोळ्यांचा अल्प वनवास

अल्प वनवास रहस्य - १

वाचकहो, आपणच आपला वनवास निश्चित करा. ही ओळ वाचून घाबरलात ना? पण तुम्हांलाही श्रीरामांप्रमाणे १४ वर्षे घरदार सोडून, संन्यास घेऊन, वनात जाऊन तपसाधना करायला सांगितले जात आहे, असे समजू नका. इथे वनवासाचा अर्थ थोडा वेगळा आहे. वनवास म्हणजे एक निश्चित कालावधी ठरवून त्यात खालील गोष्टींचा प्रयत्न करणे–

- आपल्या इंद्रियांना अल्प वनवासाला पाठवणे.
- सुखसुविधांच्या उपकरणांना अल्प वनवासाला पाठवणे.
- अंतिम लक्ष्याविषयी मनन करून त्यात दृढता आणणे.
- अंतिम लक्ष्य प्राप्त करण्यासाठी आपले शरीर,मन आणि बुद्धी प्रशिक्षित करणे.

खरे तर या उद्देशांच्या पूर्तीसाठीच श्रीरामांनी वनवास स्वीकारला होता. राजप्रासादात राहून राज्यकारभार सांभाळत असताना रावणाचा अंत करण्याचे लक्ष्य गाठणे त्यांना शक्य नव्हते. कारण रावण दूर लंकेत होता. म्हणून श्रीराम अयोध्या सोडून आधी वनात गेले आणि तिथे आपले लक्ष्य पूर्ण करण्यासाठी आवश्यक ती तयारी करून मग लंकेला गेले. पण तुम्हांला असे काही करण्याची गरज नाही. कारण या व्यावहारिक जगात राहून संसार सांभाळत असतानाच तेज संसारी बनून लक्ष्य गाठता येणे शक्य आहे. तुमचे लक्ष्य (स्वानुभव, आत्मसाक्षात्कार) आणि दशमुखी रावणही (विकार, अहंकार, वाईट सवयी) तुमच्यामध्येच आहेत. म्हणून तुम्हांला शारीरिक रूपात कुठे जाण्याची गरजच

नाही. व्यावहारिक जगात राहून आपल्या सांसारिक जबाबदाऱ्या पार पाडत असताना अधूनमधून काही वेळ आंतरिक रूपात मनाला वनवासात पाठवायचे आहे. त्यामुळे तुम्ही लक्ष्यप्राप्तीसाठी सिद्ध व्हाल.

आता आधी इंद्रियांना वनवासाला कसे पाठवायचे, हे जाणून घेऊ या. या सरावामुळे तुमचे शरीर आणि इंद्रिये प्रशिक्षित होऊन तुम्हांला लक्ष्य प्राप्त करण्यासाठी मदत करतील. चला तर मग, आधी डोळ्यांना वनवासाला कसं पाठवायचे, ते पाहू–

डोळ्यांचा अल्प वनवास

डोळे म्हणजे जणू काही शरीराचे एक इनपुट डिव्हाईस आहेत. डोळे विविध प्रकारच्या दृश्यांमधून विविध प्रकारची माहिती मेंदूकडे आणि शरीरात पोहोचवत असतात. मग ती माहिती आपल्या स्मृतीत साठवून ठेवली जाते. आपण ज्या प्रकारची दृश्ये बघतो, मेंदूत माहिती साठवून ठेवत असतो, तसेच आपले विचार आणि दृष्टिकोन तयार होत असतात. हळूहळू आपले संपूर्ण व्यक्तिमत्त्वच तसे होऊ लागते.

समजा, एखादी स्त्री कौटुंबिक कलह, हेवेदावे, कटकारस्थाने असलेल्या चारपाच कौटुंबिक दूरदर्शन मालिका रोज पाहत असेल तर हळूहळू तिचे विचारही तसेच होऊ लागतात. आपण जे पाहतो आहे तेच खरे आहे, जगात सगळीकडे असेच चालले आहे, सध्याचे नातेसंबंध असेच बिघडलेले आहेत, असे तिला वाटू लागते. मग ती स्वतःच्या कुटुंबीयांकडे, त्यांच्या वागण्याकडे संशयाने पाहून छोट्याशा कारणांवरूनही तीव्र प्रतिक्रिया देऊ लागते. कारण मालिकांमुळे मनात तयार झालेल्या धारणांच्या आधारे ती स्वतःच्या नात्यांचे अंदाज बांधत राहते. त्यामुळे ती स्वतः तर अशांत होतेच, पण तिच्यामुळे सगळे घरच अशांत होण्याची शक्यता बळावते.

खरे तर जगात सगळीकडे काय चालले आहे, याची अद्ययावत माहिती ठेवणे ही काळाची गरज आहे. त्यासाठी ताज्या बातम्या जाणून घेणे ही गरज असली तरी काही लोक मात्र सतत न्यूज चॅनल बघत असतात. अनेक वर्तमानपत्रे वाचतात. त्यामुळे त्यांच्या विचारांची आणि चिंतनाची गुणवत्ता कमी होत जाते. आजकाल तर ब्रेकिंग न्यूजच्या किंवा सनसनाटी बातमीच्या नावाखाली त्याच त्या हिंसात्मक घटना, त्यावरच आधारित चर्चा वारंवार दाखवल्या जातात. अशा घटना आणि दृश्य वारंवार पाहिल्याने मनात दुःख, क्रोध, निराशा, असुरक्षितता, अविश्वास अशा नकारात्मक भावना निर्माण होऊ लागतात. मग त्या माणसाच्या व्यक्तिमत्त्वावर परिणाम करतात.

खरे तर जगात जितक्या वाईट घटना घडतात, त्याहून कितीतरी अधिक चांगल्या

घटनाही सतत घडत असतात. पण त्या घटनांच्या बातम्या कमी असल्याने, आपल्याकडे सर्व प्रसारमाध्यमांत चांगल्या बातम्यांच्या तुलनेत वाईट बातम्यांना जास्त प्राधान्य दिले जाते. ते बघितल्यावर जगात सगळीकडे हेच चालले आहे, असे वाटू लागते. दहशतवाद्यांनी हल्ला केला तर त्याची ठळक बातमी असते. पण कुठे जर आध्यात्मिक शिबिर असेल तर त्याची बातमी, चर्चा होत नाही. कुठे खून झाला, लूटमार, चोरी झाली तर त्याची मोठी बातमी असते. पण जे लोक इतरांची सेवा करतात, अनेक प्रकारे गरजूंना मदत करतात, त्याची मोठी बातमी होत नाही.

आजकाल प्रसारमाध्यमांमध्ये ज्योतिष, धार्मिक कर्मकांड अशा गोष्टींनाही खूप महत्त्व दिले जाते, त्यावर चर्चा केल्या जातात. राशींच्या गोष्टी सांगून, शनी-मंगळाच्या नावाने लोकांना घाबरवले जाते. ते पाहून लोक अकारण चिंतेत पडतात. मनात सतत नकारात्मक भाव घेऊन जगत राहतात. या गोष्टींचा लोकांवर एवढा प्रभाव असतो, की एखाद्या व्यक्तीला जर साडेसाती आहे, असे कुणी सांगितले तर आता माझे काही खरे नाही, असे म्हणून ती हताश होते. मग जीवनात घडणाऱ्या प्रत्येक गोष्टीला ती साडेसातीच्या नजरेनेच पाहू लागते. दुसरीकडे काही कार्यक्रमांत प्रेक्षकांच्या मनात चैनीच्या अनावश्यक वस्तूंना गरज म्हणून ठसवले जाते. कपडे, दागिने, उपकरणे अशा अनेक गोष्टींच्या जाहिराती माणसाला मोहजालात अडकवून टाकतात. शिवाय कित्येकदा गरज नसतानाही खरेदी करायला लावतात ते वेगळेच!

तात्पर्य, सध्या टीव्ही, रेडिओ, मासिके, वर्तमानपत्रे इत्यादी प्रसारमाध्यमांनी माणसाला आपल्या जाळ्यात असे काही ओढले आहे, की ही माध्यमे सांगतील, तेच खरे असे तो मानू लागला आहे. या माध्यमांनी त्याला असे काही संमोहित केले आहे, जणू त्या माध्यमांनी व्यक्त केलेले विचारच सत्य आहेत, असे तो समजू लागला आहे. त्याचे स्वतःचे विचारही या माध्यमांसारखेच होत आहेत. त्यामुळे टीव्ही बघताना, काही वाचताना, ऐकताना अतिशय सजग राहून आपला विवेक जागृत ठेवायचा आहे. त्याचबरोबर हिंसक, नकारात्मक आणि चंगळवादी बातम्या, कार्यक्रम पाहण्यापासून डोळ्यांना जास्तीत जास्त काळ दूर ठेवायचे आहे, म्हणजेच त्यांना वनवास द्यायचा आहे.

आपल्यासमोर येणारी सगळीच माहिती पूर्णपणे खरी नसून त्यातला काहीच भाग खरा असतो. कारण जग अगदीच वाईट नाही तर खूप चांगले आहे, हे आपण कायम लक्षात ठेवले पाहिजे. म्हणूनच तर आपल्याला असे तंत्रज्ञान आणि संधी लाभल्या आहेत, ज्यामुळे आपण घरी बसून ब्रह्मांडातील उच्चतम ज्ञान, तेजज्ञान प्राप्त करून मानवजन्माचे सार्थक करू शकतो. हो, मात्र त्यातल्या कोणत्या गोष्टीवर लक्ष केंद्रित

करायचे, हा सर्वस्वी तुमचा प्रश्न आहे; म्हणजे प्रसारमाध्यमे प्रसारित करत असलेल्या नकारात्मक बातम्यांवर, की तुमच्याकडे उपलब्ध असलेल्या चांगल्या गोष्टींवर! तुम्ही जाणता-अजाणता ज्या गोष्टींकडे, गुणांकडे किंवा भावनेकडे लक्ष देता, त्या तुमच्या जीवनात अवतरू लागतात, हा विचारनियम आहे. तुम्ही नकारात्मक गोष्टींवर ध्यान केंद्रित केले तर त्याचा नकारात्मक परिणाम तुमच्या जीवनातही दिसू लागेल; त्याचप्रमाणे चांगल्या आणि सकारात्मक गोष्टींचा विचार करत राहिलात तर त्या आपोआपच तुमच्या जीवनाचा एक अविभाज्य भाग बनत जातील.

बाह्य दुनियेतील सर्व दिखाऊ सत्य, ऐकीव व पाहिलेल्या दिखाऊ गोष्टी आपल्या जीवनाच्या गुणवत्तेवर परिणाम करत असतात. जेणेकरून आपल्या चेतनेचा स्तर कमी होतो. समजा, तुमच्याही बाबतीत असे होत असेल आणि तुम्हांला तसे होऊ द्यायचे नसेल तर तुम्ही तुमच्या डोळ्यांना अल्प वनवास द्यायला हवा. तत्पूर्वी खालील गोष्टींवर मनन करणे आवश्यक आहे.

डोळ्यांच्या वनवासाची पूर्वतयारी

- दिवसातला किती वेळ तुम्ही टीव्हीपुढे बसता आणि त्या वेळी गाणी, बातम्या, मालिका असे कोणकोणते कार्यक्रम बघता? किती वेळ वर्तमानपत्र आणि मासिके वाचता? त्यात कोणत्या विषयावरचे लेख वाचता?
- एखाद्या कार्यक्रमातून कोणत्या प्रकारची माहिती मिळते? ती माहिती तुम्हांला उपयुक्त आहे का? त्या माहितीमुळे तुमच्या जीवनात काही सकारात्मक बदल घडत आहेत का? तुम्ही पाहत असलेली दृश्ये तुमच्यासाठी हानिकारक तर नाहीत ना? ती दृश्ये तुमच्या सचेतन आणि अचेतन मनावर काही वाईट परिणाम तर करत नाहीत ना? याचा विचार करा.
- बातम्या आणि कार्यक्रम पाहिल्यावर, माहिती वाचल्यावर तुमच्या मनात कोणत्या प्रकारच्या भावना जागृत होतात? कोणते विचार येतात? कोणत्या इच्छा निर्माण होतात? तुमचा मूड कसा होतो? स्वसंवाद काय असतो? उदाहरणार्थ, किती वाईट दिवस आले आहेत... कोणावरही विश्वास ठेवणे कठीण आहे... आपलेच लोक केसाने गळा कापत आहेत... माझ्याबाबतीतही असे काही झाले तर... बघून घेईन मी... चांगला धडा शिकवेन... किंवा माझ्याकडेही अशीच मोठी कार यायला हवी... मलासुद्धा असाच ड्रेस घ्यायचा आहे... मलाही त्या ठिकाणी सहलीला जायचे आहे... इत्यादी.

वनवासाचा ॲक्शन प्लॅन

या सर्व मुद्द्यांचा विचार केल्यावर तुमच्या स्पष्टपणे लक्षात येईल, की कोणते कार्यक्रम, कोणते वाचनसाहित्य तुमच्यासाठी उपयोगाचे आहे, कोणते केवळ टाईमपास आहे आणि कोणते तुमच्या जीवनावर नकारात्मक परिणाम करून तुमचे नुकसान करत आहे. अशी सगळी माहिती मिळताच तुम्ही तुमच्या डोळ्यांना वनवासाला पाठवू शकता. त्यासाठी काय करायचे? :

- नुकसानकारक बातम्या, मालिकांना त्वरित कायमस्वरूपी वनवासाला पाठवा, म्हणजेच ते बघणे बंद करा.
- टाईमपास कार्यक्रमांमधले काही कार्यक्रम बघणे कमी करा. एका वर्षात असे टाईमपास कार्यक्रम बघण्यात किती वेळ घालवला, याचा नीट हिशेब करा. अशा व्यर्थ कार्यक्रमांसाठी आपण किती वेळ वाया घालवला, हे कळल्यावर तुम्हांला खूप खेद वाटेल. तेव्हा तुम्ही जर दिवसातून अशा चार मालिका पाहत असाल तर त्यातल्या निदान दोन मालिकांना तरी वनवासाला पाठवा.
- एखादी टाईमपास मालिका बघायला तुम्हांला खूपच आवडत असेल, शिवाय ती बघणे थांबवणे तुम्हांला शक्य होत नसेल तर पूर्ण मालिका एका जागी बसून तल्लीन होऊन बघण्याऐवजी त्या वेळी काही काम करा, जातायेता ती मालिका बघा. अख्खा एपिसोड टाळणे जमत नसेल तर त्यातला अधलामधला भाग टाळा. मग अधूनमधून, एखादा दिवस ती मालिका बघूच नका. असे केल्याने तुमचा वाया जाणारा थोडा वेळ तरी नक्कीच वाचेल. तो कार्यक्रम पूर्ण लक्ष देऊन न बघितल्याने त्याचा फारसा प्रभावही तुमच्यावर पडणार नाही. मग हळूहळू तुमची त्या कार्यक्रमाविषयी आवड कमीकमी होत जाईल.

तुम्हीच तुमच्या दृष्टीचे साक्षीदार व्हा

इथे केवळ टीव्ही, इंटरनेट किंवा वाचनसाहित्याचा विचार करून चालणार नाही. आपले डोळे आणखी कितीतरी दिखाऊ, नकली गोष्टींकडे आकर्षित होत असतात, त्यांत गुंतत असतात. विंडो-शॉपिंग हे याचे उत्तम उदाहरण आहे. बाजारात किंवा भव्य मॉल्समध्ये गेल्यावर कपडे, दागिने, घरगुती सामान, आकर्षक पद्धतीने मांडलेल्या अनेक प्रकारच्या शोभेच्या वस्तू आपल्याला भुरळ घालत असतात. शिवाय, तिथे येणाऱ्या लोकांचे कपडे, मोबाईल फोन, गाड्या, गॅजेट्स यांकडेही आपले लक्ष वेधले जाते. कळत-नकळत त्याविषयी विचार येऊन मनात इच्छाही निर्माण होत असतात. आपलेच डोळे

आपल्याला आपले दर्शन घडवतात. आपल्या मनात कोणकोणत्या इच्छा दडलेल्या आहेत ते सांगत असतात आणि इच्छा निर्माणही करत असतात. त्या इच्छा पूर्ण झाल्या नाहीत तर मन दुःखी, अशांत होऊ शकते. माणसाकडे ज्ञान आणि संयम नसेल तर डोळ्यांनी दाखवलेल्या अशा काही गोष्टी आपले सुख, शांती हिरावून घ्यायला पुरेशा ठरतात.

स्वतःचे सुख आणि शांती कायम ठेवायची असेल तर यापुढे मायाजगात फिरताना तुम्हीच तुमच्या डोळ्यांचे आणि त्यांच्या पाहण्याचे साक्षीदार व्हा. आपले डोळे कायकाय पाहतात, कोणत्या वस्तूवर खिळून राहतात, आपल्या मनात कोणते विचार, इच्छा निर्माण करतात, याकडे बारकाईने लक्ष ठेवा. यामुळे तुम्हांला स्वतःबद्दलच खूप माहिती मिळेल. त्यावरून स्वतःचा शोध घेऊन, मननचिंतन करून तुम्ही स्वतःला पूर्णपणे आणि अधिक चांगल्या प्रकारे जाणून घेऊ शकाल. गुरूंच्या मार्गदर्शनात स्वतःमधील कमतरता दूर करून जीवनाची गुणवत्ता वाढवण्यासाठी कार्य करू शकाल.

पुढच्या अध्यायात आपण आपल्या श्रवण-इंद्रियांना म्हणजेच कानांना वनवास कसा द्यायचा, हे जाणून घेणार आहोत.

अध्याय २६

कानांचा अल्प वनवास

अल्प वनवास रहस्य - २

डोळ्यांप्रमाणेच कानही माणसाचे 'इनपुट डिव्हाईस' आहेत. अनेक प्रकारची माहिती ते आपल्यापर्यंत पोहोचवत असतात. कानांनी ऐकले जाणारे शब्द, बोल, संगीत हे आपल्या चेतनेवर थेट परिणाम करत असतात. संगीताचे सुस्वर, मंगल स्वर केवळ मनुष्यावरच नव्हे, तर वनस्पती आणि प्राण्यांवरही चांगला परिणाम करतात, हे तर आता विज्ञानानेही सिद्ध केले आहे. ज्याप्रमाणे मंथरेचा चुकीचा सल्ला ऐकून कैकेयीने रामाला वनवासाला पाठवून ती दशरथाच्या मृत्यूचे कारण ठरली, त्याचप्रमाणे एखाद्या माणसाने ऐकलेली एखादी चुकीची किंवा नकारात्मक गोष्ट त्याचे संपूर्ण आयुष्य बिघडवून टाकू शकते.

बरेच लोक दुसऱ्यांच्या अनावश्यक गप्पा ऐकून स्वतःचे खूप नुकसान करून घेतात. त्यामुळे आपण ऐकत असलेल्या सर्व गोष्टी आपल्यावर काय परिणाम करत आहेत आणि आपण त्यांच्याकडे किती लक्ष दिले पाहिजे, याविषयी सजग राहायला हवे. आपण स्वत:वरच लक्ष ठेवून जाणून घ्यायचे, की कोणत्या गोष्टी कान देऊन ऐकायच्या आणि कोणत्या कानाआड करायच्या? कानांना वनवासाला कधी पाठवायचे?

परनिंदेत कान-वनवास

माणसाला जोपर्यंत खऱ्या आनंदाचा (सत्य, स्वानुभव) अनुभव येत नाही, तोपर्यंत तो खोट्या, नकली आणि क्षणभंगुर आनंदालाच खरा आनंद मानत असतो. निरर्थक गप्पा मारणे, अनावश्यक गोष्टींची चर्चा, एखाद्याची चेष्टा करणे, निंदा करणे, व्यर्थ

हसणे, टोमणे मारणे यांतच त्याला आनंद वाटत असतो. दोन व्यक्ती जेव्हा तिसऱ्या व्यक्तीविषयी काही बोलत असतात, निंदा करतात, तेव्हा ते ऐकण्यासाठी आपले कान लगेच टवकारले जातात. आपल्याला वाटते, कोणीतरी निंदा करत आहे त्यात माझी काय चूक? मी तर फक्त ऐकले आहे. मी स्वतः तर निंदा नाही ना केली?

खरे तर निंदा करणे हे जितके चुकीचे असते, तितकेच कोणाची निंदा ऐकणे, हेही नुकसानकारक आहे. कारण ते शब्द आपल्या चेतनेवर नकारात्मक परिणाम करत असतात. हळूहळू आपल्या मनातही तसेच विचार यायला लागतात. त्यानंतर निंदा ऐकण्याऐवजी आपणही त्यात भाग घ्यायला लागतो.

त्यामुळे कानांवर असे काही निंदात्मक शब्द पडताच आपल्या कानांना वनवासाला पाठवायची हीच योग्य वेळ आहे, हे लक्षात घ्या. त्यासाठी खालील गोष्टींचा विचार करा :

- जिथे परनिंदा, नकारात्मक चर्चा, चहाडी-चुगली, व्यर्थ गोष्टी चालल्या असतील, तिथून लगेचच दूर जा. तुम्हांला तुमचे मन आवरता येत नसेल तर त्याला त्वरित तुमच्या जीवनातल्या अंतिम लक्ष्याचे स्मरण करून द्या.
- काही लोकांना त्यांच्या अशा परनिंदेत रमणाऱ्या मित्रमंडळींपासून दूर राहणे शक्य होत नाही. कारण त्यांना सोडले तर ते आपल्याला हसतील, आपली टर उडवतील, अशी भीती वाटत असते. अशा वेळी नम्रपणे काहीतरी सबब सांगून तुम्ही तिथून निघून जाऊ शकता. अशा चुकीच्या गोष्टींमध्ये वेळ दवडणाऱ्या अतेज मित्रांपासून लवकरात लवकर दूर होणेच योग्य असते. तरीही काही कारणाने तुम्हांला अशा मित्रांना सोडता येत नसेल तर त्यांना स्पष्ट सांगा, 'मला अशा प्रकारचा कोणताही खोटा, नकली आनंद नको आहे.' मग ते तुमच्यासमोर असे काहीही बोलणार नाहीत आणि जरी बोलले तरी तुम्हांला तिथून निघून जाणे सोपे होईल. कारण तुम्हांला ते आवडत नाही, हे आधीच तुम्ही त्यांना सांगितलेले असेल.
- एखाद्या व्यक्तीला असे स्पष्ट वागणे कदाचित जमणार नाही किंवा त्या व्यक्तीचे जीवनातले लक्ष्य तितके दृढ नसेल, तेव्हा तिला इथे सांगितलेला उपाय पूर्णपणे अमलात आणणे शक्य होणार नाही. अशा वेळी छोट्या-छोट्या गोष्टींनी सुरुवात करावी. दूरध्वनीवर तासभर गप्पा मारायची सवय असेल, चहाडी-चुगली, अर्धा तास गॉसिपिंग करत असाल तर त्यातली निदान पाच-दहा मिनिटे तरी कमी करून बघा. मग तो वेळ आपोआपच कमी होत जाईल. शिवाय हे लक्षात ठेवा, की तुम्ही जे काही करणार आहात, ते इतरांसाठी नव्हे, तर स्वतःसाठीच करणार आहात.

कान देऊन नाही तर ध्यान देऊन ऐका

कधीकधी आपण अशा ठिकाणी असतो, जिथून पटकन निघणे शक्य नसते. कुटुंबात, नातेवाइकांमध्ये, वरिष्ठांसोबत असताना मध्येच तिथून निघून जाणे शक्य होत नाही. अशा वेळी आपण आपल्या कानांना अंतर्गत रूपाने वनवास द्यायला हवा. म्हणजे त्या वेळी तिथे ज्या व्यर्थ गप्पा चालल्या असतील, त्यांच्याकडे दुर्लक्ष करायचे. बरेचदा टीव्हीवर, रेडिओवर एखादे गाणे चालू असते, काही चर्चा चाललेली असते, तुम्ही महत्त्वाच्या कामात असता, तेव्हा तुमचे त्याकडे लक्ष नसते. त्या वेळी तुम्हांला आवाज तर ऐकू येतो, पण ते गाणे किंवा चर्चा काय चालली आहे, हे समजत नाही. विद्यार्थिदशेत असताना आपण सगळ्यांनीच कधी ना कधी या गोष्टीचा अनुभव घेतलेला असतो. वर्गात शिक्षक काही शिकवत असतात, पण आपल्या मनात काही वेगळेच विचार चाललेले असल्यास वर्गात शिकवलेले आपल्याला समजत नाही. तेव्हा ते अयोग्य असते; पण आता आपल्या कानांवर पडणाऱ्या नकारात्मक शब्दांकडे मुद्दाम दुर्लक्ष करायचे आहे.

खरे तर ज्या बोलण्याकडे आपले ध्यान (लक्ष) असते, तेच आपल्याला समजते आणि तेच आपल्या आत झिरपते; म्हणजेच आपल्या मनात कायमस्वरूपी राहते. बोलण्यावरचे ध्यान काढून घेतले तर शब्द आपल्या कानावर पडतात, पण त्याचा नेमका अर्थ, भाव आपल्याला समजत नाही. तेव्हा ध्यानाच्या याच ताकदीचा उपयोग अनावश्यक आणि हानिकारक शब्दांना आपल्या मनात प्रवेश करण्यापासून रोखण्यासाठी करायचा आहे. पण हे कसे साध्य करायचे? जेव्हा आपल्या आसपास अनावश्यक, अयोग्य चर्चा चाललेली जाणवेल, तेव्हा तुम्ही लगेच मनातल्या मनात एखादे छानसे भजन गुणगुणू शकता, एखादे गुरुवचन आठवू शकता, एखादा जप करू शकता, बासरी, व्हायोलीन वादनासारखे संगीत ऐकू शकता. हे एकदम जमणार नाही. पण सरावाने आणि प्रयत्नांनी जमू शकेल. मग शारीरिक रूपाने दिखाऊ गोष्टींमध्ये, मायेच्या जगात असूनही तुम्ही आंतरिक रूपाने मात्र सत्याशीच जोडलेले असाल.

नकारात्मक गोष्टींचा महाअनुवाद करा

आपण कितीही दक्षता बाळगली तरीही कधीकधी अचानक आपले डोळे असे काही दृश्य पाहतात, आपल्या कानांवर असे काही शब्द, दुर्वचने (शिव्या), टोमणे येतात, की त्यामुळे आपल्या मनात प्रचंड वादळ उठते. कितीही प्रयत्न केला तरी आपण ते शब्द विसरू शकत नाही. अशा वेळी आपण त्या गोष्टींचा सर्जनात्मक रीतीने महाअनुवाद करायला शिकले पाहिजे. म्हणजेच त्यांचा योग्य पद्धतीने अर्थ लावायला शिकले पाहिजे.

त्या गोष्टी आपण अशा प्रकारे आठवायच्या, की त्या कितीही नकारात्मक असल्या तरी आपल्याला सत्याचीच आठवण करून देतील.

यासाठी सासू-सुनेचे एक उदाहरण पाहू या– एकदा एका सुनेने तिच्या सासूला बोलताना ऐकले, 'माझी सून अगदी कामचोर आहे.' तेव्हापासून त्या सुनेच्या मनात कामचोर या शब्दाने घर केले. ती सतत विचार करू लागली, मला कामचोर म्हणाली... सकाळपासून रात्रीपर्यंत मीच राबराब राबते... सगळ्यांचे सगळे व्यवस्थित करते... आणि वर मीच कामचोर?... स्वतः नुसती आयते खाते... आणि मी कामचोर?... तिला या गोष्टीचा खूपच मनस्ताप होऊ लागला. तेव्हा तिला तिच्या गुरूंनी दिलेली महाअनुवादाची शिकवण आठवली. मग तिने कामचोर शब्दाची विभक्ती केली. काम म्हणजे कामना, इच्छा आणि चोर म्हणजे चोरणारा अर्थात कामना, इच्छा चोरून नेणारा, असा कोण असेल? ती मनन करू लागली. ईश्वर, ज्ञान, गुरू, सत्य... म्हणजे ती कामे टाळणारी कामचोर नाही तर कामनांचा त्याग करणाऱ्या ईश्वराचा एक अंश आहे. असा अर्थ घेतल्याने तिच्याविषयी केलेले नकारात्मक विधानही तिला सत्याकडेच घेऊन गेले.

अशा प्रकारे आपल्याला कोणी जाडा, काळा, बुटका अशा शब्दांनी दुखावण्याचा प्रयत्न केला तर त्याचा शब्दशः नकारात्मक अर्थ घेऊ नका. स्वतःला त्रास करून घेण्याऐवजी त्याचा महाअनुवाद करून त्याच्यावर मनन करा. उदाहरणार्थ, आपल्यामध्ये जाड, जड काय आहे? तर अहंकार, मन, एखादा विकार... काळा म्हणजे काय? तर जो पांढऱ्याला उठाव देऊन त्याला प्रकाशित करतो. अशा पद्धतीने नकारात्मक गोष्टींना तुम्ही सकारात्मकतेकडे घेऊन जाऊ शकाल.

तुम्ही जोपर्यंत एखाद्या बाह्य गोष्टीचा तुमच्यावर प्रभाव पाडू देत नाही, तोपर्यंत ती प्रभावी ठरत नाही, हा विचारनियम आहे. तेव्हा हा नियम नेहमी लक्षात ठेवा.

डोळे आणि कान यांच्या अल्प वनवासाची योग्य वेळ

जिथे नकारात्मक गोष्टीने तुमच्या चेतनेचा स्तर कमी होत असेल, अशा जागी आपल्या डोळ्यांना आणि कानांना नेहमीच अल्प वनवासाला पाठवायचे आहे. त्यासाठी दररोज संपूर्ण दिवस सजग राहायचे आहे. पण दिवसातल्या दोन वेळा अशा आहेत, ज्या वेळी तुम्ही विशेष काळजी घ्यायची आहे. कारण त्या वेळी जर एखाद्या नकारात्मक विचाराने आपल्यामध्ये प्रवेश केला तर तो आपले जास्त नुकसान करतो. त्या दोन वेळा म्हणजे, सकाळी झोपेतून उठल्यावरचा काही वेळ आणि रात्री झोपण्यापूर्वीचा काही अवधी.

सकाळी झोपेतून उठताक्षणी आपण जे काही पाहतो, ऐकतो, वाचतो, त्याचा प्रभाव

दिवसभर आपल्याला जाणवतो. सकाळी उठल्यानंतर एखादी वाईट बातमी ऐकली, पाहिली तर दिवसभर आपल्या चेतनेचा स्तर निम्न राहतो. पण सकाळी उठल्याबरोबर प्रार्थना, सत्यश्रवण, मनन केले तर दिवसभर आपल्या चेतनेचा स्तर उंचावलेला असतो.

याचाच अर्थ, सकाळी उठल्यानंतर स्वतःला दिलेला विचारांचा आणि माहितीचा खुराक दिवसभर आपल्यावर परिणाम करत असतो. म्हणूनच सर्वच धर्मांमध्ये आणि संप्रदायांत सकाळच्या वेळी प्रार्थना, ईश्वरचिंतन आणि ध्यानाला महत्त्व दिले गेले आहे. कारण त्या वेळी आपले मन प्रसन्न, शुद्ध आणि ग्रहणशील असते.

दुसरी महत्त्वाची वेळ म्हणजे रात्री झोपण्यापूर्वीचा काही अवधी. त्या वेळी आपण जे वाचतो, पाहतो किंवा ऐकतो, ते आपल्या निद्रावस्थेला प्रभावित करत असते. झोपण्यापूर्वी जर आपण नकारात्मक, भीतिदायक, निराशाजनक कार्यक्रम पाहिले तर गाढ झोप लागत नाही. शिवाय काही लोकांना वाईट स्वप्नेही पडतात. झोपेत असताना आपल्या अंतर्मनात तेच नकारात्मक भाव चालू असल्याने सकाळी उठल्यानंतर ताजेतवाने, प्रसन्न, उत्साही वाटत नाही. त्याउलट, रात्री झोपताना जर आपण एखादे चांगले संगीत किंवा भजन ऐकले, आध्यात्मिक पुस्तक वाचले, प्रार्थना करून झोपलो तर निश्चितच आपल्याला शांत, गाढ आणि स्वप्नरहित झोप मिळेल. मग झोप पूर्ण झाल्याने आपोआपच सकाळी लवकर जाग येऊन प्रसन्न, ताजेतवाने, उत्साही वाटेल.

मात्र, आजकाल बरेच लोक दिवसाची सुरुवात वर्तमानपत्र वाचून आणि टीव्हीवरच्या बातम्या बघूनच करतात. त्यामुळे डोळे उघडताच जगभरातल्या नकारात्मक गोष्टी त्यांच्या मनात प्रवेश करतात. मग नकळत त्याच नकारात्मकतेसह ते दिवसभराची कामे कशीबशी उरकतात. दिवसभराची धावपळ आटोपून रात्री झोपण्यापूर्वी थोडा निवांत वेळ मिळतो, तेव्हाही टीव्हीवर कपट-कारस्थानांनी भरलेल्या मालिका, नकारात्मक, हिंसेच्या, भ्रष्टाचाराच्या बातम्या, हिंसक चित्रपट असे काहीतरी पाहत बसतात. मग त्याच्यावर चर्चा करत, त्याचाच विचार करत ते झोपी जातात. सकाळी उठल्यानंतर त्यांच्या मनात विचार येतो, आपल्याला शांत झोप का लागत नाही? आपल्यावर एवढा तणाव का आहे...? साध्यासाध्या गोष्टीत आपली चिडचिड का होते...? पण याचे कारण ते स्वतःच आहेत, या गोष्टीपासून ते अनभिज्ञ असतात.

यासाठीच सकाळी उठल्यावर आणि रात्री झोपण्यापूर्वी आपण अधिक सजग राहिले पाहिजे. आपण स्वतःमध्ये जो इनपुट घेतो, तो पारखून घेतला पाहिजे. दिवसाची सुरुवात आणि शेवट हा नेहमी प्रार्थना, ध्यान आणि ईशचिंतनाने केला पाहिजे.

अध्याय २७

जिव्हेचा अल्प वनवास

अल्प वनवास रहस्य - ३

जिव्हा म्हणजे जीभ हे माणसाच्या महत्त्वाच्या इंद्रियांपैकी एक आहे. जिभेचे दोन पैलू असून ते आपल्या जीवनावर खोलवर परिणाम करत असतात, शब्द आणि स्वाद. या दोन्हींचा अतिरेक माणसाला संकटात टाकू शकतो. स्वाद म्हणजेच चव ही तर माणसाची एक मोठी कमजोरी असते. खरे तर उत्तम आरोग्य ही माणसाच्या जीवनातली सर्वात मूल्यवान संपत्ती! पण चवीने खाण्यासाठी माणूस ही सर्वात मूल्यवान संपत्ती पणाला लावत असतो. ज्या लोकांना स्वादाच्या मोहापासून दूर राहता येत नाही, ते आयुष्यभर स्थूलता, हृदयरोग, मधुमेह, रक्तदाब, अपचन अशा आरोग्याच्या अनेक तक्रारींना आमंत्रण देत असतात.

ज्या लोकांचे शब्दांवर नियंत्रण नाही, ते त्यांच्या सामाजिक-कौटुंबिक आणि नातेसंबंधांत अनेक तणावांना आमंत्रण देत असतात. कोणाशीही पटत नसल्याने त्यांचे संबंध चांगले नसतात. स्वाद आणि शब्द यांनी होणारे नुकसान टाळण्यासाठी आपण जिभेच्या या दोन्ही पैलूंना वनवास द्यायचा आहे.

पोटाचा आणि स्वादाचा वनवास

शारीरिक आणि मानसिक आरोग्य उत्तम राखण्यासाठी पोटाला आणि स्वादेंद्रियाला म्हणजेच जिभेला अल्प वनवासात पाठवणे खूपच आवश्यक आहे. आपल्या पूर्वजांनी आणि विचारवंतांनी या गोष्टीचे महत्त्व ओळखले होते. म्हणूनच लोकांनी योग्य आहार

घेऊन आरोग्य सांभाळावे, या परंपरेचा संस्कृतीत समावेश करून त्याला धर्म-संप्रदायाचा भाग बनवले. यासाठीच प्रत्येक धर्म-संप्रदायात पोटाला वनवास घडवण्यासाठी व्रते, उपवास, रोजे नेमून दिलेले आहेत. तसेच 'अमुक एका दिवशी तांदळाचे पदार्थ खाऊ नयेत, अमुक दिवशी मीठ खाऊ नये, चातुर्मासात कांदा-लसूण खाऊ नये, नवरात्रात अन्न सेवन करू नये, विशिष्ट दिवशी एकदाच भोजन करावे, सूर्यास्तानंतर भोजन करू नये...' असे नियम घालून दिले आहेत.

खाण्यापिण्यावर नियंत्रण ठेवल्याने होणारे लाभ

पूर्वजांनी घालून दिलेल्या नियमांचे पालन केल्याने आणि खाण्यापिण्यावर नियंत्रण ठेवल्याने होणारे लाभ पुढीलप्रमाणे आहेत :

- उपवासाने आपल्या पचनसंस्थेला आराम मिळून ती कार्यक्षम बनते.
- नियंत्रित आहार घेतल्याने आपले वजन योग्य राहून आरोग्य चांगले राहते.
- शरीरात तमोगुण वाढत नाही. संपूर्ण दिवस शरीर आणि मन ताजेतवाने, उत्साही राहते.
- आत्मनियंत्रण, संयम, संकल्पशक्ती, तनामनाची शुद्धता असे गुण वृद्धिंगत होतात.
- स्वादेंद्रियांना शिस्त लागते. त्यामुळे खाण्यापिण्यासंबंधी प्रतिकूल परिस्थितीत, जिथे चविष्ट खाण्यापिण्याच्या सोयीसुविधा नसतील तिथे आणि सत्याच्या प्रवासात, ध्यानात ते साहाय्य करू लागतात.

स्वादेंद्रियांना शिस्त लावलेली असेल तर घराबाहेर असताना, दुसऱ्या कोणाकडे गेलेले असताना, आजारी असताना किंवा यात्रेला गेलो असताना खाण्यापिण्याच्या काही समस्या येत नाहीत. तुम्ही अगदी सहज पथ्य पाळू शकता. यात्रेच्या ठिकाणी जे अन्न उपलब्ध असेल, ते आनंदाने खाऊ शकता. त्याउलट, काही लोक स्वादाच्या खूप आहारी गेलेले असतात. पाहुणे म्हणून किंवा सहलीला गेलेले असताना तिथे जर त्यांना स्वादिष्ट भोजन, एवढेच काय, पण सवयीच्या स्वादाची चहा-कॉफी मिळाली नाही तरी ते निराश होतात. सतत खाण्यापिण्याच्या चिंतेत असल्याने सहलीला गेल्यावरही ते आनंदी राहू शकत नाहीत.

आध्यात्मिक उन्नतीसाठी उत्तम आरोग्य, शिस्तबद्ध स्वादेंद्रिय अतिशय आवश्यक आहेत. कारण निरोगी, संयमित आणि ऊर्जाभारित शरीरच संतुलित राहून ध्यान करू शकते. ते स्वादामध्ये अडकून ध्यानात बाधा निर्माण करत नाही. परंतु जिभेवर ताबा

असेल तरच हे घडू शकते. चला तर मग, अन्नग्रहणाच्या बाबतीत आपल्या जिभेला वनवास कसा घडवायचा, ते जाणून घेऊ या.

एक घास वनवासाला पाठवा

ज्या माणसाने आयुष्यात कधीच उपवास, व्रत केले नसेल, आहाराचे नियम पाळले नसतील, त्याला जर अचानक आहारावर नियंत्रण ठेवायला सांगितले तर ते शक्य होईल का? तेव्हा अशा लोकांसाठी पूर्ण उपवास करण्याऐवजी म्हणजेच भोजनाला वनवासाला पाठवण्याऐवजी एकेका घासाने सुरुवात करायला हवी. आधी त्याला फक्त एकाच घासाचा वनवास घडवला पाहिजे. म्हणजे आपल्या प्रत्येक भोजनातला एक घास कमी करायला हवा. हेच जर नियमितपणे केले गेले तर हा छोटासा प्रयत्न तुमच्या भोजनशैलीत खूप मोठा फरक घडवून आणतो.

आपल्याला आहारातून जेव्हा एक घास अगदी सहजपणे बाजूला काढता येईल, तेव्हा दोन घासही कमी खाता येतील. त्यामुळे नियंत्रित आहार घेण्याची सवय लागेल. आपल्याकडे कोणी जेवत असेल तर त्याला, सावकाश जेवा, असे सांगितले जाते. सावकाश जेवा म्हणजे हळूहळू जेवा असे नाही, तर सह-अवकाश जेवा. अर्थात पोट पूर्ण भरेपर्यंत खाऊ नका, तर जेवढी भूक असेल त्यापेक्षा थोडे कमी खा, पोटात अवकाश – जागा ठेवा. त्यामुळे अन्नपचनाची क्रिया चांगल्या प्रकारे होते. जे पचेल ते भोजन आणि जे पचणार नाही तो कचरा, हे लक्षात ठेवा. आपले भोजन कचरा होऊ देऊ नका. त्यासाठी आजपासूनच प्रत्येक भोजनातला कमीत कमी एक घास तरी काढून ठेवा.

आपल्या शरीराची आणि स्वादाची कमजोरी काय आहे, हे जाणून घेऊन वेगवेगळ्या प्रकारे जिभेचा वनवास घडवला जाऊ शकतो. समजा, तुम्हांला गोड खूप आवडते आणि तुम्हांला दोन गुलाबजाम दिलेले आहेत, तर त्यातल्या एकाचाच स्वीकार करा. दुसऱ्याला वनवासाला पाठवा. आठवड्यातून एक दिवस उपवास करा. पूर्ण दिवस उपवास करता येत नसेल तर फक्त एकदाच भोजन करा. एखादा खाद्यपदार्थ तुमची कमजोरी असेल तर आठवड्यातला एक दिवस त्या पदार्थाला वनवास द्या. दररोज चार-पाच कप चहा-कॉफी घेत असाल तर त्यातले दोन कप कमी करा. अशा प्रकारे हळूहळू तुमच्या आहाराच्या सवयी सुधारू लागतील आणि स्वादाच्या बाबतीत जिभेला वळण लागेल.

स्वादेंद्रियांची बंडखोरी कशी रोखायची?

श्रीराम हे ज्ञानी, समदृष्टी (सुख-दुःख समान मानणारे), आज्ञाधारक, आपले लक्ष्य

जाणणारे आणि लक्ष्याप्रती दृढ होते. म्हणून ते सहजपणे आनंदाने वनवासाला गेले. आपली स्वादाला चटावलेली जीभ, जिला चांगल्या-वाइटाचे भान नाही, आवडीनिवडीच्या चवींत समभाव नाही आणि आपण देऊ ते गुपचुप खाण्याइतकी ती आज्ञाधारकही नाही, तिला जर आपल्या लक्ष्याची जाणीव नसेल, ती लक्ष्याप्रती दृढ नसेल तर ती वनवासाचा अजिबात स्वीकार करणार नाही. वारंवार बंडखोरी करू लागेल.

शिवाय, तुम्ही तिला वनवास घ्यायला सांगताच ती तुम्हांला ऐकवेल, 'जीवन क्षणभंगुर आहे. खा-पी आणि मजेत राहा. शरीर तर एक दिवस नष्ट होणारच आहे. त्याची एवढी काळजी कशाला करायची? अध्यात्माच्या मार्गात बाकीची मायावी सुखे तर सोडलेलीच आहेत. आता निदान मला चवीचे तरी खाऊ दे.' पण तिचे हे भावनिक आवाहन अजिबात ऐकू नका, मनावर घेऊ नका.

आपली जीभ ही एखाद्या बेशिस्त मुलासारखी असते. ज्या मुलाला त्याच्या आईवडिलांनी कधीच शिस्त लावायचा प्रयत्न केलेला नाही, खूप कोडकौतुकात वाढवले आहे, त्याने जे मागितले ते तत्काळ दिले आहे. त्याचे सगळे योग्यअयोग्य हट्ट पुरवले आहेत. मग, असे मूल बेशिस्त होऊन मनमानी कारभार करणारच ना? पण अचानक एक दिवस त्याच्या आईवडिलांना जाणवते, 'अरे, आपण आपल्या मुलाला शिस्त लावली पाहिजे.' परंतु इतक्या लाडावलेल्या मुलाला शिस्त लावणे कठीण काम असते आणि ते एका दिवसात होत नाही. त्यासाठी भरपूर वेळ द्यावा लागतो, खूप प्रयत्न करावे लागतात.

त्यानंतर आईवडील मुलाला शिस्त लावायचे जोरदार प्रयत्न सुरू करतात, तेव्हा सगळे मनाविरुद्ध होत असल्याने ते मूल रडते, आकांत करते, नाटक करते. 'मी असे करणारच नाही, तुमचे ऐकणारच नाही,' असे म्हणते. पण अशा वेळी थोडेसे कठोर होऊन आईवडिलांनी त्याला शिस्त लावायचे प्रयत्न सुरूच ठेवले तर हळूहळू त्याच्या वाईट सवयी कमी होऊन त्याला शिस्त लागते. योग्यअयोग्य कळायला लागते. पुढे तेच मूल जेव्हा जाणते, समजूतदार होते, तेव्हा म्हणते, 'बरे झाले, माझ्या आईवडिलांनी वेळीच कठोर होऊन मला शिस्त लावली. त्यामुळेच आज मला इतके यश मिळाले. मला संतुलित जीवन, छान आयुष्य लाभले.'

आपल्या जिभेचेही तसेच झालेले असते. जिभेला शिस्त लावण्यासाठी तिला वनवास देताना ती नाटकं करेल, बंडखोरी करेल, चटकदार चवींची मागणी करेल, तेव्हा तिच्याकडे दुर्लक्ष करा. तिला मनमानी करू देऊ नका. पण खरे तर या गोष्टी इतक्या सहजशक्य नसतात. त्यासाठी जिभेला वनवास देण्यापूर्वी काही गोष्टींचे भरपूर मनन करायला हवे. उदाहरणार्थ, तुम्ही असे का करत आहात, ते करण्यामागे मूळ

उद्देश काय आहे, हे लक्षात घ्या. जिभेला वनवास दिला नाही तर तुमचे शारीरिक नुकसान तर होईलच; पण तुमच्या आध्यात्मिक प्रगतीवरही खूप वाईट परिणाम होईल. तुम्हांला जर एक गुलाबजाम सोडता येत नसेल तर तुम्ही स्वतःला मायेच्या मोठमोठ्या आकर्षणांपासून कसे वाचवू शकणार?

तुम्ही गरजेहून अधिक आणि स्वादिष्ट आहार नियंत्रित करू शकला नाहीत तर शरीराच्या इतर सवयी आणि विकार यांवर नियंत्रण कसे मिळवणार? आपले शरीर नष्ट होणार हे जरी खरे असले तरी आपल्या सवयी आणि वृत्ती तर आपल्या पुढच्या प्रवासातही सोबत असणार आहेत. त्या आत्ताच सुधारल्या गेल्या नाहीत तर जीवनाच्या पार्ट-टूमध्येही म्हणजे मरणोत्तर जीवनातही आपले नुकसान करत राहतील.

अशा प्रकारे भरपूर मननचिंतन केल्यावर तुम्हांला जिभेच्या वनवासाची आवश्यकता स्पष्टपणे समजेल, तेव्हा तुम्ही तिची बंडखोरी मोडून हळूहळू तिला शिस्त लावू शकाल.

तुम्हांला तुमचे स्वादेंद्रिय हरवत आहे, असे जाणवले, तर श्रीरामांच्या महान चारित्र्याचे, त्यांनी वनवासाचा स्वीकार किती सहजतेने केला याचे स्मरण करा. त्यांनी एका क्षणात सर्व प्रासादिक सुखांचा, सुग्रास अन्नाचा त्याग करून १४ वर्षे वनात राहून कंदमुळांचे, फळांचे सेवन केले. त्यातही त्यांनी काही आवडनिवड जपली नाही. जे उपलब्ध झाले ते आनंदाने स्वीकारले. तुमची परिस्थिती मात्र त्यांच्या वनवासापेक्षा निश्चितच चांगली असणार आहे. कारण तुम्हांला फक्त एका घासापासून वनवासाची सुरुवात करायची आहे!

अध्याय २८

शब्द आणि त्वचा यांचा अल्प वनवास

अल्प वनवास रहस्य - ४

स्वादानंतर जिभेचा दुसरा उपयोग म्हणजे बोलणे, संवाद. आपण भावना, विचार शब्दांतून व्यक्त करत असतो. आपले शब्द जर अर्थपूर्ण, मधुर, विनम्र, दुसऱ्यांना हितकर, स्पष्ट आणि संक्षिप्त असतील तर ते आपले सामर्थ्य ठरतात. पण, जेव्हा आपले शब्द अर्थहीन, व्यर्थ, इतरांना दुखावणारे, अहित करणारे आणि गरजेहून जास्त प्रमाणात असतील, तेव्हा ते आपल्यातील कमतरता दर्शवतात. शिवाय ते शत्रू बनून आपलेच सगळ्यात जास्त नुकसान करतात.

निरर्थक, गरजेहून जास्त बोललेले शब्द आपला परिणाम आणि महत्त्व दोन्ही गमावून बसतात. हे टाळण्यासाठी आपण आपल्या चुकीच्या आणि गरजेहून जास्त असणाऱ्या शब्दांनाही वनवासाला पाठवायचे आहे. दिवसभरातला सर्व संवाद साधण्यासाठी तुम्ही जर दहा हजार शब्द बोलत असाल, तर तोच संवाद नऊ हजार शब्दांत पूर्ण करण्याचा प्रयत्न करा. सुरुवातीला आपण कमीत कमी एक हजार शब्द तर नक्कीच वनवासाला पाठवू शकतो. जसजसे अनावश्यक बोलणे कमी होईल, तसतसे मौन वाढत जाईल. मौनकालात आपण स्वतःशी संवाद साधून स्वतःला जाणून घेऊ शकाल.

शब्दांचा वनवास

चला तर मग, आपण कधीकधी शब्दांना वनवास देऊ शकतो, ते जाणून घेऊ या :

- निंदा करणाऱ्या, टोमणे मारणाऱ्या, चेष्टा करणाऱ्या, चहाडी-चुगली करणाऱ्या,

एखाद्याबद्दल वाईट बोलणाऱ्या, एखाद्याचे कान भरणाऱ्या, खोटी स्तुती करणाऱ्या आणि खोटे बोलणाऱ्या शब्दांना त्वरित वनवासाला पाठवून द्या.

- दूरध्वनीवर बोलताना, मित्रांशी गप्पा मारताना काही शब्दांना, वाक्यांना अवश्य वनवास द्या. म्हणजेच बोलणे थोडक्यात आटोपते घेण्याचा प्रयत्न करा.
- तुम्हांला खूप राग आला असेल किंवा कोणी तुमच्यावर रागावले असेल तर त्या वेळी शब्दांना लगेच वनवास द्या. कारण या दोन्ही परिस्थिती अत्यंत संवेदनशील असतात. म्हणून त्या वेळी तुम्ही बोललेले शब्द तुमचे आणि इतरांचेही नुकसान करू शकतात. त्यामुळे पश्चात्तापाचे कारण ठरतात.
- शक्यतो आठवड्यातला एक दिवस किंवा दिवसातला एखादा तास मौन पाळा.

त्वचेचा वनवास

इतर इंद्रियांप्रमाणेच त्वचेसाठीही वनवास निश्चित केला जाऊ शकतो. त्यासाठी आधी आपण आपल्या त्वचेला कोणकोणत्या गोष्टींची सवय झाली आहे, हे जाणून घेतले पाहिजे. अशा कोणत्या गोष्टी आहेत, ज्या मिळाल्या नाहीत तर त्वचेला त्रास होतो आणि ज्यांच्याशिवाय आपली त्वचा सहजतेने राहूच शकत नाही? त्या गोष्टींचा वापर कमी करून त्वचेला वनवास द्यायचा आहे. इथे वनवासाचा खरा अर्थ असा आहे, आपल्याला ज्या सुखसुविधांशिवाय राहणे आपल्याला अशक्य आहे, त्यांच्याशिवाय काही काळ राहून बघणे. आपण त्या गोष्टींचे गुलाम कसे झालो आहोत, हे तेव्हाच आपल्याला कळू शकेल. कळत-नकळत आपण स्वतःला काही अनावश्यक सवयी लावून घेतो आणि नंतर त्या सवयीच आपले बंधन ठरतात. पण जोपर्यंत बंधनाची जाणीव होत नाही, तोपर्यंत त्यातून मुक्त कसे होणार? तेव्हा अशा बंधनांची जाणीव करून देण्यासाठीच वनवास काळाची आवश्यकता असते.

श्रीरामांनी स्वतःसाठी खाण्यापिण्याच्या, निवासाच्या, वस्त्रांच्या, वाहनाच्या अशा कोणत्याच सुखसुविधांची बंधने तयार केलेली नव्हती. इतकेच काय, रावणाशी युद्ध करताना त्यांच्याकडे रथही नव्हता. इतके स्वावलंबी, स्वयंपूर्ण असल्याने, कोणत्याच गोष्टींवर अवलंबून नसल्यानेच ते जिथे राहिले, तिथे शांततेने आणि आनंदाने राहू शकले. सतत आपल्या लक्ष्याच्या दिशेने पुढे वाटचाल करत राहिले. आपणही त्यांच्याकडून प्रेरणा घेऊन स्वतःसाठी वनवासाचे एक छोटे मॉडेल तयार करायचे आहे. आपल्या इंद्रियांना अल्प कालासाठी वनवास देऊन त्यांची प्रतिक्रिया तपासून पाहायची आहे. ती सुधारण्यासाठी कार्य करायचे आहे. बघू या तर मग, त्वचेला वनवास देण्यासाठी काय

काय केले जाऊ शकते. त्यासाठी तुमची त्वचा कोणत्या गोष्टीची मागणी करत असते, त्यातल्या कोणत्या गोष्टी कमी करता येतील, हे आधी जाणून घ्या.

- तुमच्या त्वचेला ज्या सौंदर्यप्रसाधनांची सवय आहे, त्यांचा एक दिवस त्याग करा. एक दिवस मेक-अप न करता राहून बघा.
- त्वचेला वेगळ्या वातावरणाचा अनुभव द्या. सतत वातानुकुलित खोलीमध्ये राहायची सवय असेल तर काही काळ वातानुकुलना (एसी)शिवाय राहून बघा. त्वचेला उकाडा सहन होत नसेल तर काही काळ पंख्याशिवाय, वातानुकुलनाशिवाय राहून बघा. श्रीरामांना वनवासात कोणत्याही अनुकूल प्रासादिक सुखसुविधा उपलब्ध नव्हत्या. त्यांनी स्वतःलाच वनवासातील वातावरणाच्या अनुकूल बनवले होते.
- तुम्ही कधीच पावसात भिजला नसाल तर एकदा पावसात चिंब भिजून पाहा. गरम पाण्याने अंघोळ करत असाल तर अधूनमधून थंड पाण्याने अंघोळ करून बघा.
- काही लोकांना झोपण्याची जागा बदलली तर त्रास होतो. काहींना गादी, उशी बदलली तरी झोप येत नाही. तेव्हा अधूनमधून आपली झोपण्याची जागा आणि गादी, उशी बदलून झोप येते की नाही, ते बघा.
- साखळी (चेन), अंगठी, घड्याळ अशा ज्या आभूषणांची वर्षानुवर्षे सवय झालेली असते, त्यांची संख्या कमी करून बघा.
- आपण नेहमीच पायात चप्पल-बूट घालून फिरतो. तेव्हा कधीतरी निदान बागेत किंवा मैदानात फिरताना अनवाणी पायांनी फिरून पाहा.

अशा प्रकारे त्वचेच्या गरजा कमी करून आणि बदलून त्वचेवरही वनवासाचा प्रयोग केला जाऊ शकतो.

प्राचीन काळी अनेक सत्यसाधक कठोर तपस्या करत असत. कडाक्याच्या थंडीत गार पाण्यात उभे राहणे, उकाड्यामध्ये अग्नीजवळ बसणे, वस्त्र-अन्न-जल-निद्रा यांचा त्याग करणे इत्यादी कठोर प्रयोग ते स्वतःवर करत असत. हे सर्व प्रयोग मानवी शरीराच्या सीमा पुसून टाकण्यासाठी, सहनशक्ती वाढवण्यासाठी केले जात असत. आपले शरीर आणि मन प्रतिकूल परिस्थितीतही शांत राहून त्याने सत्ययात्रेत काही बाधा आणू नये, हा त्यामागचा उद्देश असायचा. आजच्या काळात मात्र सत्यप्राप्तीसाठी असे कठोर प्रयोग करण्याची गरज नाही. या अध्यायात सांगितल्याप्रमाणे अल्प वनवास घेणेच पुरेसे आहे. आपल्या शारीरिक प्रतिक्रिया समजून घेऊन आपण शरीराच्या वृत्तींपासून मुक्ती मिळवू शकतो. इंद्रियांमुळे आपल्यावर आलेली बंधने दूर करू शकतो. आपल्या गरजा कमी करून, अभावातही सुखी, संतुष्ट राहून आपले लक्ष्य गाठू शकतो.

अध्याय २९

श्वासाचा आणि विचारांचा अल्प वनवास

शांती आणि मौनात राहण्याची तयारी

मागील चार अध्यायांमध्ये तुम्ही इंद्रियांचा अल्प वनवास आणि त्यामुळे होणारे फायदे जाणून घेतले. या अल्प वनवासाने शारीरिक वृत्ती, सवयी सुधारतात. मनाची चंचलता कमी होऊन मन स्थिर व्हायला मदत होते. तसेच तुम्ही अतेज अनावश्यक इच्छा, महत्त्वाकांक्षांच्या जाळ्यातून मुक्त होता. परिस्थिती कशीही असली, मनासारखी नसली तरीही काही तक्रार न करता तुम्ही शांत, स्थिर, संतुष्ट आणि आनंदी राहू शकता. हे गुण आणखी वाढवण्यासाठी या अध्यायात आपल्या श्वासासाठी आणि विचारांसाठी मार्गदर्शन केले आहे. यामुळे मौनाकडे (स्वानुभावाकडे) जाण्यासाठी तुमची पूर्ण तयारी होऊ शकेल.

श्वासाचा अल्प वनवास

श्वास म्हणजे शरीरातला प्राण. श्वासामुळेच आपल्या शरीरातल्या प्रत्येक अवयवाला, पेशींना आवश्यक असलेली ऊर्जा अर्थात प्राणवायू प्राप्त होत असतो. म्हणूनच श्वासाला प्राण किंवा प्राणमय शरीर असे म्हटले आहे. श्वास हा आपल्या स्थूल आणि सूक्ष्म शरीराला म्हणजेच शरीराला व मनाला जोडणारा दुवा आहे.

आपले मन आणि श्वास हे परस्परांशी संलग्न आहेत, याचा अनुभव तुम्ही अनेकदा घेतला असेल. जेव्हा आपले मन निराश असेल, व्याकूळ असेल, आपल्यावर काही ताण असेल, खूप राग आला असेल, भीती वाटत असेल, दुःख झाले असेल, तेव्हा

आपला श्वासोच्छ्वास अनियमित होतो. अशा वेळी लघु श्वास घेतला जातो आणि श्वासाचा वेग वाढतो. मन शांत व स्थिर असेल तर श्वासही खोलवर (दीर्घ श्वास) घेतला जातो, शिवाय त्याची लय संथ असते.

याचाच अर्थ, आपले मन अस्थिर, चिंताग्रस्त, व्याकूळ, भयग्रस्त, निराश असेल तर अशा वेळी आपल्या श्वासावर लक्ष केंद्रित केल्याने, खोलवर संथ लयीत श्वास घेत राहिल्याने मन स्थिर, शांत होण्यास मदत होते.

आणि नेमका हाच श्वासाचा वनवास काळ असेल. दिवसभरात निश्चित वेळेला किंवा जमेल तेव्हा अधूनमधून आपल्या काही श्वासांना वनवास द्यायचा आहे. म्हणजेच दिवसभरात काही काळ दीर्घ श्वसन करायचे आहे. खोलवर आणि संथ गतीने श्वास घ्यायचा आहे. त्यामुळे श्वासांची प्रतिमिनिट संख्या कमी होत जाईल. कारण एक दीर्घ श्वास दोन-तीन श्वासांबरोबर असतो. त्यामुळे एक दीर्घ श्वास घेतला तर दोन-तीन श्वासांना वनवास मिळेल. साधारणपणे एक निरोगी माणूस एका मिनिटात पंधरा वेळा श्वासोच्छ्वास करतो. तेव्हा श्वासांची संख्या याहून जितकी अधिक असेल, तितके त्या माणसाचे शारीरिक आणि मानसिक आरोग्य बिघडले आहे असे समजावे. श्वासाच्या प्रतिमिनिट पंधरा या निश्चित संख्येहूनही एखाद्याचा श्वास कमी असेल तर तो माणूस अपेक्षेहून अधिक निरोगी आणि शांतचित्त आहे, असे समजावे.

आपल्याला गजबजलेल्या शहरापासून दूर पहाडावर, निसर्गाच्या सान्निध्यात जायला का आवडते? तिथे गेल्यावर आपल्याला तणावरहित, शांत आणि प्रसन्न का वाटते? कारण तिथे चारही बाजूंचे वातावरण प्रदूषणमुक्त, स्वच्छ आणि सुंदर असते. हिरव्यागार वनस्पतींचा ताजा सुवास आपल्याला जाणवत असतो. अशा प्रसन्न वातावरणात गेल्यावर आपोआपच खोलवर श्वास घ्यावासा वाटतो. त्यामुळे मन शांत आणि एकाग्र होते. दीर्घ, खोल श्वास घेतल्याने फुप्फुसे पूर्ण क्षमतेने कार्य करू लागतात. शरीराच्या प्रत्येक पेशीपर्यंत ऊर्जा पोहोचते. त्यामुळे आपल्याला शारीरिक आणि मानसिक अशा दोन्ही प्रकारचा फायदा मिळतो.

कुठून तरी एखादा सुवास येतो, तेव्हा आपण आपोआप दीर्घ श्वास घेतोच. तेव्हा दीर्घ श्वासाचे महत्त्व जाणून घेतल्यावर आता असा सुवास नसला तरी अधूनमधून दीर्घ श्वास घ्यायची सवय लावून घ्या. त्यासाठी हवा तर रिमाइंडर सेट करा. दर एक तासाने, एक वाजून एक मिनिटाने, दोन वाजून दोन मिनिटांनी अशी काही वेळ निश्चित करून त्या वेळी काही वेळ दीर्घ श्वास घेत राहा. काही श्वासांना वनवास द्या; म्हणजेच काही श्वासांची बचत करा.

जीवनात श्वास अमूल्य आहे. तेव्हा याला श्वासांचा वनवास म्हणा किंवा श्वासांची बचत; पण यामागचा खरा उद्देश म्हणजे आपण घेत असलेल्या श्वासांना त्यांचा खरा उद्देश पूर्ण करता यावा हा आहे. काय आहे श्वासांचा खरा उद्देश? शरीराच्या प्रत्येक पेशीमध्ये योग्य प्रमाणात जीवनऊर्जा म्हणजेच प्राणवायू पोहोचवणे आणि त्यांना आरोग्यपूर्ण ठेवणे; आपले मन शांत, एकाग्र, शुद्ध, विकारहीन आणि बुद्धी विवेकपूर्ण ठेवणे.

शरीरावर आणि मनावर होणारा श्वासांचा प्रभाव लक्षात घेऊनच आपल्या पूर्वजांनी– ऋषिमुनींनी श्वासाचे अनेक व्यायाम विकसित केले आहेत. त्यालाच आपण प्राणायाम म्हणतो. प्राणायामामधले दीर्घ श्वसन, कुंभक, अनुलोम-विलोम, भ्रामरी, भस्त्रिका, कपालभाती इत्यादी प्रकार अतिशय लाभदायक आहेत. योग्य प्रशिक्षकाच्या मार्गदर्शनाखाली हे शिकून आपण ईश्वराने दिलेल्या श्वासांच्या अमूल्य ठेव्याचा सदुपयोग करायचा आहे. त्यांचा जास्तीत जास्त लाभ घ्यायचा आहे. इथे प्राणायामामधल्या सर्वात जास्त प्रचलित अनुलोम-विलोम या प्रकाराची माहिती दिली आहे.

अनुलोम–विलोम प्राणायाम

१. पद्मासनात किंवा कोणत्याही सुखासनात (साधी मांडी घालून) स्थिर बसावे. तुम्हांला खाली जमिनीवर बसता येत नसेल तर खुर्चीत बसा, पण शरीरावर कोणताही ताण न घेता बसा.

२. तुमच्या उजव्या हाताच्या अंगठ्याने उजवी नाकपुडी बंद करा आणि डाव्या नाकपुडीने श्वास आत घ्या. श्वास आत घेतल्यावर अनामिका आणि मधल्या बोटाने डावी नाकपुडी बंद करा. उजव्या नाकपुडीवरचा अंगठा सैल करून आत घेतलेला श्वास उजव्या नाकपुडीतून बाहेर सोडा.

३. आता उजव्या नाकपुडीतून श्वास आत घ्या आणि डाव्या नाकपुडीतून बाहेर सोडा. अशा प्रकारे एका आड एक नाकपुडीतून श्वास घेणे आणि सोडणे सुरू ठेवा. ही क्रिया सावकाश करा.

४. श्वास घेताना आणि सोडताना एकास दोन (१:२) हे प्रमाण योग्य आहे. म्हणजेच चार आकड्यांत श्वास आत घेतला तर आठ आकड्यांत तो बाहेर सोडावा.

५. श्वासाची गती संथ आणि सहज असावी. श्वास घेताना-सोडताना घाई करू नका.

६. हात अवघडला तर थोडा वेळ ही क्रिया थांबवा आणि हात खाली घ्या. काही मिनिटे आराम केल्यानंतर पुन्हा ही क्रिया सुरू करा.

७. सुरुवातीला हा प्राणायाम तीन मिनिटे करा आणि हळूहळू महिनाभरात दहा मिनिटांपर्यंत न्यायचा प्रयत्न करा.
८. उन्हाळ्याच्या दिवसांत हा प्राणायाम तीन ते पाच मिनिटांपर्यंत करावा.
९. कोणताही प्राणायाम करताना सगळे लक्ष श्वासांवर केंद्रित करा. श्वास आत जात आहे, बाहेर सोडला जात आहे, या क्रियांवर लक्ष द्या. त्या वेळी मनात सकारात्मक शुभ विचार असू द्या. स्वतःला शुभ सूचना द्या. उदाहरणार्थ, श्वास आत घेताना स्वतःला सांगा, तुम्ही सकारात्मक ऊर्जा आणि ईश्वरी गुण ग्रहण करत आहात. श्वास सोडताना त्यासोबत आपले सर्व अवगुण, निराशा, विकार आणि नकारात्मकता सोडली जात आहे, असा भाव मनात असू द्या.

लाभ

१. या प्राणायामामुळे शरीरातील सर्व नाड्यांची शुद्धी होऊन आरोग्य सुधारते.
२. संधिवात, कंपवात, स्नायू दौर्बल्य असे सर्व वातविकार, मूत्र रोग, धातू रोग, आम्लपित्त असे सर्व पित्त विकार, सर्दी-पडसे, सायनोसायटीस, खोकला, टॉन्सिल्स असे सर्व कफ विकार नाहीसे होतात.
३. मन शांत, स्थिर अणि संतुलित होते. त्यामुळे ध्यानाला बसण्यापूर्वी हा प्राणायाम करणे लाभदायक आहे.

विचारांचा अल्प वनवास– मनवास

आता आपण माणसातील सर्वांत महत्त्वाच्या पैलूचा म्हणजेच विचाराचा वनवास कसा असावा, ते समजून घेऊ. विचारांच्या अल्प वनवासाला 'मनवास' अर्थात मनाचा वास असेही म्हटले जाऊ शकते. मन म्हणजे काय तर वादळासारखा इकडून तिकडे उधळणारा एक वारू. तो क्षणात भूतकाळात जातो, तर क्षणात भविष्यात डोकावून येतो. कायम कल्पनांच्या कोलांटउड्या खात असतो. विचारांमध्ये इतकी शक्ती आहे, की ते निरोगी शरीरही आजारी पाडू शकतात, तर आजारी शरीराला बरेही करू शकतात. विचारांच्या शक्तीने तुम्ही हवे ते मिळवू शकता आणि विचारांच्या दुर्बलतेमुळे जे मिळवले आहे, ते गमावूही शकता.

विचारांची शक्ती जाणणारे आणि त्या शक्तीचा योग्य प्रकारे उपयोग करू शकणारे लोक खूपच कमी आहेत. तुम्ही जर तुमच्या विचारांचा विचार केला, स्वतःच्या विचारांचे विश्लेषण केले तर तुमच्या लक्षात येईल, बरेचसे विचार हे भूतकाळातील घटनांचे किंवा

भविष्यकाळातील घटनांच्या अंदाजांचे, कल्पनांचेच असतात. त्याचप्रमाणे राग, चीड, बोअरडम, इच्छा, ईर्ष्या, लालसा, अहंकार, एखाद्यावर टीका, निंदा असे विकारयुक्त असतात. वर्तमानाविषयीचे विचार अगदी कमी असून ते कधीतरीच येत असतात.

एक चित्रकार अगदी तल्लीनतेने एक चित्र रेखाटत होता. चित्र काढत असताना तो पूर्णपणे वर्तमानात होता. कारण त्या वेळी त्याच्या मनात तो काढत असलेल्या चित्रासंबंधीचेच क्रियाशील विचार येत होते. त्यामुळे तो शांत, स्वस्थ, प्रसन्न आणि आनंदी होता. पण चित्र काढत असताना अचानक भविष्यात त्या चित्रासाठी मिळू शकणाऱ्या श्रेयाचे, प्रशंसेचे विचार त्याच्या मनात सुरू झाले... 'अरे व्वा! हे चित्र म्हणजे तर माझा मास्टर पीसच ठरणार. पण लोकांना आवडेल ना हे?... विकले जाईल का हे चित्र?... किती बरे किंमत लावावी याची?... या चित्राची चांगली किंमत यायला पाहिजे, म्हणजे मी स्वतःचा स्टुडिओ तयार काढेन... मग जगातल्या महान चित्रकारांमध्ये माझी गणना केली जाईल... त्यानंतरच मी काय चीज आहे, हे माझ्या विरोधकांना दाखवून देईन...'

तो वर्तमानात असताना जे कार्य त्याला शांतीचा आणि सर्जनात्मकतेचा आनंद देत होते, तेच कार्य आता त्याच्या मनातल्या चिंता, अहंकार, ईर्ष्या, अशांती अशा विचारांनी अशांतीचे कारण ठरले. त्याची एकाग्रता भंग पावल्याने ते चित्र तो पूर्ण करू शकला नाही. जसे, जे विद्यार्थी परीक्षेच्या वेळी अभ्यासाऐवजी निकालाचा विचार करत राहतात, त्यांचा अभ्यास चांगला होऊ शकत नाही.

तात्पर्य, तुम्ही तुमच्या मनात येणाऱ्या विचारांविषयी जागरूक नसाल तर ते उगाचच तुमच्यावर स्वार होऊन भूत आणि भविष्यात दूरवरची रपेट घडवून दमवतात, तुमचे वर्तमान बिघडवतात. तुमच्या मनात भावनांचा कल्लोळ माजवू शकतात. तुम्हांला सुखातून दुःखात आणि शांतीतून अशांतीमध्ये नेऊ शकतात. असे आगा-पिछा नसलेले विचार तुमच्यापुढे अशा भ्रमाचे जाळे विणतात, ज्यात नावालाही सत्य नसते. 'माझ्यावर कोणाचे प्रेमच नाही... मी कोणाला आवडतच नाही... माझे नशीबच फुटके आहे... नेहमी माझेच वाईट का होते...' असे अनेक विचार तुम्हांला वर्तमानापासून दूर नेत असतात.

म्हणून आपल्या मनात येणाऱ्या विचारांविषयी सजग राहून विनाकारण येणाऱ्या विचारांना लगेचच वनवासाला पाठवा. आपण विचारांविषयी सजग असतो, तेव्हा

निरर्थकपणे येणाऱ्या विचारांचा जोर, त्यांची शक्ती कमी होते. त्यांचा प्रभाव कमी होतो. त्यांची संख्या कमी होते. अशी सजगता असेल तर नकारात्मक विचार मनात येताच आपण त्याला ओळखून, पकडून मनाबाहेरचा रस्ता दाखवू शकतो.

मनवासाचे लाभ

विचारांना अल्प वनवास दिल्याने होणारे फायदे :

- मन सदा वर्तमानात राहू लागेल.
- संवेदनशीलता आणि जागरूकता वाढेल.
- मनाच्या वेगावर आणि भावनांवर योग्य नियंत्रण राहील.
- निर्णयशक्ती, विवेकशक्ती, संकल्पशक्ती, स्मरणशक्ती आणि एकाग्रता वाढेल.
- मन शांत, स्थिर, संतुलित आणि प्रसन्न राहील.
- कार्यक्षमतेत आणि सकारात्मक ऊर्जेच्या स्तरात वाढ होईल.
- मन स्वस्थ आणि सकारात्मक झाल्याने मानसिक व शारीरिक समस्या दूर होतील.
- ध्यानाची शक्ती वाढेल.

हे सगळे फायदे लक्षात घेतल्याने आपण आपल्या वनवास मॉडेलमध्ये मनवासाचा समावेश अवश्य करायला हवा.

मनवास निश्चित कसा करावा?

यासाठी आपण कोणत्याही वेळी आपल्या मनाची स्थिती तपासू शकता. शिवाय, आपल्या मनात कोणत्या प्रकारचे विचार चालू आहेत... कंटाळा, सुस्ती, कल्पना, भविष्यातल्या योजना, राग की कोणाची निंदा... असे मनात चालू असणारे विचार जाणून घ्या. त्यांना विरोधही करू नका आणि त्यांच्याकडे दुर्लक्षही करू नका. फक्त त्यांच्याशी आसक्त न होता साक्षीभावाने त्यांचे निरीक्षण करा. केवळ या उपायानेसुद्धा ते विचार शक्तिहीन होऊन नष्ट होऊ लागतील.

मन शांत होत नसेल, त्यात विचार चालूच राहत असतील तर ठीक आहे; पण त्या विचारांना सकारात्मक दिशा द्या. समजा, तुम्हांला उद्देशून कोणी बोललेले वाईट शब्द तुमच्या मनात घोळत असतील, त्यांना थांबवायचा प्रयत्न करूनही ते थांबत नसतील तर त्या विचाराला जबरदस्तीने वनवासाला पाठवण्यासाठी तुम्ही सकारात्मक विचार वारंवार मनात उच्चारले पाहिजेत. उदाहरणार्थ, मी म्हणजे ईश्वराची संपत्ती आहे. त्यामुळे कोणाचेही वाईट शब्द माझ्यावर परिणाम करू शकत नाहीत. मी पूर्ण शांत आहे.

माझ्यात सर्वांना क्षमा करण्याची क्षमता आहे.

तुम्हांला दिवसभरात विचारांना सतत अल्प वनवास देण्याची आठवण होत नसेल तर निदान काही वेळ तरी यासाठी निश्चित करा. रोज किमान अर्धा तास तरी हा दृढ संकल्प (इंटेन्शन) करून बसा. त्या काळात तुम्हांला तुमच्या विचारांचा वनवास घ्यायचा आहे. तुम्ही जेव्हा त्या अर्ध्या तासात विचारांना वनवास देण्याचे फायदे अनुभवाल, तेव्हा हळूहळू संपूर्ण दिवस विचारांना वनवास देऊ शकाल. इथे तुम्हांला विचारांच्या ध्यानाचे तंत्र सांगितले आहे. त्यानुसार विचारांना वनवास दिला जाऊ शकतो.

विचारांचे साक्षी ध्यान

१. ध्यानमुद्रेत बसून डोळे बंद करा.

२. आता स्वतःच्या विचारांचे निरीक्षण करा. तुमच्या मनात कोणते आणि कशा प्रकारचे विचार चालले आहेत, ते बघा.

३. विशिष्ट प्रकारचे विचार आल्यावर शरीराला लगेचच ते क्रियेत उतरवायचे असतात. उदाहरणार्थ, ध्यानात असताना शरीरावर कुठे खाज आली तर आपला हात लगेच तिथे जातो. पण या ध्यानात मात्र असे होऊ द्यायचे नाही. शारीरिक हालचाल न करता आपल्या मनात चाललेल्या विचारांपासून अलिप्त होऊन त्यांच्याकडे पाहायचे आहे. आपल्या मनात कोणते विचार चालले आहेत हे जाणून घ्यायचे आहे. वेगवेगळ्या विषयांवर कोणते विचार चालले आहेत, कुठल्या विषयावर जास्त विचार येतात, कोणत्या विषयावर कमी विचार येतात, इत्यादी.

४. विचारांकडे केवळ साक्षीभावनेने बघा. कोणत्याही विचाराला चांगले किंवा वाईट लेबल लावू नका. विचारांदरम्यान आपल्याला आणखी काही विचार करायचे आहेत की नाहीत, असाही विचार करू नका.

५. सुरुवातीला हे ध्यान फक्त पाच मिनिटेच करा. हळूहळू ध्यानाचा वेळ वाढवत जा.

हे ध्यान नियमितपणे केल्याने तुमचे विचार कमीकमी होत जातील. अधूनमधून निर्विकार अवस्थाही येईल. शेवटी हळूहळू डोळे उघडा.

अध्याय ३०

सुविधांचा अल्प वनवास

आनंदी आणि स्थिर राहण्याची तयारी - १

आजचे युग हे सुखसुविधांच्या साधनांचे आणि गॅजेट्सचे आहे. माणसाची आनंदाची आणि सुखाची कल्पना आता बदलली आहे. आज माणसाजवळ किती प्रकारच्या भौतिक सुविधा आहेत– टीव्ही, कॉम्प्युटर, लॅपटॉप, आयफोन, आयपॅड, कार, बंगला, ब्रँडेड कपडे, शूज... असे किती प्रकारचे गॅजेट्स त्याच्याकडे आहेत, यावर त्या माणसाचा आनंद, संतोष आणि यश अवलंबून असते. आज एखाद्याच्या हातात कोणत्या कंपनीचा, कोणत्या मॉडेलचा मोबाईल फोन आहे, यावर त्याची प्रतिष्ठा ठरवली जाते.

हे सगळे जमवण्यात भले त्याचे शारीरिक आरोग्य, मानसिक शांती, आनंद आणि जीवनाची गुणवत्ता पणाला लागली; त्याचे कौटुंबिक आणि सामाजिक संबंध बिघडले; त्याच्यात ईर्ष्या, कपट, अहंकार, असत्य, असुरक्षितता यांसारखे विकार निर्माण झाले तरीही बेहत्तर! स्वतःला यशस्वी आणि प्रतिष्ठित म्हणवून घेण्याच्या नादात आजचा मानव त्याच्या जीवनाचा मूळ उद्देश म्हणजे चिरस्थायी आनंद गमावून बसला आहे.

अशा सर्व भौतिक सुखसुविधा जवळ असल्या की माणूस स्वतःला राजा समजू लागतो. आत्मनिर्भर, शक्तिशाली समजू लागतो. पण खरे तर तो दुर्बल, परावलंबी आणि गुलाम झालेला असतो. आजचा माणूस आवश्यकतेहून अधिक सुविधांमुळे शारीरिक आणि मानसिक रूपाने कमजोर झालेला आहे. वाहनाशिवाय तो थोडे अंतरही जाऊ शकत नाही. लिफ्टशिवाय एक-दोन मजले चढल्यावर त्याला धाप लागते. थोडा वेळ जरी विद्युतप्रवाहात खंड पडला, वातानुकूलन यंत्र बंद झाले तर तो लगेच बेचैन होतो.

एक दिवस जरी इंटरनेट कनेक्शन गेले, फोन बंद झाला तर त्याला असहाय, अपूर्ण आणि एकाकी वाटू लागते. एक दिवस जरी टीव्ही पाहायला मिळाला नाही तरी त्याला कमालीचा कंटाळा येतो. जागा बदलली तर त्याला झोप येत नाही. एक दिवस घरातली कामवाली बाई आली नाही तर सगळे घर अस्ताव्यस्त होऊन जाते. कारण आज माणूस सुखसुविधांचा गुलाम बनला आहे. त्याने स्वतःचे स्वातंत्र्य गमावलेले आहे.

थोडा विचार करा, प्रभू श्रीराम तर एक महान राजपुत्र होते; सर्व प्रकारची स्वर्गसुखे त्यांच्या पायाशी लोळण घेत होती; तरीही ते कोणत्याच सुखाचे गुलाम झाले नाहीत. त्यांना सुखसुविधांची सवय असती तर ते सहजपणे संतुलित मनाने एका क्षणात वनवासाला जायला तयार झाले असते का? श्रीराम जर वनवासाला न जाता अयोध्येचे राजे झाले असते तर प्रजा नक्कीच सुखी झाली असती; पण पृथ्वी मुळीच असुरमुक्त होऊ शकली नसती. पृथ्वीला असुरमुक्त करण्याचे महान, अव्यक्तिगत लक्ष्य पूर्ण करण्यासाठी त्यांना वनवास घेणे आवश्यक होते. जणू काही तो वनवास म्हणजे त्यांच्यासाठी एक 'ट्रेनिंग ॲकॅडमी' होती. तिथे त्यांनी स्वतःला कोणत्याही सुखसुविधांशिवाय, साधनांशिवाय आपले लक्ष्य प्राप्त करण्यासाठी सज्ज केले होते.

तुमच्यातही विकाररूपी रावणापासून मुक्ती मिळवण्याची आस असेल, अंतर्यामी असलेल्या रामाला (स्वानुभव, चिरस्थायी आनंद) जागृत करायचे असेल तर अधूनमधून स्वतःला अल्प वनवासासाठी पाठवा. मागील अध्यायात तुम्ही इंद्रियांपासून आणि विचारांपासून वनवास कसा घ्यायचा, हे शिकलात. आता या अध्यायात सुखसुविधांच्या साधनांपासून अल्प वनवास कसा घ्यायचा ते बघू या.

सर्वप्रथम हे लक्षात घ्यायला हवे, की सर्व सुखसुविधांपासून एकदम दूर होऊन कठोर तप करावे लागेल, असा हा पीडादायक वनवास मुळीच नाही. ही स्वतःला पारखून घेण्याची एक नामी संधी असून आपण कोणत्या उपकरणावर आवश्यकतेहून अधिक अवलंबून आहोत? कळत-नकळत आपण कोणाची गुलामी करत आहोत? कोणत्या अनावश्यक सवयी आपल्या आध्यात्मिक प्रवासात बाधा निर्माण करत आहेत? अशा कोणत्या सुविधा आहेत, ज्यांची खरे तर आवश्यकता नाही तरीही आपण त्यामागे उगीचच धावत आहोत. उदाहरणार्थ, टीव्ही हे एक असेच साधन आहे, ज्याची आज अतिप्रमाणात आवश्यकता निर्माण झाली आहे.

विचार करा, कोणत्या गोष्टीचे खरेच किती महत्त्व आहे, कोणत्या गोष्टीला किती प्राधान्य द्यायला हवे. खरे तर, आपल्याला वाटते त्याहून कितीतरी कमी गोष्टींत आपण सुखाने जगू शकतो. अशा सर्व गोष्टी या वनवासामध्ये तुमच्या लक्षात येतील. चला तर

मग, अशा आपल्याला गुलाम बनवणाऱ्या साधनांपासून वनवास घ्यायला शिकू या. ती उपकरणे म्हणजे आपले गॅजेट्स.

गॅजेट्सचा अल्प वनवास

संपर्कसाधने, मनोरंजन, व्हीडिओ गेम्स, इन्फर्मेशन प्रोसेसिंग, प्रसारमाध्यमे, सोशल नेटवर्किंग मीडिया इत्यादींसाठी तयार केलेल्या इलेक्ट्रॉनिक किंवा मेकॅनिकल उपकरणांना गॅजेट्स असे म्हणतात. मोबाईल फोन, कॉम्प्युटर, लॅपटॉप, टॅबलेट, पीसी, आयफोन, आयपॅड, प्ले-स्टेशन ही अशीच काही गॅजेट्स आहेत; तर फोन, इंटरनेट सर्फिंग, चॅटिंग, फेसबुक, ट्विटर, व्हॉट्स अप, मोबाईल गेम्स इत्यादी अनेक ॲप्लिकेशन्स आज आपल्या जीवनाचा, विशेषतः तरुण पिढीच्या जीवनाचा अविभाज्य भाग झालेली आहेत.

कोणतेही तंत्रज्ञान विकसित होते ते माणसाच्या सुविधेसाठी. गॅजेट्सही याच उद्देशाने विकसित झाले आणि यापुढेही होत राहतील. ही गॅजेट्स आराम आणि सुविधेपर्यंत मर्यादित होती, तोपर्यंत ठीक होते. त्यांच्यामुळे संवादाचे जाळ विस्तारत गेले, जग जवळ आले. मोबाईल फोनमुळे कुठूनही कुठेही आणि केव्हाही संपर्क साधता येऊ लागला. कॉम्प्युटर, लॅपटॉपमुळे अनेक प्रकारची कामे करणे आणि संपर्क साधणे सोपे झाले. वास्तविक ही गरज आहे. पण, जेव्हा ही उपकरणे शौक, चैन म्हणून वापरली जाऊ लागली, तेव्हा त्यामुळे होणारे नुकसानही दिसून आले.

औषधे आजार बरा करतात, पण औषधांचा अतिरेक झाला तर ती नवीन आजार उत्पन्न करू शकतात. एवढेच नाही तर जीवावरही बेतू शकतात. तसे पाहिले तर विजेचे खूप फायदे आहेत. विजेने आपण ट्यूब-लाईट, पंखा, फ्रीज, मायक्रोवेव्ह, टीव्ही, इस्त्री, अशी इलेक्ट्रिक उपकरणे चालवू शकतो. विजेमुळे प्रकाश मिळतो, अन्न शिजवता येते; पण आवश्यक ती काळजी घेतली नाही तर हीच वीज आगही लावू शकते.

तात्पर्य, कोणत्याही तंत्रज्ञानाचा योग्य उपयोग केला गेला नाही तर ते उपयुक्त ठरण्याऐवजी हानिकारकच ठरते. गॅजेट्स आणि त्याच्या वापराबाबतही हाच नियम लागू पडतो. गॅजेट्सचा आवश्यकतेहून जास्त उपयोग केल्याने, त्याची सवय लागल्यामुळे माणसाच्या शारीरिक, मानसिक, सामाजिक, कौटुंबिक आणि आध्यात्मिक अशा सर्वच क्षेत्रांत नकारात्मक परिणाम दिसून येतात. गॅजेट्सचा अल्प वनवास घेण्यापूर्वी त्यांचे फायदे आणि तोटे समजून घेणे आवश्यक आहे. त्यामुळे योग्य वेळी त्यांना वनवासाला पाठवून तुम्ही त्यांच्यापासून होणारे नुकसान टाळू शकाल.

गॅजेट्सचे फायदे

मोबाईल फोन आणि कॉम्प्युटरसारखे गॅजेट्स तुम्हांला सतत जगाच्या संपर्कात ठेवतात. प्रत्यक्ष बोलणे, एसएमएस, एमएमएस, ई-मेल, फेसबुकसारखी सोशल नेटवर्किंग वेबसाईट्स, डेटा-ट्रान्सफरिंग, ऑडिओ-व्हीडिओ कॉन्फरन्सिंग, इंटरनेट, संगीत, सिनेमा, ऑनलाईन टीव्ही आणि रेडिओ इत्यादी सुविधा फोन आणि कॉम्प्युटर यांच्याद्वारे प्राप्त केल्या जाऊ शकतात. यामुळे वेळ, शक्ती आणि उपकरण यांची बचत होते. कोणतीही माहिती एका क्षणात जगाच्या कानाकोपऱ्यापर्यंत पोहोचू शकते. ऑडिओ-व्हीडिओ कॉन्फरन्सिंगद्वारे सभा घेतल्यामुळे लांबचा प्रवास आणि वेळ वाचतो. या माध्यमातून आपण आपल्या दूरच्या नातेवाइकांना, मित्रमंडळींना पाहू शकतो, त्यांच्याशी संपर्क साधू शकतो. कॉम्प्युटरमुळे डेटा प्रोसेसिंग आणि प्रेझेंटेशनची कामे खूप सोपी झाली आहेत. पूर्वी ज्या कामांसाठी खूप वेळ आणि ऊर्जा खर्च होत असे, अशी ऑनलाईन बुकिंग, ऑनलाईन बँकिंग, रिझर्व्हेशन, खरेदी, वाचन, लेखन, ऑनलाईन शिक्षण, परीक्षेसारखी अनेक कामे आता घरबसल्या होत आहेत. कॉम्प्युटरचे सगळे फायदे सांगायचे तर त्यावर एक वेगळे पुस्तकच तयार होईल. नव्या तंत्रज्ञानाने या सर्व सुविधा एकत्र करून आयफोनच्या रूपात आपल्या हाती दिल्या आहेत. हे एक छोटेसे उपकरण आणि त्याचे अनेक फायदे म्हणजे जणू 'गागर में सागर' या म्हणीचे खरेखुरे उदाहरणच आहे.

गॅजेट्समुळे होणारे नुकसान

गॅजेट्सचे इतके फायदे समजल्यावर तुमच्या मनात आले असेल, ज्याच्यापासून एवढे लाभ मिळत आहेत, त्याला वनवास देण्याची काय आवश्यकता आहे? या प्रश्नाचे उत्तर मिळवण्यासाठी गॅजेट्समुळे होणारे नुकसानही जाणून घेतले पाहिजे. आज आपण सगळे, विशेषतः तरुण पिढी आणि लहान मुलेदेखील गॅजेट्सच्या आहारी गेले आहेत. गॅजेट्स सतत हाताळण्याच्या सवयीमुळे त्यांच्या आरोग्यावर आणि जीवनशैलीवर खूपच वाईट परिणाम झाला आहे.

गॅजेट्स सतत वापरण्याच्या सवयीमुळे माणूस निसर्गापासून दूर होत चालला आहे. आजची अनेक लहान मुले बागेत, मैदानात खेळण्याऐवजी टीव्ही बघतात किंवा व्हीडिओ, कॉम्प्युटर गेम खेळत बसतात. मोठी माणसेसुद्धा सकाळी उठल्यावर प्रार्थना करून सूर्याचे दर्शन घेण्याऐवजी, व्यायाम किंवा मॉर्निंग वॉकऐवजी आधी आपापले मोबाईल फोन तपासतात. मिस कॉल आहे का, फेसबुक, व्हॉट्स-अपवर नवीन अपडेट आहे का, कोणता मेल आला आहे का, याची त्यांना उत्सुकता असते. जे लोक सकाळी

किंवा संध्याकाळी व्यायाम म्हणून फिरायला जातात, तेसुद्धा चालता-चालता फोनवर गाणी तरी ऐकत असतात, अन्यथा बोलत तरी असतात. जणू काही दिवसभरात फोनवर बोलण्यासाठी त्यांच्याकडे तेवढाच वेळ असतो. सतत गॅजेट्स वापरत असल्याने निसर्गाच्या सान्निध्यात असूनही ते निसर्गाच्या जवळ जाऊ शकत नाहीत. कारण मनाने ते दूर कुठे तरी असतात. त्यांचे लक्ष दुसरीकडेच असते. त्यामुळे निसर्गसौंदर्याचा आनंद त्यांना घेता येत नाही आणि त्यांचे मनही शांत होत नाही. काही लोक तर योगासने करतानासुद्धा मोबाईल फोन जवळ ठेवतात. कुणाचा फोन किंवा मेसेज आला, की आसन सोडून आधी तो बघतात. यामुळे प्रकृतीवर वाईट परिणाम होतो.

काही लोक पिकनिकसाठी म्हणून एखाद्या निसर्गसौंदर्य असलेल्या ठिकाणी जातात पण तिथे गेल्यावरही गॅजेट्समध्ये गुंतलेले असल्याने निसर्गाचा म्हणावा तितका आनंद घेऊ शकत नाहीत. मग पिकनिक तर दूरच! पक्ष्यांच्या गोड किलबिलाटापेक्षा त्यांना आयपॅडवर वाजणारी गाणी अधिक प्रिय वाटतात. गॅजेट्सने लोकांना अशी काही भुरळ घातली आहे, की निसर्ग डोळ्यांसमोर असूनही त्यांना दिसेनासा झाला आहे.

संशोधनामध्ये गॅजेट्समुळे शरीरावर होणारे वाईट परिणाम आढळून आले आहेत. जे लोक आवश्यकतेहून जास्त वेळ टीव्ही बघतात, फोनवर बोलतात, इंटरनेटवर सोशल साईट्स बघतात, नेटसर्फिंग करतात किंवा व्हीडिओ, कॉम्प्युटर गेम खेळत असतात, त्यांना निद्रानाशाचा त्रास होतो. ते शांत आणि पूर्ण झोप घेऊ शकत नाहीत. सतत बसून राहिल्याने स्थूलता, अपचन, कंबरदुखी, डोकेदुखी, पाठदुखी, स्पॉन्डीलायटीस, व्हर्टिगो (चक्कर येणे, उलटी होईलसे वाटणे), डोळ्यांचे विकार, श्रवणशक्ती कमी होणे, एकाग्रता कमी होणे आणि निद्रानाश अशा शारीरिक समस्यांनी ते त्रस्त होऊ शकतात.

मोबाईल फोनचा सतत उपयोग केल्याने तो सतत खिशात म्हणजे हृदयाजवळ आणि रात्री झोपताना डोक्याजवळ ठेवल्याने त्यातून निघणाऱ्या रेडिएशनमुळे कॅन्सर, वंध्यत्व, बहिरेपणा असे विकार होऊ शकतात. त्यामुळे गरज नसेल तेव्हा मोबाईल फोन शरीरापासून आणि विशेषतः डोक्यापासून दूर ठेवला पाहिजे. रेडिएशनचे हे धोके लक्षात घेऊन आरोग्य मंत्रालयाने मोबाईल फोन नेटवर्कचे टॉवर निवासी क्षेत्रात आणि गर्दीच्या ठिकाणी लावू नयेत, असे सांगितले आहे.

पुढच्या अध्यायातही गॅजेट्समुळे शारीरिक, मानसिक, सामाजिक स्तरावर होणारे दुष्परिणाम आणि गॅजेट्सचा कमीत कमी उपयोग कसा केला जाऊ शकतो, हे आपण जाणून घेणार आहोत.

अध्याय ३१

गॅजेट्स-फ्री जीवनाचा आनंद

आनंदी आणि स्थिर राहण्याची तयारी - २

मागील अध्यायात आपण गॅजेट्समुळे होणारे फायदे आणि तोटे जाणून घेतले. आता गॅजेट्समुळे इतर क्षेत्रांमध्ये होणारे नुकसान जाणून घेऊ.

मानसिक अवस्थेवर होणारे दुष्परिणाम

गॅजेट्सचा गरजेपेक्षा अधिक उपयोग केल्याने विशेषतः लहान मुलांमध्ये राग, चिडचिड, हिंसक विचार, झोप न येणे, अभ्यासात लक्ष न लागणे, अस्वस्थता, अधीरता, एकाग्रता नसणे, एकटेपणा वाटणे, निराशा येणे असे दुष्परिणाम वाढत आहेत. त्यांच्यामध्ये दिखाऊपणा आणि 'बुलिंग' म्हणजे इतरांना त्रास देण्यात, त्यांना वाईट बोलण्यातच आनंद वाटण्याची वृत्ती वाढत आहे.

इंटरनेटमुळे मुलांमधली सर्जनशीलताही कमी होत आहे. कारण आज इंटरनेटवर सर्व प्रकारची माहिती, प्रारूपे (मॉडेल्स), कल्पना आयत्याच उपलब्ध आहेत. त्यामुळे मुलांना काहीही नवीन तयार करायला सांगितले तर ती स्वतःची कल्पनाशक्ती वापरण्याऐवजी किंवा स्वतंत्रपणे विचार करण्याऐवजी पटकन इंटरनेटवर शोध घेतात. तिथे आधीपासूनच उपलब्ध असलेल्या कल्पनांचा, प्रारूपांचा वापर करतात. इंटरनेट, आपल्याला आवश्यक माहितीबरोबरच बरीच अनावश्यक माहितीही देत असते. म्हणून त्याच्या वापरावर योग्य नियंत्रण ठेवले नाही तर ती अनावश्यक माहिती मुलांसाठी घातक ठरू शकते. कारण इंटरनेटच्या अयोग्य वापरामुळे मुलांना अनेक वाईट सवयी लागू शकतात.

सामाजिक आणि कौटुंबिक नात्यांवर होणारे दुष्परिणाम

सततच्या गॅजेट्स वापरण्यामुळे लहान आणि मोठे सर्वांचीच सामाजिक भावना कमी होत आहे. सामाजिक कार्यक्रमांना जाणे, नातेवाइकांना भेटणे, लोकांमध्ये मिळूनमिसळून राहणे त्यांना फारसे आवडत नाही. खऱ्या जगाचा आनंद घेण्याऐवजी बंद खोलीत एकटेच बसून इंटरनेटवरच्या आभासी दुनियेत रमणे ते अधिक पसंत करतात. आपले आईवडील, पतिपत्नी, अन्य कुटुंबीय, नातेवाईक, शेजारी, आसपासचे लोक यांच्याशी सुखदुःख वाटून घेण्याऐवजी फेसबुक आणि ट्विटरवर स्टेटस अपडेट करणे त्यांना जास्त महत्त्वाचे वाटते.

टीव्ही आणि इंटरनेटमुळे कित्येक कुटुंबांतील संवादच तुटला आहे. आजकाल कुटुंबांमध्ये एकमेकांशी संवाद साधण्याऐवजी प्रत्येक जण आपापल्या खोलीत जाऊन इंटरनेटवर सर्फिंग करणे किंवा टीव्ही बघणे अधिक पसंत करतो. सोशल नेटवर्किंग साईट्समुळे नात्यांमध्ये दुरावा, अविश्वास, घटस्फोट, अपरिपक्व वयातील प्रेमप्रकरणे, फसवेगिरी, वाईट संगत लागणे, ब्लॅकमेलिंग असे प्रकारही सध्या वाढत आहेत. अनेक लोक अशा साईट्सवर आपली खोटी प्रतिमा निर्माण करून आपल्या जाळ्यात येणाऱ्या लोकांना फसवतात. मानसोपचार तज्ज्ञांच्या मते, इंटरनेटच्या अतिवापरामुळे अनेक प्रकारचे 'मनोशारीरिक आजार' निर्माण होतात.

गॅजेट्सचे दुष्परिणाम जाणून घेतल्यावर त्यांना आपल्या भल्यासाठी काही काळ वनवासाला पाठवणे कसे आवश्यक आहे, हे तुम्हांला निश्चितच पटले असेल. तर मग बघू या, गॅजेट्सला 'अल्प वनवास' कसा देता येईल ते!

गॅजेट्सला अल्प वनवास कसा द्याल?

इथे असे काही उपाय सुचवले आहेत, ज्याच्या आधारे तुम्ही स्वतःसाठी गॅजेट्सच्या अल्प वनवासाचे मॉडेल तयार करू शकाल. प्रत्येकाच्या गरजा, परिस्थिती आणि कामाचे स्वरूप वेगळे असल्याने त्याप्रमाणे वैयक्तिक मॉडेल तयार करा.

गॅजेट्सच्या सवयींचे विश्लेषण करा

सर्वात आधी प्रत्येकाने स्वतःचे विश्लेषण करून आपण गॅजेट्सचा वापर कधीकधी, कसा आणि किती करतो, हे जाणून घेतले पाहिजे; तसेच गॅजेट्स हे आपली गरज आहे की चैन, हेही जाणून घ्या. तुम्हांला गॅजेट्सची सवय लागली आहे का, तुम्ही काही तासही गॅजेट्सशिवाय राहू शकत नाही का, कळत-नकळत वारंवार हात मोबाईल

फोनकडे जातो का, कोणी मेसेज पाठवलाय का... फेसबुकवर काही नवीन अपडेट आहे का... एखादा मेल आला आहे का... असेच विचार येत असतात का, हे जाणून घ्या.

तुम्ही खूप व्यस्त व्यावसायिक असाल किंवा कधी काही गुंतागुंतीची परिस्थिती असेल तर अशा वेळी सतत मोबाईल फोन बघणे ठीक आहे. मात्र, सकाळी डोळे उघडताच मोबाईल फोन तपासणे, रात्री जाग आली तरीही फोन तपासणे हे अत्यंत चुकीचे आहे. ज्यांच्यावर अजून काहीही मोठी जबाबदारी नाही, अशी लहान मुले आणि तरुण पिढीसुद्धा सतत आपले फोन तपासत असते. कित्येक जण नवीन अपडेटची वाट बघत रात्री उशिरापर्यंत जागे असतात. आपल्या काही तासांच्या झोपेशिवाय या जगात महत्त्वाचे असे कोणतेही काम नाही, हे लक्षात ठेवा.

तेव्हा सगळ्यांत आधी गॅजेट्सचा उपयोग करण्याच्या सवयीचे विश्लेषण करा. काही लोक एखादा कार्यक्रम बघण्यासाठी म्हणून टीव्हीसमोर बसतात. पण तो कार्यक्रम संपला तरी उठायचे नाव घेत नाहीत. रिमोटची बटणे दाबत सतत चॅनल बदलत राहतात. संमोहित झाल्यासारखे टीव्हीसमोर बसून राहतात. हे टाळायचे असेल तर स्वतःपासून वेगळे व्हा आणि प्रामाणिकपणे साक्षीभावाने आपल्या या सर्व सवयींकडे पाहा; तरच तुम्हांला तुमच्या शारीरिक आणि मानसिक सवयी नीट समजतील. त्यातल्या चुका लक्षात येऊन त्या टाळता येतील.

गॅजेट्ससाठी खर्च केलेल्या वेळेचे लॉग बुक तयार करा

एका महिन्याकरिता गॅजेट्ससाठी खर्च केलेल्या वेळेचे लॉग बुक तयार करा. एखादे गॅजेट वापराल, तेव्हा ते किती वेळ आणि कोणत्या कारणासाठी वापरले, याची त्या लॉग बुकमध्ये नोंद करा. त्याचा उपयोग काही खास कामासाठी होता, की टाईमपास म्हणून केला होता, हेही लिहा. जर त्या वेळेला गॅजेट काही कामासाठी वापरले गेले असेल तर ते काम किती महत्त्वाचे होते आणि ते टाळता आले असते का, हेदेखील जाणून घ्या.

मन म्हणत असते, कोणाचा महत्त्वाचा मेसेज असला तर... त्वरित उत्तर द्यायचे असेल तर... म्हणून जर तुम्ही दर एक तासाने एसएमएस, ई-मेल, व्हॉट्स-अप आणि फेसबुक ही अकाउंट्स तपासत असाल तर विचार करा, की त्यातली कोणती अकाउंट्स दिवसाच्या शेवटी एकदाच तपासली आणि एकदाच उत्तर दिले तरी चालणार आहे. अशा प्रकारे महिनाभर लिहिलेले लॉग बुक तपासल्यावर तुम्हांला कळेल, की गॅजेटस्‌वर जो अमूल्य वेळ खर्च केला गेला, त्यातला बराचसा वेळ वाचला.

गॅजेटमुक्त वेळ निश्चित करा

लॉग बुकमधल्या माहितीचे विश्लेषण केल्यावर गॅजेट्सच्या वापरासंबंधीचे चित्र तुमच्यासमोर स्पष्ट होईल. त्यावरून कधी गॅजेट्सच्या वापराची गरज असते आणि कधी त्यांना वनवासात पाठवता येईल हे समजेल. आपण गॅजेट्सचा पूर्ण लाभ घ्यायचा असून त्यांनी आपले नुकसान करायच्या आत त्यांना वनवासाला पाठवायचे आहे.

गॅजेट्सना वनवास देण्यासाठी दिवसातला काही काळ 'गॅजेटमुक्त काळ' असा ठरवून घ्या. उदाहरणार्थ, निश्चित केलेल्या वेळेतच टीव्ही बघायचा, त्यापेक्षा जास्त वेळ नाही. फेसबुक, ट्विटरसारखी अकाउंट्स दिवसातून एकदाच आणि निश्चित वेळातच तपासायची. याबरोबरच फोनवर किंवा फेसबुक, ट्विटरसारख्या अकाउंटवर व्यर्थ गोष्टी केल्या जाणार नाहीत, आपल्या चेतनेचा स्तर कमी होईल, अशी कोणतीही गोष्ट होणार नाही, याचीही काळजी घ्या.

जितका वेळ मोबाईल फोन तुमच्या कानाजवळ असेल, तितका वेळ तुम्ही रेडिएशनच्या रेंजमध्ये असाल. त्यामुळे फोनवर आवश्यक तेवढेच आणि कमीत कमी बोला. झोपताना, योगाभ्यास करताना, मॉर्निंग वॉक घेताना, आराम किंवा ध्यान करताना मोबाईल फोन स्वतःपासून दूर ठेवा. शक्यतो अशा वेळी फोन सायलेंटवर ठेवा किंवा स्वीच ऑफ करा. एखादा अगदी महत्त्वाचा फोन येणार असेल तरच अशा वेळी फोन स्वतःजवळ ठेवा. हा वेळ खास तुमचा आहे, तुमच्यासाठी आहे, हे लक्षात ठेवा. गॅजेट्सच्या माध्यमातून तो इतरांबरोबर शेअर करू नका. इतरांशी जोडले जाण्यापेक्षा जास्त महत्त्वाचे आहे ते स्वतःशी जोडले जाणे आणि निसर्गाच्या सान्निध्यात राहणे.

गॅजेट्सवर अवलंबून राहणे कमी करा

सध्याच्या काळात गॅजेट्स हे वेळ घालवण्याचे महत्त्वाचे साधन झाले आहे. थोडा कंटाळा आला तरी लोक लगेचच टीव्ही लावतात किंवा कॉम्प्युटर सुरू करून विनाकारण सर्फिंग करू लागतात. नकळत तास न् तास वाया घालवतात. त्यापेक्षा रिकाम्या वेळात आपण आपल्यामधली सर्जनशीलता, कल्पकता जागवावी.

प्रत्येक माणसामध्ये काही ना काही कलाकौशल्य असतेच. उदाहरणार्थ, लेखन, वाचन, बागकाम, पाककला, संगीत, चित्रकला इत्यादी. पण रोजच्या धावपळीत आपल्यातील कलाकौशल्यासाठी किंवा छंदांसाठी वेळ देता येत नाही. जो काही थोडासा रिकामा वेळ मिळतो, तो गॅजेट्समध्ये व्यतीत होतो. तेव्हा यापुढे जेव्हा रिकामा वेळ असेल, तेव्हा तो गॅजेट्समध्ये वाया घालवण्यापेक्षा आपल्यातील कला, गुण विकसित

करण्यासाठी वापरा. त्यामुळे तुमचा रिकामा वेळ सत्कारणी लागेल आणि तुम्हांला कलासाधनेचा आनंदही मिळेल.

गॅजेट्सचा कमीत कमी वापर करण्याचा प्रयत्न करा. त्यांच्यावर अवलंबून राहणे कमी करा. छोटेछोटे हिशेब स्वतः करा, त्यासाठी कॅल्क्युलेटर वापरू नका. मुलांना व्हीडिओ गेम्सऐवजी मैदानी खेळ खेळायला प्रोत्साहन द्या. प्रोजेक्ट्स आणि मॉडेल्स बनवताना इंटरनेटवरून 'रेडिमेड आयडियाज' घेण्यापेक्षा स्वतंत्र विचार करा. स्वतःची कल्पनाशक्ती वापरून नवनिर्माण करण्याचा प्रयत्न करा.

गॅजेट्स-फ्री डे निश्चित करा

सतत सजग राहिल्याने जेव्हा गॅजेट्सची सवय कमी होईल आणि त्यांच्यावर अवलंबून राहणे कमी होईल, तेव्हा आणखी एक पाऊल पुढे टाका. गॅजेट्सपासून दूर राहण्याची तुमची जितकी तयारी झालेली असेल, त्यानुसार आठवड्यातला एक दिवस किंवा महिन्यातला एक दिवस 'गॅजेट्स-फ्री डे' म्हणून निश्चित करा. म्हणजे त्या दिवशी पूर्ण दिवस गॅजेट्सला वनवासात पाठवा. जर एकाच दिवशी सर्व गॅजेट्सना एकदम वनवास देता येत नसेल तर एक-एक दिवस एकेका गॅजेटसाठी निश्चित करा. उदाहरणार्थ, सोमवारी पूर्ण दिवस टीव्ही पाहायचा नाही, मंगळवारी सोशल नेटवर्किंग साईटचा वापर करायचा नाही, बुधवारी कामाव्यतिरिक्त अन्य कोणालाही फोन करायचा नाही इत्यादी.

अशा प्रकारे हळूहळू तुम्ही गॅजेट्सच्या विळख्यातून बाहेर पडून त्यापासून होणारे नुकसान टाळू शकाल. या प्रयत्नांमुळे तुमची संकल्पशक्ती वाढेल. आत्मबळही वाढेल आणि अन्य क्षेत्रांप्रमाणेच आध्यात्मिक प्रगतीसाठीही त्याचा उपयोग होईल. हो, पण या सर्व वनवास काळात सामान्य व्यावहारिकतेचे (कॉमन सेन्सचे) भान असू द्या. एखादा फोन, मेसेज आवश्यक असला तर जरूर करा.

अन्य सुखसुविधांचा अल्प वनवास

आपल्या जीवनात गॅजेट्ससारख्याच अनेक सुखसुविधा उपलब्ध असतात आणि त्यांच्याशिवाय चालणारच नाही, असे आपल्याला वाटत असते. उदाहरणार्थ, गाडीशिवाय कुठे जाणे शक्यच नाही, कामवाली बाई आली नाही तर घरकाम होणे शक्यच नाही, मला माझ्याच गादीवर झोप लागते, जेवणात भात नसेल तर जेवलोय असे वाटतच नाही, काटा-चमच्याशिवाय मी जेवूच शकत नाही, घड्याळ घातल्याशिवाय मी घराबाहेर जाऊच शकत नाही, वर्तमानपत्र वाचल्याशिवाय माझा दिवसच सुरू होत नाही, वगैरे-

वगैरे. आपले ज्यांच्यावाचून चालतच नाही, अशा सर्व सुविधांची यादी करायला घेतली तर ती बरीच मोठी होईल.

ज्यांच्यावाचून आपले काम खोळंबते, अशा आपल्याला गुलाम बनवणाऱ्या सर्व सुविधांपासून वनवास आपण घ्यायचा आहे. सत्यप्राप्तीच्या मार्गात अडथळा होणाऱ्या सर्व अनावश्यक गोष्टींवर अवलंबून राहणे आता आपण थांबवायचे आहे. सुविधा लाभली तर ठीक. नाही लाभली तरी आपल्या कार्यात काही फरक पडणार नाही. 'तुझी (सेल्फ) इच्छा तीच माझी इच्छा' हे श्रीरामांचे तत्त्व आपण अनुसरायचे आहे.

आपल्यापैकी प्रत्येकाची गीता अर्थात जीवनमूल्ये वेगळी आहेत. म्हणजे प्रत्येकाची जीवनशैली, स्वभाव, त्याला लाभलेले वातावरण, कार्यक्षेत्र वेगळे आहे. त्यानुसार गरजा, समस्याही वेगळ्या आहेत. त्यामुळे प्रत्येकाने आपल्या जीवनशैलीनुसार सुखसुविधांच्या अल्प वनवासाचे मॉडेल तयार करायचे आहे. ज्या माणसाला हातात घड्याळ घातल्याशिवाय चालतच नाही, त्याने एक दिवस घड्याळ न घालता बाहेर जाऊन बघावे. मनात काय बडबड चालते, आता किती वाजले असतील, हे किती वेळा जाणून घ्यावेसे वाटते, तेव्हा काय करावेसे वाटते, याचा विचार करावा.

एक दिवस स्वतःच्या गाडीने जाण्याऐवजी सार्वजनिक वाहनाने प्रवास करून बघा. चमच्याची सवय असेल तर एक दिवस चमचा न घेता जेवण्याचा प्रयोग करा. पलंगाऐवजी जमिनीवर झोपून पाहा. लिफ्टऐवजी जिने चढून जा. अशा प्रकारचे वेगवेगळे प्रयोग करून त्या वेळी स्वतःच्या शरीरात आणि मनात नेमके काय काय घडते, याचे निरीक्षण करा.

तुम्ही एखाद्या गॅजेटसाठी किंवा एखाद्या सुविधेच्या वनवासासाठी ठरावीक काळ निश्चित करून जेव्हा तो यशस्वीपणे पूर्ण कराल, तेव्हा निश्चितच तुमचा आत्मविश्वास वाढेल. कमी सुविधांमध्येही प्रसन्नतेने आनंदाने राहता येते, यावर तुमचा विश्वास बसेल. खरा आनंद हा सुविधांची गुलामी करण्यात नसून त्यांच्यावर मालकी गाजवण्यात आहे, हे वास्तव समजल्यावर तुम्ही सर्व प्रकारच्या परिस्थितीत काहीही तक्रार न करता आरामात आणि आनंदात राहू शकाल.

खंड ८

संपूर्ण रामायण : संक्षिप्त दर्शन

अध्याय ३२

रावणाचा विनाश - विजयलीला

वाइटावर चांगल्याचा विजय

आतापर्यंत या ग्रंथात तुम्ही श्रीरामांच्या वनवासापर्यंतचे प्रसंग वाचून त्यातील संकेतही समजून घेतले. या अध्यायात रामकथेचा पुढील भाग संक्षिप्त रूपात सांगण्यात आला आहे. त्यावरून संपूर्ण रामायणाचे सार तुम्हांला समजून घेता येईल.

श्रीरामांच्या वनवासाचा काळ पूर्ण झाला होता. वनवासी साधु-संत, ऋषी तपस्वी, पशु-पक्ष्यांच्या संगतीत आणि निसर्गसौंदर्याचा आनंद घेत श्रीराम, सीता, लक्ष्मणाचा वनवास सुखद झाला होता. सगळे कसे छान चालले होते. पण एक दिवस अचानक त्यांच्या कुटीजवळ शूर्पणखा आली. शूर्पणखा ही रावणाची बहीण होती. तिने सुंदर युवतीचे मायावी रूप धारण केले. श्रीरामाला आणि लक्ष्मणाला पाहिल्यावर त्यांच्या

राजबिंड्या रूपाकडे ती आकर्षित झाली. त्यांच्यापैकी एकाने तरी तिच्याशी विवाह करावा, असा प्रस्ताव घेऊन ती श्रीरामांच्या कुटीत आली. परंतु दोघांनीही तिचा विवाहाचा प्रस्ताव नाकारताच ती कमालीची बेचैन झाली. तेवढ्यात तिने कुटीमध्ये सीतेला पाहिले. तिला वाटले, या स्त्रीसाठीच हे दोघे

मला नाकारत असावेत. तेव्हा तिने सीतेवर आक्रमण करण्याच्या हेतूने आपले मूळ भयंकर रूप धारण केले. तिचा हेतू लक्षात येताच लक्ष्मणाने चपळाईने तिचे नाक कापले.

तीव्र वेदना आणि घोर अपमानाने बिथरलेल्या रक्तबंबाळ अवस्थेतील शूर्पणखेने श्रीराम आणि लक्ष्मण यांचा बदला घेण्यासाठी आपल्या समस्त राक्षसी सेनेसह त्यांच्यावर आक्रमण केले. तिच्या सेनेत रावणाचे बंधू असलेले खर-दूषणासारखे बलाढ्य राक्षसही होते. त्यांच्यात घनघोर युद्ध होऊन त्यात श्रीरामांचा विजय झाला. तेव्हा शूर्पणखा आणखीच बिथरली आणि तडक आपल्या भावाकडे म्हणजे लंकापती रावणाकडे जाऊन त्याला सगळी कथा ऐकवली.

बहिणीची ती अवस्था पाहून रावण अतिशय क्रोधित झाला. श्रीरामाने केलेल्या आपल्या बहिणीच्या अपमानाचा बदला घेण्यासाठी त्याने सीतेचे अपहरण करण्याची योजना आखली. त्यासाठी त्याने मारिच या मायावी राक्षसाची मदत घेतली. मारिचाने सुवर्णमृगाचे म्हणजेच कांचनमृगाचे अतिशय मनमोहक रूप धारण करून तो श्रीरामांच्या कुटीच्या परिसरात बागडू लागला. तो देखणा कांचनमृग पाहताच सीता मोहित झाली आणि त्याला प्राप्त करण्याची तीव्र इच्छा तिच्या मनात जागी झाली.

सीतेने श्रीरामाकडे त्या कांचनमृगासाठी हट्ट धरला. सीतेचा हट्ट पुरवण्यासाठी श्रीरामांनी कुटीच्या रक्षणाची जबाबदारी लक्ष्मणावर सोपवली आणि ते कांचनमृगाच्या मागे गेले. त्यांच्या तीराने मायावी मारिच मारला गेला; पण मरताना त्याने कपट साधले. लक्ष्मणाला कुटीपासून दूर करण्यासाठी त्याने श्रीरामांच्या आवाजात लक्ष्मणाला मदतीसाठी हाक मारली. श्रीरामांची किंकाळी ऐकून सीता घाबरली. तिने लक्ष्मणाला जबरदस्तीने श्रीरामांच्या मदतीला धाडले. लक्ष्मणाचा नाइलाज झाला. पण कुटी सोडण्यापूर्वी त्याने आपल्या बाणाने कुटीसमोर एक रेषा आखली. कोणाही व्यक्तीने जर ती रेषा ओलांडली

तर ती जिवंत राहणार नाही, अशी त्या लक्ष्मणरेषेची शक्ती होती. सीतेला त्या रेषेच्या आतच राहण्याचा, ती रेषा न ओलांडण्याचा सल्ला देऊन लक्ष्मण श्रीरामांच्या मदतीला धावून गेला.

कुटीमध्ये सीता एकटी आहे, हे कळल्यावर रावणाने त्या संधीचा लाभ घेतला. साधूचा वेष धारण करून तो सीतेच्या कुटीजवळ आला. पण लक्ष्मणाने आखलेली सुरक्षारेषा काही तो ओलांडू शकला नाही. मग कुटीबाहेर उभा राहून तो भिक्षा मागू लागला. त्याचा आवाज ऐकून सीता भिक्षा घेऊन बाहेर आली, तेव्हा कपटी रावणाने तिला भिक्षा घेण्याच्या निमित्ताने लक्ष्मणरेषा ओलांडायला भाग पाडले. तिने लक्ष्मणरेषा ओलांडताच रावणाने आपले मूळ रूप धारण करून सीतेचे अपहरण केले.

सीतेचे अपहरण केल्यावर तिला आपल्या पुष्पक विमानात बसवून त्याने दक्षिण दिशेला उड्डाण केले. रावण सीतेला पळवून नेतो आहे, हे रामभक्त गिद्धराज जटायूने पाहिले. सीतेला वाचवण्यासाठी त्याने पूर्ण शक्तिनिशी रावणावर हल्ला केला. पण रावणाने त्याचे पंख छाटून त्याला जायबंदी केले. पंख छाटले गेल्याने जटायू घायाळ होऊन खाली कोसळून तडफडू लागला. जेव्हा श्रीराम आणि लक्ष्मण सीतेला शोधत तिथे गेले, तेव्हा सीतेला पळवून रावण दक्षिणेत गेल्याचे जटायूने त्यांना सांगितले.

तेव्हा श्रीराम व लक्ष्मण जटायूने सांगितलेल्या दिशेने सीतेचा शोध घेऊ लागले. वाटेत त्यांना रामभक्त शबरीचा आश्रम लागला. शबरीने श्रीरामाचा गोड बोरे देऊन सत्कार केला आणि त्यांना किष्किंधा नगरीमधल्या पंपा सरोवराकडे जाण्याचा सल्ला दिला. कारण तिथूनच त्यांना पुढचा मार्ग कळणार होता. किष्किंधा ही वानरांची नगरी होती. तिथे वाली नावाचा वानरराज राज्य करत होता. वालीचा भाऊ सुग्रीव हा किष्किंधेच्या वनात निर्वासित आयुष्य कंठत होता. पूर्वी वाली-सुग्रीव या भावाभावांमध्ये खूपच प्रेम होते. पण एका गैरसमजामुळे दोघे एकमेकांचे शत्रू झाले. केसरीपुत्र हनुमान हे सुग्रीवाचे मित्र आणि सहायक होते.

आपल्या नगरीच्या आसपासच्या वनात दोन बलशाली आणि तेजस्वी युवक आल्याची बातमी सुग्रीवाच्या गुप्तचरांनी त्याला दिली, तेव्हा तो चिंतित झाला. त्यांना शोधून काढण्यासाठी त्याने हनुमानाला वनात पाठवले. तेव्हा हनुमान ब्राह्मणाचा वेष धारण करून श्रीराम-लक्ष्मणाला भेटला. त्यांच्याशी परिचय झाल्यावर रामभक्ती आणि रामप्रेमाने हनुमान भारून गेला. हनुमान परम रामभक्त होता. त्यामुळे आपल्या इष्ट देवतेला प्रत्यक्ष समोर पाहून त्याचा आनंद गगनात मावेनासा झाला. मग हनुमान, श्रीराम आणि लक्ष्मण यांना आपल्या खांद्यावर बसवून सुग्रीवाच्या भेटीला घेऊन गेला. त्याने श्रीराम आणि सुग्रीवामध्ये मैत्री निर्माण केली.

श्रीराम आणि सुग्रीव यांच्यामध्ये एक करार झाला. श्रीरामांनी वालीचा वध करून सुग्रीवाला त्याचे गमावलेले राज्य आणि त्याची पत्नी परत मिळवून द्यायची. मग त्या बदल्यात सुग्रीवाने सीतेचा शोध घेण्यात श्रीरामांना मदत करायची. श्रीरामांनी आपला

शब्द पाळला; पण सुग्रीव मात्र दिलेला शब्द पाळू शकला नाही. त्यामुळे लक्ष्मण क्रोधित झाला, तेव्हा सुग्रीव ताळ्यावर आला आणि त्याने हनुमान, अंगद, जांबुवंत यांच्यासह आपली सारी वानरसेना सीतामाईच्या शोधासाठी पाठवून दिली.

सुग्रीवाची सेना सीतेचा शोध घेतघेत सागरकिनारी पोहोचली. पण पुढे काय करावे, हे त्यांना कळेना. तेव्हा जटायूचा भाऊ संपाती याने त्यांना मदत केली. त्याने त्याच्या तीक्ष्ण नजरेने सागरात दूरवर असलेली रावणाची लंका नगरी हेरली. पण आता प्रश्न असा होता, की सेतूशिवाय विशाल सागर ओलांडून लंकेत जाणार कोण? तेव्हा हनुमानाला त्याच्या सुप्त शक्तींचे स्मरण करून देऊन समुद्र उड्डाणासाठी त्याला तयार केले गेले.

महाबली प्रचंडकाय हनुमानाने एकाच उड्डाणात सागर पार केला. शिवाय वाटेत आलेल्या सुरसा, लंकीनी राक्षसिणींचे पारिपत्य करून लंका गाठली. तिथे त्याला रावणाचा धाकटा भाऊ बिभीषण भेटला. राक्षसकुळात जन्म घेऊनही बिभीषण सात्त्विक

वृत्तीचा आणि रामाचा अनन्यभक्त होता. त्याने हनुमानाला खूप मदत केली. त्याने केवळ सीतेचा ठावठिकाणाच सांगितला नाही, तर तिथे जाण्याचा मार्गही सुचवला.

बिभीषणाच्या सल्ल्यानुसार हनुमान छोटे रूप धारण करून अशोक वाटिकेत पोहोचला. सीतेला तिथेच ठेवलेले होते. तिथे पोहोचल्यावर सीतेला मिळणारी दहशतीची वागणूक आणि श्रीरामांच्या विरहाने तिला होणारी पीडा पाहून हनुमानाचे मन द्रवले. योग्य संधी साधून हनुमानाने सीतेला श्रीरामांची अंगठी दाखवली, आपला परिचय दिला. मग सीतेला धीर देत तो म्हणाला, "हे माते, चिंता करू नकोस. श्रीराम वानरसेना घेऊन लवकरच इकडे येतील आणि राक्षसांचा विनाश करून ते तुला इथून परत घेऊन जातील." श्रीराम वानरसेना घेऊन येणार, हे ऐकल्यावर सीतेच्या मनात आले, कुठे रावणासारखा बलाढ्य राक्षस आणि कुठे ही साधारण वानरसेना! सीतेच्या मनातली शंका ओळखून हनुमानाने तिला आपल्या विशाल रूपाचे दर्शन देऊन तिच्या मनात वानरसेनेबद्दल विश्वास निर्माण केला.

त्यानंतर सीतेची अनुमती घेऊन हनुमान अशोकवनातली फळे तोडून खाऊ लागला. त्यामुळे अशोकवनाच्या पहारेकऱ्यांनी त्याला हटकले. तेव्हा हनुमानाने त्यांच्यावर आक्रमण केले. एकटा हनुमान सर्व पहारेकऱ्यांना भारी पडला. शेवटी रावणपुत्र मेघनादाने हनुमानाला ब्रह्मपाशात बांधले आणि रावणासमोर हजर केले. तेव्हा हनुमानाने रावणाला सांगितले, "हे रावणा, मी एक रामदूत आहे. तुला सावधान करायला इथे आलो आहे. एक तर अहंकाराचा त्याग करून सीतामाईला परत पाठव आणि श्रीरामांची क्षमायाचना कर;

अन्यथा त्राटिका, मारिच, खर-दूषणाची जी अवस्था झाली तीच तुझी होईल, हे लक्षात ठेव.''

ते ऐकताच रावण क्रोधाने वेडापिसा झाला. त्याला हनुमानाला मृत्युदंड द्यायची इच्छा होती. पण बिभीषणाने मध्ये पडून त्याला सांगितले, ''दूताचा वध करणे हे नीतिबाह्य आहे.'' तेव्हा हनुमानाला शिक्षा सुनावताना रावण म्हणाला, ''या वानराच्या शेपटीला आग लावा आणि त्याला सगळ्या लंकेत फिरवून आणा. कळू दे सर्वांना, रावणाच्या विरोधात जाणाऱ्याची काय अवस्था होते ते.'' रावणाच्या आज्ञेनुसार हनुमानाच्या शेपटीला आग लावली गेली. पण हनुमानाने शिक्षेलाही वरदान ठरवले. शेपटीला आग लावताच त्याने विशाल रूप धारण केले. पेटलेल्या शेपटीने सगळी लंका भस्मसात करून टाकली आणि सीतेची आज्ञा घेऊन पुन्हा श्रीरामाकडे आला.

श्रीरामांकडे परतल्यावर हनुमानाने त्यांना लंकेविषयी आणि सीतेविषयी सर्व काही कथन केले. ते सर्व ऐकल्यावर श्रीरामांनी सगळ्यांशी चर्चा करून लंकेवर आक्रमणाची योजना तयार केली. युद्धाच्या तयारीने श्रीराम-लक्ष्मणासह सर्व वानरसेना सागरकिनारी पोहोचली. त्यांनी सागर पार करण्यासाठी सागराची अनुमती घेऊन त्यावर तरंगत्या दगडांचा एक सेतू बांधला. सेतू बांधण्याच्या कामी नल-नीलनामक वानरांनी खूप मोठी मदत केली. कारण त्यांनी स्पर्श केलेला आणि रामनाम लिहिलेला दगड पाण्यात बुडणार नाही तर तरंगेल, असे वरदान त्यांना लाभले होते.

अशा प्रकारे सेतू तयार झाला. मग त्या सेतूवरून श्रीराम, लक्ष्मण, अंगद, हनुमान इत्यादी योद्ध्यांसह सर्व वानरसेना सागर पार करून लंकेच्या बाह्य भागात पोहोचली. तिथे त्यांनी सुबेल पर्वतावर मुक्काम ठोकला.

युद्धनीतीनुसार युद्ध पुकारण्यापूर्वी रावणाला अंतिम इशारा देण्यासाठी अंगदाला दूत म्हणून पाठवले गेले. पण अहंकारी रावणाने माघार घेतली नाही. रावणाची पत्नी मंदोदरी आणि भाऊ बिभीषण यांनी त्याला समजावण्याचा खूप प्रयत्न केला, पण रावणाने त्यांचे काहीही ऐकले नाही. उलट बिभीषणाला अपमानित केले. रावणाने अपमानित केल्यावर बिभीषण लंकेचा त्याग करून श्रीरामाला शरण गेला. श्रीरामांनी त्याला आपल्या बंधूसमान मान दिला आणि आपल्याकडून त्याला लंकेचा राजा घोषित करून राज्याभिषेकही केला.

शेवटी घनघोर युद्धाला आरंभ झाला. राक्षससेनेला वाटत होते, की ही वानरसेना आपल्यासारख्या बलाढ्य राक्षसांशी काय युद्ध करणार! पण लवकरच श्रीरामांना आणि त्यांच्या वानरसेनेला कमी लेखण्याची चूक राक्षसांच्या लक्षात आली. या युद्धात अनेक राक्षसांसह रावणाचे बंधू, पुत्र, नातू आणि अन्य नातेवाईकही मारले जाऊ लागले. पण,

रावणपुत्र मेघनादाच्या बाणाने विद्ध होऊन लक्ष्मण मूर्च्छित होऊन पडला, तेव्हा त्याच्या उपचारांसाठी आवश्यक असलेली संजीवनी औषधी वनस्पती शोधून आणण्यासाठी हनुमान निघाला. तो संजीवनी वनस्पती असलेल्या पहाडावर गेला. पण तिथल्या जंगलात त्याला संजीवनी ओळखता आली नाही, म्हणून तो वनस्पतीसह सगळा पहाडच उचलून घेऊन आला. मग संजीवनी उपचाराने लक्ष्मणाचे प्राण वाचवले आणि हनुमान पुन्हा एकदा श्रीरामांसाठी संकटमोचन म्हणजे संकटनिवारक ठरला.

त्यानंतर रावणाच्या सेनेतले मेघनाद आणि कुंभकर्णासारखे पराक्रमी योद्धेही धारातीर्थी पडले. शेवटी बिभीषणाच्या मदतीने श्रीरामांनी रावणाचाही वध केला. रावणाच्या परिवारात शेकडो शूरवीर योद्धे, पराक्रमी पुत्र, पौत्र होते तरीही त्याच्या वंशाचा समूळ नाश झाला. वाचला तो केवळ सत्याच्या मार्गावर चालणारा बिभीषण. श्रीरामांचा विजय आणि रावणाचा विनाश म्हणजे आजही वाइटावर चांगल्याचा, असत्यावर सत्याचा झालेल्या विजयाचे सर्वात मोठे उदाहरण आहे. आजही विजयादशमीला रावणाच्या प्रतिमेचे दहन करून याचे स्मरण केले जाते. दसरा म्हणजेच दश-हरा साजरा केला जातो.

रावणाचा अंत झाल्यावर सीतेला मुक्त करून बिभीषणाला लंकेच्या सिंहासनावर बसवले गेले. अशा प्रकारे अधर्म आणि राक्षसी प्रवृत्तीच्या लंकेतही धर्माची आणि सत्याची स्थापना झाली. त्याच वेळी श्रीरामांच्या वनवासाचा कालावधीही पूर्ण झाला. मग ते पत्नी सीता, बंधू लक्ष्मण, परम भक्त हनुमान, सुग्रीव इत्यादींसह सकुशल अयोध्येला परतले. सारी अयोध्यानगरी त्यांच्या स्वागतासाठी आतुर झाली होती. भरत तर डोळ्यांत प्राण आणून त्यांची वाट पाहत होता. श्रीराम-सीता-लक्ष्मण अयोध्येला परतल्याची वार्ता येताच अयोध्यानगरी आनंदित झाली. नगरवासीयांनी गुढ्या उभारल्या, दीपमाळा प्रज्वलित केल्या आणि श्रीराम आगमनाचा उत्सव साजरा केला. भरतानेही अयोध्येचे सिंहासन श्रीरामांकडे सोपवले आणि निश्चिंत होऊन तो श्रीरामांच्या सेवेमध्ये लीन झाला. अयोध्येत रामाचे आगमन झाल्याने अयोध्या पुन्हा चेतनामय, आनंदमय झाली. तो मंगलदिन म्हणजेच मन प्रसन्न करणारी दिलवाली दिवाळी... आजही दरवर्षी आपण धूमधडाक्यात आनंदाने साजरा करतो.

दिलवाली दिवाळी

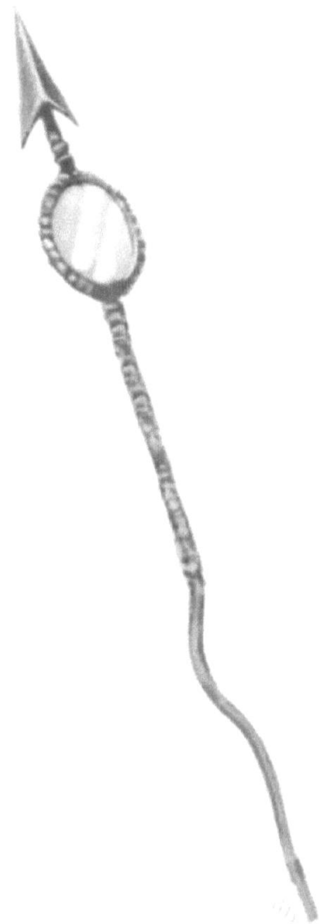

परिशिष्ट

लक्ष्यावर दृढ कसे राहावे?

परिशिष्ट १

एकनिष्ठ, एकरूप

लक्ष्यभेदी–लक्ष्मण

आतापर्यंत तुम्ही रामायणातील जितके प्रसंग वाचले आहेत, त्यात जी व्यक्ती सदैव श्रीरामांसोबत होती, ती म्हणजे लक्ष्मण. श्रीराम आणि लक्ष्मण हे दोघेही राजा दशरथाचे पुत्र होते, पण दोघांच्या माता वेगळ्या होत्या. श्रीराम कौसल्येचा तर लक्ष्मण सुमित्रेचा पुत्र होता. परंतु त्यांच्यामध्ये सख्ख्या भावांहूनही अधिक प्रेम होते. दोघे एकमेकांशिवाय राहूच शकत नव्हते. लक्ष्मण तर प्रभू श्रीरामांचा भक्त, सेवक, शिष्य, विश्वासू सहायक, सल्लागार, अंगरक्षक, श्रीरामांची ढाल आणि त्यांचे शस्त्रही होता. लक्ष्मण म्हणजे जणू काही श्रीरामांची सावलीच. लक्ष्मणाविना श्रीरामांची कल्पनाही करता येणार नाही. लक्ष्मण म्हणजे श्रीरामांचेच अविभाज्य अंग होते. त्यामुळेच आजही मंदिरांमध्ये श्रीराम-सीतेसह लक्ष्मणाचीही प्रतिमा पुजली जाते.

चला तर मग, या महान व्यक्तीची गुणवैशिष्ट्ये जाणून आपणही ती अंगीकारण्याचा प्रयत्न करू या; जेणेकरून आपली रामाशी भेट होईल.

‘लक्ष्य जाणणारा’ लक्ष्मण

श्रीरामांच्या सहवासात राहून त्यांची निष्काम सेवा करणे, हेच लक्ष्मणाच्या जीवनाचे एकमेव लक्ष्य होते. ते त्याने जीवनाच्या आरंभीच जाणले होते. संपूर्ण जीवनात तो या लक्ष्यावर अटळ राहिला. त्याच्या जीवनातले प्रत्येक कर्म आणि प्रत्येक विचार याच लक्ष्याच्या दिशेने जाणारा होता. तो श्रीरामाविना आयुष्याची कल्पनाही करू शकत नव्हता.

लक्ष्मणाचे चरित्र आपल्याला लक्ष्यावर दृढ राहायला शिकवते. माणूस जेव्हा एका लक्ष्यावर दृढ राहतो, तेव्हा कोणतेही प्रलोभन त्याला त्यापासून दूर करू शकत नाही. परिणामी, लक्ष्यापर्यंत पोहोचण्याचा मार्ग सुकर होतो. अशा माणसाचे विचार, भावना, वाणी, क्रिया, निर्णय आणि प्रार्थना सर्व काही ध्येयानुसारच होत जातात. मनात कधीही 'हे करू की ते... इकडे जाऊ की तिकडे...' अशी द्विधावस्था निर्माण होत नाही. नियतीही अशा मनुष्याला त्याच्या लक्ष्याप्रत पोहोचवण्यासाठी सर्व मदत करते. याउलट जो माणूस लक्ष्याविरुद्ध कार्य करतो, त्यालाही त्याच्या विरोधी कर्माचे फळ मिळतेच. हे समजून घेण्यासाठी एक उदाहरण बघू या.

एका विद्यार्थ्याला आजारपणामुळे काही दिवस इस्पितळात राहावे लागते. तिथे डॉक्टरांची जीवनशैली, त्यांना मिळणारा आदर पाहून तो खूपच प्रभावित होतो आणि 'मीही डॉक्टरच होणार!' असे लक्ष्य निर्धारित करतो. मग तो कल्पना करू लागतो, की तो डॉक्टर होऊन दवाखान्यात निघाला आहे. रुग्णांवर उपचार करतो आहे. कुटुंबात आणि समाजात त्याला मान-सन्मान मिळत आहे. पण जेव्हा तो मेडिकल कॉलेजच्या प्रवेशपरीक्षेची तयारी करू लागतो, तेव्हा त्यासाठी असलेल्या कोचिंग क्लासमध्ये त्याचे मन रमत नाही. कारण त्याचे इतर मित्र इंजिनिअरिंगची तयारी करत असतात. तिथे त्याला मित्रांची आठवण येऊ लागते. मग रिकाम्या वेळात तो मित्रांसोबत इकडेतिकडे भटकू लागतो. अनावश्यक गोष्टींमध्ये स्वतःचा अमूल्य वेळ वाया घालवतो. अभ्यास करताना काही विचार त्याला लक्ष्यापासून विचलित करू लागतात, 'अरे बापरे! प्रवेशपरीक्षेसाठीच इतका अभ्यास करावा लागतोय, तर प्रवेश मिळाल्यावर किती कष्ट घ्यावे लागतील? सात-आठ वर्षे फक्त आणि फक्त अभ्यासच करावा लागेल, तेव्हा कुठे मी डॉक्टर होईन.'

काही दिवसांनी त्याचे वडील त्याला म्हणतात, 'आपल्या शहरात उत्तम दर्जाचा कोचिंग क्लास नाही. म्हणून मी तुला परीक्षेच्या तयारीसाठी दुसऱ्या शहरात पाठवणार आहे. तिथे तुला चांगले शिक्षण मिळेल.' पण विद्यार्थ्याला त्याचे शहर सोडून इतरत्र जायचे नसते. त्याला कुटुंबापासून आणि मित्रांपासून दूर जाण्याची कल्पनाच सहन होत नसते. शिवाय, त्याला एकटे राहण्याचीही सवय नसते. अशा प्रकारे मनाची अर्धवट तयारी झाल्यामुळे त्या मुलाचा अभ्यास नीट होत नाही आणि शेवटी तो अनुत्तीर्ण होतो.

खरे तर त्या मुलाने स्वतःसाठी डॉक्टर होण्याचे लक्ष्य निर्धारित केलेले असते; पण तो त्याच्या लक्ष्यावर दृढ नसतो. त्यामुळेच त्याचे भाव, विचार, वाणी, क्रिया आणि निर्णय लक्ष्यासाठी पूरक नसतात. परिणामी, त्याला लक्ष्यप्राप्ती होऊ शकत नाही. लक्ष्मणाने जे लक्ष्य निश्चित केले होते, त्यावर तो आजीवन दृढ राहिला. राजप्रासाद असो, वनवास असो किंवा रणांगण, कोणत्याही परिस्थितीत त्याने आपल्या लक्ष्याप्रती असणारी दृढता कमी होऊ दिली नाही. तो सदैव श्रीरामांच्या सेवेसाठी तत्पर असायचा.

एकनिष्ठ भक्त

लक्ष्मण हा श्रीरामांचा एकनिष्ठ भक्त होता. एकनिष्ठ असणे म्हणजे एकावर निष्ठा असणे. नात्यांचा विचार केला तर आईवडिलांचे स्थान हे भावापेक्षा मोठेच असते; पण लक्ष्मणासाठी मात्र श्रीरामांहून महान अन्य कोणीच नव्हते. श्रीरामांशिवाय त्याला अन्य काहीच दिसत नव्हते, ऐकू येत नव्हते आणि काही सुचतही नव्हते. त्याच्यासाठी श्रीरामच त्याचे मातापिता, बंधू, सखा, स्वामी, गुरू, आणि आराध्य होते. श्रीरामांशी तो इतका एकनिष्ठ होता, की जगातले कोणतेही नाते, कोणतेही आकर्षण लक्ष्मणाला श्रीरामांपासून दूर नेऊ शकले नाही. म्हणूनच अयोध्या सोडून श्रीरामांबरोबर वनवासाला जाताना त्याला आईवडिलांपासून दुरावण्याचे दुःख झाले नाही की पत्नीच्या विरहाची पीडाही जाणवली नाही. श्रीरामांनी त्याला त्यांच्याबरोबर नेले, हेच त्याच्यासाठी परम सौभाग्य होते. श्रीरामांच्या सहवासात राहण्यासाठी तो काहीही करायला तयार होता. पण श्रीरामांचा वियोग मात्र त्याला मुळीच मान्य नव्हता. श्रीरामांच्या सेवेत तो वनातही प्रसन्न आणि संतुष्ट होता.

लक्ष्मणाची श्रीरामांवरची ही अतूट निष्ठा सर्व भक्तांसाठी एक आदर्श आहे. जेव्हा भक्ताची ईश्वरावर अशी एकनिष्ठा असते, तेव्हा ईश्वराला भक्ताबरोबर राहावेच लागते. म्हणजेच भक्ताच्या हृदयात स्वानुभव प्रकाशित होतो. त्याला आत्मसाक्षात्कार होतो. अशाच निष्ठेमुळे मीरेला, कृष्णाची (स्वानुभवाची) प्राप्ती झाली. भक्त प्रल्हादाला श्रीविष्णूंची (स्वानुभवाची) प्राप्ती झाली. शंकराचार्य, कबीर, गुरू नानक आणि बुद्ध यांना निराकार ब्रह्माची (स्वानुभवाची) प्राप्ती झाली. अर्थात निष्ठा ईश्वराच्या कोणत्याही रूपावर असो, पण त्यात लक्ष्मणाच्या भक्तीसारखी दृढता असली पाहिजे.

सत्यशोधक, सत्यप्रेमी, सत्यसेवक

राम (स्वानुभव) हेच लक्ष्मणाचे एकमेव लक्ष्य होते. त्याला अंतिम सत्य जाणून घेण्याची

आस होती, म्हणूनच तो एक सच्चा सत्यशोधक होता. त्याने श्रीरामांना माया, ईश्वर, जीव, वैराग्य, भक्ती अशा विविध बाबींविषयी प्रश्न विचारले. शिवाय, यावर श्रीरामांचे मार्गदर्शनही ध्यानपूर्वक ऐकले. श्रीरामांनी दिलेल्या ज्ञानाचे त्याने केवळ श्रवणच केले नाही तर ते आचरणातही आणले. त्याचा प्रत्येक प्रतिसाद भक्तियुक्त होता. श्रीरामांवर त्याची निष्काम प्रीती होती. त्याच्याद्वारे झालेल्या उच्चतम सत्कार्याचे श्रेयही तो केवळ श्रीरामांच्या शक्तीला आणि त्यांच्या कृपेलाच देत होता. यावरून असे लक्षात येते, की लक्ष्मण त्याचे प्रत्येक कार्य 'अकर्ता' भावनेने करत होता, निष्काम सेवा करत होता.

वनवासकाळात त्याने समस्त सुखांचा त्याग केला होता. श्रीराम-सीता जिथे-जिथे जात, तिथे-तिथे लक्ष्मण त्यांच्यासाठी सुंदर पर्णकुटी बांधून देत असे. दिवसभर तो दैनंदिन कामे करून रात्री पर्णकुटीबाहेर पहारा देऊन वन्य जीवांपासून आणि असुरांपासून कुटीचे रक्षण करत असे. कोणत्याही कर्माच्या बदल्यात तो फळाची अपेक्षा करत नसे. श्रीराम आणि सीता यांची सेवा करणे, हेच त्याच्या जीवनातले परम सुख होते. यावरून लक्ष्मणाचे जीवन हे सत्याच्या त्रिकोणावरच आधारित होते, असे दिसून येते. हे तीन कोन म्हणजे सेवा (निष्काम सेवा), श्रवण (सत्य श्रवण) आणि भक्ती (श्रीरामांची एकनिष्ठ दिव्य भक्ती).

सत्यासाठी प्रथम प्राधान्य

रामायणात आपण पाहिले, की श्रीरामांसंबंधी कोणत्याही कार्याला लक्ष्मणाने प्रथम प्राधान्य दिले आहे. मग ते श्रीरामांचे रक्षण असो, त्यांचा सन्मान असो किंवा त्यांनी अंगीकारलेल्या कार्याची पूर्तता असो. एखाद्या गोष्टीला प्राधान्य देणे म्हणजे त्या गोष्टीसाठी अन्य सर्व गोष्टी मागे सारून उत्साहाने आणि पूर्ण ताकदीनिशी प्रतिसाद देणे. वनवासात असताना लक्ष्मणाने सर्वात जास्त सावधानता बाळगली ती श्रीरामांच्या संरक्षणाची. म्हणूनच तर जेव्हा भरत श्रीरामांच्या भेटीसाठी वनात येतो आहे असे कळले, तेव्हा लक्ष्मणाच्या मनात अनेक शंकाकुशंका निर्माण झाल्या. शिवाय, तो भरताशी युद्ध करण्यासाठी सज्ज झाला. सीता-स्वयंवराच्या प्रसंगी जेव्हा राजा जनकाने पृथ्वीला वीरहीन असे संबोधले, तेव्हा लक्ष्मणाने तो श्रीरामांचा अपमान मानला. त्याने जनकाला त्वरित बाणेदारपणे उत्तर दिले, 'श्रीरामांसारखे महावीर, महापराक्रमी वीरपुरुष इथे उपस्थित असताना पृथ्वीला वीरहीन संबोधण्याचे धाडस तुम्ही कसे केलेत?' त्यानंतर जेव्हा परशुरामांनी क्रोधित होऊन शिवधनुष्य भंग करणाऱ्या व्यक्तीविषयी कटू शब्द उच्चारले, तेव्हाही श्रीरामांच्या सन्मानाचे रक्षण करण्यासाठी लक्ष्मण पुढे सरसावला होता.

त्याचप्रमाणे श्रीरामांच्या सहकार्यामुळे सुग्रीवाचा हेतू साध्य झाल्यावर तो राजसी सुखांमध्ये रममाण होऊन श्रीरामांना सीतेच्या शोधासाठी मदत करण्याचे दिलेले वचन विसरला, तेव्हाही त्याच्या या बेपर्वाईमुळे लक्ष्मण क्रोधित झाला आणि त्याने सुग्रीवाची कानउघाडणी केली. आणखी एका प्रसंगात श्रीरामांच्या कार्यपूर्तीसाठी लक्ष्मणाने कशा प्रकारे प्राधान्य दिले, हे दिसून येते. रामसेनेला लंकेवर आक्रमण करायचे होते, पण वाटेतल्या अथांग समुद्रामुळे बाधा निर्माण झाली होती. आपल्याला मार्ग करून द्यावा म्हणून श्रीराम समुद्राची प्रार्थना करत होते, पण या कार्यात थोडाही विलंब झालेला लक्ष्मणाला मान्य नव्हते. त्यामुळे आपल्या बाणांनी समुद्र शोषून घेण्याची त्याची इच्छा होती. शेवटी श्रीरामांनी समजावल्यावरच तो प्रतीक्षेसाठी तयार झाला.

या सर्व प्रसंगांमधून हेच जाणवते, की लक्ष्मण श्रीरामचरणी किती समर्पित होता. श्रीरामच त्याच्या जीवनाचा एकमेव आधारस्तंभ होते. त्याच्या जीवनाचा डोलारा श्रीराम स्तंभावरच तोलला गेला होता. श्रीरामकार्यासाठी तो सदैव तत्पर होता. इथे सत्यप्रेमींच्या मनात एक प्रश्न येऊ शकतो, की सत्याविषयी लक्ष्मणाचा प्रतिसाद कसा होता? सत्य श्रवण, सेवा, ध्यान या गोष्टींना तो नेहमीच प्राधान्य देत असे, की नम्र प्रतिसाद देऊन ते टाळत असे?

आत्मविश्वास, साहस आणि निर्णायक क्षमतेचे धनी

लक्ष्मण स्वभावतः रामाचा अनुयायी होता म्हणजे रामाच्या मागून चालणारा अर्थात रामाचाच मार्ग अनुसरणारा होता. तरीही त्याच्या स्वतंत्र व्यक्तिमत्त्वाची, दृढ आत्मविश्वासाची, असीम साहसाची आणि निर्णयक्षमतेची झलक वेळोवेळी दिसून येते. श्रीराम वनवासाला निघाले, तेव्हा थोडाही विलंब न करता लक्ष्मणाने एका क्षणात त्यांच्याबरोबर वनवासात जायचा निर्णय घेतला. यावरून त्याची निर्णयक्षमता दिसून येते. शिवाय, त्याचा हा निर्णय इतका दृढ होता, की वनवासाला जाताना त्याने एकदाही प्रासादिक सुखांकडे, आपल्या मातापित्यांकडे किंवा नवविवाहित पत्नीकडे मागे वळून पाहिले नाही. वनवासकाळात मोठमोठ्या राक्षसांच्या संहाराचा प्रसंग असो, क्रोधित ऋषी परशुरामांशी सामना करण्याचा प्रसंग असो किंवा राम-रावण युद्धामध्ये प्रचंड राक्षससेनेशी युद्धाचा प्रसंग असो... प्रत्येक वेळी लक्ष्मणाने अभूतपूर्व साहस आणि पराक्रम दाखवला. श्रीरामांवर आणि आपल्या सामर्थ्यावर त्याचा किती दृढ विश्वास होता, हे आपण परशुराम प्रसंगात पाहिलेच आहे. अवजड शिवधनुष्य त्याने गवताच्या काडीप्रमाणे सहज उचलून मोडण्याची गर्जना केली होती.

उपस्थित सर्व लोक भयभीत झाले होते. परशुरामांना उग्र शब्दांत उत्तरे देणारा लक्ष्मण काही केल्या मागे हटायला तयार नव्हता. अशा आवेशपूर्ण उत्तेजित मन:स्थितीतही श्रीरामांच्या केवळ एका इशाऱ्याने लक्ष्मण शांत झाला आणि मान झुकवून उभा राहिला.

दोन प्रसंग असेही आले होते, जेव्हा लक्ष्मण श्रीरामांच्या विचारांशी मुळीच सहमत नव्हता, तरीही त्याने आज्ञाधारी सेवकधर्माचे पालन केले. यातला पहिला प्रसंग म्हणजे सीतेच्या अग्निपरीक्षेचा प्रसंग. सीतेची अग्निपरीक्षा लक्ष्मणाला मुळीच मान्य नव्हती; पण त्याने श्रीरामांना विरोध केला नाही. दुसरा प्रसंग म्हणजे जेव्हा आपल्या प्रजेत सीतेविषयी वाढणारा विरोध पाहून श्रीरामांनी सीतेचा त्याग करण्याचा निर्णय घेतला. खरे तर श्रीरामांनाही असे करायचे नव्हते; पण त्यांनी आपला राजधर्म हा स्वार्थाहून श्रेष्ठ मानला. म्हणूनच प्रजेमध्ये शांती आणि एकता नांदावी, यासाठी त्यांनी सीतेला वनात ऋषी वाल्मिकींकडे पाठवून दिले. या गोष्टीमुळे लक्ष्मण खूप दु:खी झाला. त्याला हे अजिबात पटत नव्हते. पण जेव्हा श्रीरामांनी त्याला सीतेला वनात सोडून येण्याची आज्ञा केली, तेव्हा तो काहीही वादविवाद न करता रामलीलेचा आदर राखत सीतेला वनात सोडून आला.

लक्ष्मणासाठी श्रीराम हे त्याच्या मातापित्यांहूनही श्रेष्ठ होते. ते लक्ष्मणाचे गुरू होते, भगवान होते. श्रीरामांसाठी त्याच्या मनात तेज विश्वास, अतूट श्रद्धा होती. त्यामुळे श्रीरामांच्या एखाद्या आज्ञेवर त्याची बुद्धी असहमत होऊन काही तर्क करू लागली, तरीही प्रत्यक्षात मात्र तो श्रीरामांच्या आज्ञेचे पालन करत असे.

साधकाच्या जीवनातही अनेकदा असे प्रसंग येत असतात. कधीकधी त्याला त्याच्या गुरूंच्या आज्ञेचा उद्देशच समजत नाही, तर कधी आज्ञेचे महत्त्व कळत नाही. अशा वेळी साधकाला त्याच्या गुरूची पूर्ण ओळख झालेली नसेल, गुरूवर त्याचा तेज विश्वास नसेल, पूर्ण समर्पण आणि नितांत श्रद्धा नसेल तर जी गुरूंची आज्ञा त्याच्या सीमित बुद्धीला पटत नाही, तिचे पालन तो मुळीच करणार नाही. पण साधकाने हे ध्यानात ठेवले पाहिजे, की गुरू दूरदर्शी असल्याने भविष्याचा विचार करून वर्तमानात आज्ञा देत असतात. गुरूंच्या प्रत्येक आज्ञेमागे नक्कीच काही ना काही योग्य कारण असते. त्यामुळे योग्य-अयोग्याचा निर्णय खऱ्या गुरूंवर सोडून साधकाने पूर्ण निष्ठेने प्रत्येक आज्ञेचे पालन केले पाहिजे; तरच तो लक्ष्मण बनून गुरूंनी दिलेले सर्वोच्च लक्ष्य प्राप्त करू शकतो.

परिशिष्ट २

सत्य प्रकटण्यासाठीची निमित्ते

नारदाचा मानभंग

नारदाला सतीच्या (शिवपत्नी) पित्याने– प्रजापती दक्षराजाने शाप दिला होता, की तू कधीच एका स्थानी स्थिर राहू शकणार नाहीस. या शापामुळेच नारदमुनी एका जागी न राहता आकाश, पाताळ, पृथ्वी अशा तिन्ही लोकांत सतत भ्रमण करत असत. कुठे काय चालले आहे, हे जाणून घेत असत आणि मग भगवान विष्णूंकडे जाऊन त्यांना तिन्ही लोकांची बित्तंबातमी देत असत.

एकदा नारद हिमालयात गेले होते. तिथे त्यांना एक गुहा दिसली. त्या गुहेमध्ये भगवान शिवांनी अनेक वर्षे तप केले होते. तेव्हा त्या पवित्र गुहेमध्ये बसून आपणही ध्यान करावे, अशी इच्छा नारदांच्या मनात जागृत झाली आणि ते त्या गुहेमध्ये बसून ध्यानमग्न झाले. अनेक वर्षे ते तिथे ध्यानात बसून होते. त्यांच्या तपस्येने देवाधिदेव इंद्रदेव भयभीत झाले. त्यांच्या मनात आले, जो नारद थोडा वेळही कधी एका जागी स्थिर राहू शकत नाही, तो इतकी वर्षे एकाच जागी बसून स्थिर ध्यान कसे बरे करू शकतो? याचाच अर्थ, त्याला नक्कीच काहीतरी मोठे वरदान हवे असणार! नारदमुनींच्या कठोर तपस्येमुळे आपले सिंहासन हिरावले जाते की काय, अशी भीती इंद्राला वाटू लागली.

नारदांच्या तपाने भयभीत झालेल्या इंद्राने कामदेवाला बोलावले आणि त्याला नारदाची तपश्चर्या भंग करण्याची आज्ञा दिली. अनेक कथांमध्ये आपण वाचले आहे, कोणीही असे कठोर तप केले, की इंद्रदेव भयभीत होऊन कामदेव आणि अप्सरांच्या मदतीने त्या तपस्व्याची तपस्या भंग करत असे. याही वेळी कामदेव अप्सरांना घेऊन

नारदमुनींची तपश्चर्या भंग करण्यासाठी गेले. पण हरतऱ्हेने प्रयत्न करूनही त्यांना नारदमुनींची तपश्चर्या भंग करता आली नाही.

या अपयशाने कामदेव घाबरले. त्यांना वाटले, आता नारदमुनी रागावून आपल्याला शापित करतील. पण नारदमुनी ध्यानातून जागे झाले, तेव्हा त्यांनी कामदेवांचे अभिनंदन केले, त्यांना धन्यवाद दिले. त्यांच्या मनात कामदेवाविषयी राग, द्वेष नव्हे, तर सहानुभूती होती. नारदांच्या या अनपेक्षित वागण्यामुळे कामदेवांना खूपच आश्चर्य वाटले.

कामदेव प्रसन्न होऊन इंद्राकडे जाऊन म्हणाले, नारदांची भक्ती आणि ध्यान दोन्ही खरे आहे. त्यांनी कामभावनेवर विजय मिळवला असून मलाही चांगली वागणूक दिली. याउलट भगवान शिवांनी तर माझे भस्मच केले होते. वास्तविक, नारदमुनींना ही गोष्ट माहीत नव्हती, की कामदेव जेव्हा शिवांची तपस्या भंग करायला गेले होते, तेव्हा भगवान शिवांनी कामदेवावर क्रोधित होऊन तिसऱ्या नेत्राची दृष्टी टाकून त्याला जाळून भस्म केले होते. पण कामदेवाची पत्नी– रतीने जेव्हा शिवांची करुणा भाकली, तेव्हा शिवाला तिची दया आली. म्हणून शिवांनी कामदेवाला पुन्हा जीवनदान देऊन सांगितले, 'श्रवण, सेवा आणि भक्ती यांच्या त्रिकोणामध्ये राहणाऱ्या भक्तावर तुझा काहीही परिणाम होणार नाही. तुझा प्रभाव या त्रिकोणाच्या बाहेरच असेल, आत नाही.'

भगवान शिवांनी कामदेवावर विजय मिळवल्यामुळे कामदेवाला त्यांचे म्हणणे मान्य करावे लागले. म्हणूनच कामदेव नारदमुनींची तपश्चर्या भंग करू शकले नाहीत. कारण नारदमुनी शिवांनी तप केलेल्या स्थळी तपश्चर्या करत असल्याने ते स्थळ शिवप्रभावित आणि तपश्चर्येसाठी सुरक्षित स्थळ होते. म्हणूनच तिथे कामदेव निष्प्रभ ठरले. हे रहस्य माहीत नसल्यामुळे नारदांचा असा गैरसमज झाला, की त्यांनी स्वतःच्या तपोबलामुळे कामदेवावर विजय प्राप्त केला आहे.

सुरक्षित वातावरणात केलेल्या तपश्चर्येमुळे नारदमुनींनी कामदेवावर विजय प्राप्त केला. त्यानंतर नारदमुनी भगवान शिवांकडे गेले आणि सर्व घटना त्यांना कथन केली. कामदेवांनी कशी त्यांची तपश्चर्या भंग करण्याचा प्रयत्न केला, पण त्यांनी त्याला हरवून परत पाठवले. ते ऐकल्यावर भगवान शिवांनी नारदांची खूप स्तुती केली. प्रत्यक्ष भगवान शिवांनी स्तुती केल्यामुळे नारदमुनी आनंदित झाले. पण नारद तिथून निघाले तेव्हा त्यांना निरोप देताना भगवान शिव म्हणाले, 'नारदा, हे सर्व तू भगवान विष्णूंना सांगू नकोस हं!' शिवांचे हे शेवटचे वाक्य म्हणजे एक महत्त्वाची आज्ञा होती आणि ती नारदांची परीक्षा घेण्यासाठी होती. त्या वेळी नारद इतके आत्ममुग्ध होते, की ते त्या आज्ञेचे गांभीर्य समजू शकले नाहीत.

शिवांनी उच्चारलेले ते शेवटचे वाक्य नारदमुनींना काही भावले नाही. त्यांना वाटले, 'मी जर माझे आराध्य भगवान विष्णूंना सर्व काही सांगत असतो, तर मग मी प्राप्त केलेले हे सर्वोच्च यश त्यांना का नाही सांगायचे?' हा विचार करत-करत नारद विष्णुलोकांत जाऊन पोहोचले आणि त्यांनी भगवान विष्णूंना सर्व काही सांगून टाकले. अशा प्रकारे त्यांनी भगवान शिवांच्या आज्ञेचा भंग केला. खरे तर हा सर्व शिवलीलेचाच एक भाग होता. तो जाणल्यानंतर आपल्याला स्वत:बद्दल काही गोष्टी नव्याने कळतील.

नारदांनी जेव्हा भगवान विष्णूंना सर्व गोष्टी सविस्तर सांगितल्या, तेव्हा त्यांनीही नारदांची स्तुती केली. ते म्हणाले, ''खूपच चांगले काम केलेस तू, नारदा!'' मग नारदांनी पृथ्वीलोकांत जाण्यासाठी भगवान विष्णूंची अनुमती मागितली. ते म्हणाले, ''भगवान, आता मी पृथ्वीवर जाऊन बघतो, की जे लोक ध्यान करत नाहीत, त्यांना काय समस्या आहेत?'' अशा प्रकारे भगवान विष्णूंची आज्ञा घेऊन नारद पृथ्वीवर आले. तिथे त्यांना एक नवीनच प्रदेश दिसला. ते एक अतिसुंदर राज्य होते. ते पाहून नारदमुनींना आश्चर्य वाटले, कारण त्यापूर्वी त्यांनी कधीच ते राज्य पाहिले नव्हते. त्यांच्या मनात विचार आला, 'आतापर्यंत कित्येक वेळा मी इथे आलो, पण याआधी मी हे राज्य कसे पाहिले नाही?' मनातल्या मनात आश्चर्य करतच त्यांनी त्या राज्यात प्रवेश केला. तिथे गेल्यावर त्यांना कळले, की त्या राज्याची राजकुमारी विश्वमोहिनी हिच्या स्वयंवराची तयारी सुरू आहे.

आपल्या राज्यात नारदमुनी आले आहेत, हे कळताच त्या राज्याच्या राजाने नारदमुनींचा आदर-सत्कार केला. मग राजाने आपल्या पुत्रीला नारदांसमोर बोलावून तिचे भविष्य विचारले. राजकुमारी विश्वमोहिनी अतिसुंदर होती. नारद तिच्याकडे पाहतच राहिले. तिचे भविष्य जाणून घेताना त्यांना कळले, 'जो कोणी त्या राजकुमारीशी विवाह करेल, तो अमर होईल आणि त्याला सर्वश्रेष्ठ पद प्राप्त होईल.' विश्वमोहिनीच्या सौंदर्याने आणि अमर होण्याच्या लालसेने तिच्याशी विवाह करण्याची तीव्र इच्छा नारदांच्या मनात जागी झाली. राजाला काहीच न सांगता ते थेट भगवान विष्णूंकडे गेले.

भगवान विष्णूंना ते म्हणाले, ''हे भगवान, काही काळासाठी मला तुमचे रूपलावण्य द्यावे. कारण मला विश्वमोहिनीच्या स्वयंवरामध्ये सहभागी व्हायचे आहे.'' नारदांना माहीत होते, की भगवान विष्णू सर्वांत आकर्षक, सुंदर आहेत. त्यामुळे त्यांचे रूप लाभले तर राजकुमारी विश्वमोहिनी आपल्यालाच वरेल. नारदांची प्रार्थना ऐकून भगवान विष्णू त्यांना म्हणाले, ''नारदा, अरे, मी तर माझ्या भोळ्याभाबड्या भक्तांना नेहमीच साहाय्य करत असतो. तेव्हा आता तुलाही साहाय्य करेन.'' खरे तर भगवान विष्णूंनी खूपच मोठी गोष्ट नारदांना सांगितली होती, पण भगवान विष्णूंच्या बोलण्याचा अर्थ ते

समजू शकले नाहीत. भगवान विष्णूंचे लावण्य आपल्याला मिळणार, या कल्पनेनेच ते आनंदित झाले.

भगवान विष्णूंनी नारदांना आपले लावण्य तर दिले; पण त्यांचा चेहरा मात्र वानराचा केला. आपले देखणे हातपाय पाहून नारद आनंदून गेले, पण भगवान विष्णूंचे लावण्य लाभलेल्या आपल्या शरीरावर चेहरा मात्र वानराचा आहे, हे त्यांना समजलेच नाही. पृथ्वीवर आतापर्यंत जे राज्य अस्तित्वात नव्हते, ते एकाएकी कसे बरे निर्माण झाले, याचाही विचार त्यांनी केला नव्हता. त्यांना इतर कशाचेच भान राहिले नव्हते. कारण सुंदर राजकुमारीशी विवाह करण्याच्या तीव्र इच्छेने त्यांचे मन व्यापून गेले होते. भगवान विष्णूही एका राजाचे रूप धारण करून विश्वमोहिनीच्या स्वयंवरासाठी गेले. पण त्यांची उपस्थितीही नारदांना जाणवली नाही. कारण विषयवासना जेव्हा मेंदूचा ताबा घेतात, तेव्हा सत्य दिसेनासे होते.

या कथेत पुढे काय झाले असेल, याची एव्हाना तुम्हांला स्पष्ट कल्पना आली असेल. जेव्हा राजकुमारीने नारदांचा चेहरा पाहिला, तेव्हा ती नाक मुरडून पुढे निघून गेली. कारण नारदांचा चेहरा वानराचा होता. भगवान विष्णूंना पाहताच राजकुमारीने त्यांच्या गळ्यात वरमाला घातली. ते पाहून नारद क्रोधित झाले, दुःखी झाले. असे का व्हावे, हेच त्यांना कळेना. तेवढ्यात नारदांच्या शेजारीच उभा असलेला एक प्रतिस्पर्धी राजा नारदांना म्हणाला, ''अरे, असा दुःखी का होतोस? आरशात पाहिले आहेस का कधी? तुझा हा असा चेहरा पाहून कोणी राजकुमारी तुला वरेलच कशी?'' ते ऐकून तत्काळ नारदांनी तिथल्या एका जलपात्रातल्या पाण्यात स्वतःच्या चेहऱ्याचे प्रतिबिंब पाहिले. स्वतःचा असा वानररूपी चेहरा पाहून त्यांच्या लक्षात आले, की भगवान विष्णूंनी त्यांना फसवले आहे. त्यामुळे ते भगवान विष्णूंवर क्रोधित झाले.

क्रोधित नारद जेव्हा विष्णुलोकांत परतले, तेव्हा त्यांनी पाहिले, की विष्णू नुकतेच विश्वमोहिनीशी विवाह करून परतले आहेत. ते पाहून नारदांचा क्रोध आणखी वाढला आणि त्यांनी भगवान विष्णूंना शाप दिला, ''तुम्हीही माझ्यासारखे पत्नीसाठी तळमळत राहाल.'' नारदमुनींनी दिलेल्या या शापामुळेच रामावतारात श्रीरामांना पत्नी सीतेचा वियोग सहन करावा लागला. या प्रसंगावरून असे दिसून येते, की भगवानांनी घेतलेल्या परीक्षेत नारद पूर्णपणे अनुत्तीर्ण झाले होते. एवढेच नाही तर क्रोध आणि अहंकारामुळे त्यांनी स्वतःच्या आराध्यालाच शाप दिला होता.

भगवान विष्णूंनी जेव्हा नारदांसमोर वास्तव प्रकट केले, तेव्हा नारदमुनी भानावर आले. त्यांना दिसले, की राजकुमारी आणि तिचे ते राज्य सर्व काही लुप्त झाले होते.

कारण प्रत्यक्षात ते नव्हतेच. भगवान विष्णूंच्या लीलेने निर्माण केलेला तो केवळ एक आभास होता. सत्य समजल्यावर नारदांना पश्चात्ताप झाला. त्यांनी भगवान विष्णूंची क्षमायाचना केली.

आता भगवान विष्णूंना शाप दिल्याबद्दल नारदांना चिंता वाटू लागली. ते पाहून भगवान विष्णू त्यांना म्हणाले, ''नारदा, तू दिलेल्या शापाची चिंता करू नकोस. ती तर केवळ एक अभिव्यक्ती असेल. कारण सीतेसाठी तळमळणे म्हणजे सत्यासाठी तळमळणे. त्यात तर मला आनंदच लाभेल.''

पवित्र स्थानातून प्रेरणेचा लाभ

या प्रसंगात आपण पाहिले, की भगवान शिवांच्या तपस्थळावर गेल्यावर नारदमुनींच्या मनात तपश्चर्या करण्याची इच्छा जागृत झाली. त्यामागे खूप मोठे कारण आहे. आपण जाणताच, की ज्या बोधिवृक्षाखाली भगवान बुद्धांना आत्मसाक्षात्कार झाला होता, त्या बोधिवृक्षाचे दर्शन घ्यायला आजही अनेक भक्त जातात. तिथे गेल्यावर लोक काही क्षण त्या वृक्षाखाली बसतात. कारण ते स्थान पवित्र आणि मन एकाग्र करण्यासाठी उचित आहे, हे त्यांना माहीत असते. म्हणूनच त्या स्थळाला भेट देणाऱ्याला तिथे ध्यान करण्याची इच्छा होते. मंदिर, मशीद, गुरुद्वारा अशा धार्मिक स्थळी गेल्यावर माणसाच्या मनात पवित्र भाव जागे होतात. त्याला शांत, निश्चिंत आणि प्रसन्न वाटते. त्याचे मन आणि अहंकार दोन्ही ईश्वरचरणी समर्पित होते. पण, अशा पवित्र ठिकाणी गेल्यावरही मनात भक्तिभाव आणि ध्यान करण्याची इच्छा होत नसेल तर मग अन्य ठिकाणी ती कशी होणार? मायेने भारलेल्या जगात टीव्हीसमोर बसून ध्यान कसे होणार? खरे तर मन इतके शांत आणि स्थिर असावे, की टीव्हीसमोर बसूनही ध्यान करता आले पाहिजे. मोहमायेमध्ये राहूनही ध्यान साधता आले पाहिजे. नेमके हेच तर आपल्याला शिकायचे आहे. म्हणजे कोणत्याही स्थानी आपल्याला ध्यान करता येईल, मन एकाग्र करता येईल. समजा, टीव्हीवर क्रिकेटची मॅच चालू असेल आणि तरीही तुम्ही ध्यानासाठी डोळे बंद करून बसला असाल तर याचाच अर्थ, ध्यान करण्याची शुभ इच्छा तुमच्याकडून कोणत्याही ठिकाणी, कोणत्याही परिस्थितीत ध्यान करून घेऊ शकेल.

सत्याच्या त्रिकोणातील सुरक्षित वातावरण

नारदांनी ज्या ठिकाणी आणि ज्या वातावरणामध्ये ध्यान केले होते, ते सत्याच्या त्रिकोणाचे स्थान होते. त्यामुळे त्यांना अनेक वर्षे ध्यान करणे शक्य झाले. अशा सुरक्षित

वातावरणात ध्यान साधणे शक्य झाले तर बाहेरच्या म्हणजेच मोहमायेच्या संसारातही ध्यान करण्याची शक्यता वाढते. पण एखादी व्यक्ती सुरक्षित वातावरणातही ध्यान करू शकली नाही तर ती बाह्य वातावरणात ध्यान करू शकेल, हा विचार करणेही व्यर्थ आहे.

सत्याच्या त्रिकोणातले वातावरण अतिशय सुरक्षित असते. त्याचप्रमाणे सत्यसाधकांचा चेतना स्तरही सामान्य माणसांपेक्षा उच्च असतो. त्यामुळे कोणत्याही घटनेत काही चूक करणाऱ्याला ते त्वरित क्षमा करू शकतात. शिवाय त्याला सुधारण्याची आणि प्रशिक्षित होण्याची संधीही देतात. सुरक्षित वातावरणामध्ये सर्व गोष्टींचा सहजतेने स्वीकार होतो. कारण त्या सुरक्षित पृष्ठभूमीवर सर्व जिवांना आणि सर्व स्थितींना समान मानण्याची शिकवण मिळालेली असते. म्हणूनच सच्च्या भक्तांच्या सहवासात आपण सुरक्षित असतो.

या प्रसंगात भगवान शिव कामदेवाला म्हणतात, "श्रवण, सेवा आणि भक्ती यांच्या त्रिकोणात राहणाऱ्या भक्तांवर तुझा काहीही प्रभाव पडणार नाही. त्या त्रिकोणाच्या बाहेरच तुझा प्रभाव पडेल, त्याच्या आत नाही." त्यावरून तुम्हांला श्रवण, सेवा, भक्ती यांच्या त्रिकोणाचे महत्त्व समजले असेल. जोपर्यंत माणूस या त्रिकोणामध्ये असतो, तोपर्यंत कामना, वासना त्याच्यावर आक्रमण करू शकत नाहीत. तो सुरक्षित असतो. या त्रिकोणात असताना तो त्याच्या इंद्रियांचा गुलाम नाही, तर मालक असतो. पण या त्रिकोणातून बाहेर येताच इंद्रिय, मायावी आकर्षणे आणि कामना त्याला आपल्या जाळ्यात अडकवतात. आता थोडा वेळ हे पुस्तक बाजूला ठेवा आणि मनन करा, 'माझ्या जीवनात श्रवण, सेवा आणि भक्ती यांचा त्रिकोण किती मजबूत आहे.' सध्या त्या त्रिकोणाचा कोणता कोन कमजोर आहे आणि कोणता सर्वाधिक मजबूत आहे, प्रत्येक क्षणी सत्याच्या त्रिकोणामध्ये कसे राहता येईल, या त्रिकोणातून बाहेर येण्यापासून आपल्याला रोखेल, अशी कोणती व्यवस्था आपल्याला करता येईल, याचा विचार करायला हवा.

इंद्रिये आपले रहस्य उघड करत नाहीत

बऱ्याच पौराणिक कथांमध्ये तुम्ही वाचले असेल, की जेव्हा कोणी देव, असुर, मानव किंवा ऋषिमुनी घोर तपश्चर्या करू लागतात, तेव्हा इंद्राचे आसन डळमळते, हलू लागते. त्यांच्या तपश्चर्येमुळे आपले देवलोकीचे राजपद हिरावले जाते की काय, या विचाराने तो विचलित होतो आणि त्याला असुरक्षित वाटू लागते. वास्तविक इंद्र हे इंद्रियांचे प्रतीक आहे. अप्सरा या मायेच्या आकर्षणाचे आणि कामदेव हे कामनांचे, वासनांचे प्रतीक आहेत.

माणूस जेव्हा भक्ती आणि ध्यानसाधनेमध्ये पुढेपुढे जाऊ लागतो, तेव्हा त्याला सर्वांत मोठा धोका जाणवतो, तो त्याच्या इंद्रियांचा. 'भक्ती, ध्यानामध्ये लीन असलेल्या माणसाच्या इंद्रियांना वाटू लागते, आता याच्यावर आपली हुकुमत चालणार नाही.' तुम्ही ध्यानामध्ये बसलेले असताना अचानक तुमचे डोळे उघडले तर समजा, की इंद्र अर्थात इंद्रिये अस्वस्थ झाली आहेत. उदाहरणार्थ, ध्यानाला बसल्यावर काही वेळाने तुमचे डोळे अचानक उघडले, काही वेगळा आवाज ऐकू आला, हात हलले, शरीर थोडे हलले, नाकाला काही सुगंध जाणवला, काही खावेसे वाटले, तहान लागली तर समजा, की हे इंद्रियांचे कारस्थान आहे. कारण इंद्रियरूपी इंद्र भयभीत झाला असून त्याचे आसन डळमळीत होऊ लागले आहे.

ध्यान करताना अचानक कामना, वासना जागृत झाल्या, मोहमायेकडे लक्ष जाऊ लागले, इंद्रियांची मागणी सुरू झाली, की तुमचा (तुम्ही वास्तवात जे आहात त्याचा, सेल्फचा) तपोभंग करण्यासाठी, तुम्हांला ध्यानामध्ये स्वतःचा अनुभव घेता येऊ नये, यासाठी इंद्राच्या सेवकांनी तुमच्यावर हल्ला केला आहे, असे समजा. कारण तुमचे ध्यान सफल झाले तर तुम्हांला तुमचे 'सत्यस्वरूप' कळेल, तुम्ही इंद्रियांना ताब्यात ठेवू शकाल आणि मग तुमच्यावरचे तुमच्या इंद्रियांचे राज्य संपून जाईल. खरे तर अशा प्रकारची प्रत्येक कथा ही आपलीच 'आंतरिक कथा' असून कथेतल्या सर्व घटना या आपल्याच जीवनाशी संबंधित असणाऱ्या आंतरिक घटना आहेत.

एका आज्ञेत भक्ताची परीक्षा

या प्रसंगात भगवान शिवांनी नारदमुनींना सांगितले होते, की कामदेवावर विजय मिळवल्याची गोष्ट भगवान विष्णूंना सांगू नकोस. पण नारदांनी त्या आज्ञेचे पालन केले नाही. तुमच्या जीवनातही असा एखादा प्रसंग घडला असेल. तुम्ही एखादी गोष्ट उत्तम प्रकारे पार पाडल्यावर ते आपल्या मित्राला सांगितले असेल आणि त्या मित्राने तुमचे खूप कौतुक केल्यावर ती गोष्ट इतरांना सांगू नकोस, असा सल्ला तुम्हांला दिला असेल. ते ऐकून तुम्हांला थोडे वाईटही वाटले असेल. कारण तुम्हांला तर तुमचे यश सगळ्यांना सांगावेसे वाटते.

गुरू नेमके हेच करतात. साधक आपल्या गुरूंना सांगतो, 'मी सेवेदरम्यान अमुक कार्य केले... पुढे तमुक कार्य करणार आहे... माझ्या अशा योजना आहेत...' ते ऐकल्यावर गुरू त्याचे आधी कौतुक करतात, पण नंतर त्याला सांगतात, या कार्याचे श्रेय तू घेऊ नकोस. अशा वेळी त्या साधकाला काय वाटत असेल? त्याला असेच वाटत

असेल, की एवढी मोठी गोष्ट मी आधी गुरूंना सांगितली, पण काय उपयोग? गुरूंनी अशी आज्ञा देऊन माझा सगळा आनंदच हिरावून घेतला. याचे कारण म्हणजे माणसाला थोडे यश मिळताच त्याचा अहंकार जागृत होतो. अहंकाराला केवळ आत्मस्तुती प्रिय असते. त्याला सर्वांना आपले यश सांगायचे असते, 'बघा बघा, मी किती छान काम केले आहे.' त्याला कार्याचे श्रेय घेऊन धष्टपुष्ट व्हायचे असते. त्यातच त्याचे समाधान असते. खरे तर केलेल्या कार्याचे श्रेय न घेण्याची आज्ञा गुरू सर्वांनाच देत नाहीत. अशी आज्ञा त्यालाच दिली जाते, ज्याच्यामध्ये उच्च ज्ञान प्राप्त करण्याची क्षमता निर्माण झालेली असते. ज्या व्यक्तीचा अहंकार भक्तीपुढे लीन होण्यास तयार असतो आणि जो या आज्ञेचा खरा अर्थ समजून घेऊ शकतो. अशा शिष्यासाठी तर ही आज्ञा म्हणजे एक सकारात्मक संकेत असतो. त्याला समजते, की माझा अहंकार वाढू नये, म्हणून गुरुजी मला श्रेय घेण्यापासून परावृत्त करत आहेत. कारण अहंकार हीच भक्तिमार्गातली सर्वात मोठी बाधा आहे. काही लोकांना गुरुजी असेही सांगतात, 'तू खूपच चांगले कार्य केले आहेस. आता हे सर्वांना जाऊन सांग.' कारण त्या शिष्याला तेच ऐकायचे असते. सुरुवातीला असेच होते. स्तुतीमुळे माणसाला आणखी चांगले काम करण्याची प्रेरणा मिळत असते. त्याला वाटत असते, गुरूंकडे गेल्यावर त्यांनी म्हणावे, 'अरे, इतके दिवस कुठे होतास? मी तुझी किती वाट पाहत होतो.' गुरूंनी म्हटलेली अशी काही वाक्येही लोक इतरांना सांगत सुटतात. 'बघा, गुरुजी म्हणाले की ते माझीच वाट बघत होते. रामकृष्ण परमहंस विवेकानंदांची वाट बघत होते ना अगदी तसेच.' केवळ एकाच वाक्याने भक्ताची परीक्षा कशी घेतली जाते, हेच यावरून समजते.

प्रत्येकाच्या बाबतीत अशी आंतरिक लीला सतत सुरू असते. मनाला वाटत असते, 'आपण हे करावे... ते करावे...' पण आपण त्याला समजावले पाहिजे, 'नाही, याचे श्रेय तू घेऊ नकोस. तू तुझ्या पूर्वावस्थेमध्येच ('स्व'च्या अनुभूतीतच) राहा.' याचाच अर्थ ज्ञान प्राप्त केल्यावरही आपण पूर्वावस्थेमध्येच राहून भक्तीची याचना केली पाहिजे. म्हणजेच ज्ञानी असूनही अज्ञानी होऊन राहिले पाहिजे. तर्काने विचार केला तर हे योग्य वाटणार नाही. तरीही आपण हेच करायचे आहे आणि ज्ञानाचा दिखावा करण्यापासून स्वतःला वाचवायचे आहे.

क्रियेमध्ये भक्ती आणा

जिथे भगवान शिवांनी तप केले होते, ते पवित्र स्थान नारदांना तपश्चर्येसाठी लाभले. अशा पवित्र जागी बसून ध्यान करायला मिळणे हे वास्तविक वरदानाप्रमाणेच होते;

पण नारदांसाठी मात्र तो अभिशाप कसा ठरला, हे या कथेत आपण समजून घेतले. या छोट्याशा कथेत अनेक महत्त्वाचे संकेत दडले होते. त्यातला सर्वात महत्त्वाचा संकेत म्हणजे भक्ती ही क्रियेत उतरली पाहिजे. म्हणजेच भक्तीप्रमाणे आचरण झाले पाहिजे. कारण जेव्हा भक्ती क्रियाशील होते, तेव्हा मनाने कितीही बडबड केली तरी साधक आपला तर्क बाजूला ठेवून गुरुआज्ञेचे निश्चयपूर्वक पालन करू शकतो. नारदांनी जर शिवाच्या आज्ञेचे पालन केले असते तर पुढचा सारा खेळ झालाच नसता. म्हणूनच शिष्यासाठी गुरुआज्ञेचे पालन करणे खूप महत्त्वाचे आहे. गुरूंनी दिलेली छोटी आज्ञाही महान वृक्षाच्या फलासमान असते. यावर विश्वास ठेवून जर कोणी गुरुआज्ञेचे पालन केले तर त्याचा वर्तमानही उज्ज्वल बनतो आणि भविष्यही!

भक्ती क्रियेमध्ये उतरते, तेव्हा साधक विकार आणि वासना यांमागे अंधपणे धावत सुटत नाही. एखादा विकार किंवा इच्छा मनात येताच तो मनन करतो, अनेक प्रश्न विचारून तिची चौकशी करतो, तिचा शोध घेतो. साधकाच्या जीवनात 'शोध घेत राहण्याला' अनन्यसाधारण महत्त्व आहे. जीवनातल्या प्रत्येक घटनेवर मनन करून स्वतःचा शोध घेतल्यानेच आपल्याला घटनेमागे असणारा खरा उद्देश समजतो. कोणतीही घटना आपल्यासोबत घडत नसून, ती आपल्यासाठी घडत असते. कारण तिच्या निमित्ताने आपल्याला अंतरंगात डोकावण्याची संधी मिळते. आपले विचार आणि आपली कर्मे पारखण्याची संधी लाभते. यामुळे आपली काही चूक झाली आहे का, हे समजून घेता येते. एका माणसाला एकदा अचानक कंबरदुखीचा त्रास सुरू होतो. थोडा विचार केल्यावर, शोध घेतल्यावर त्याच्या लक्षात येते, अनेक दिवस त्याने स्वतःच्या शरीराकडे दुर्लक्ष केले आहे आणि काहीही शारीरिक व्यायाम केलेला नाही. मग तो पुन्हा व्यायाम सुरू करतो. अशा प्रकारे प्रत्येक घटनेचा विचार करून, शोध घेऊन आपण योग्य तेच पाऊल उचलू शकतो, योग्य निर्णय घेऊ शकतो.

दमन करणे नाही, तर समज देणे योग्य

काही लोक दिवसरात्र कामामागे (कामनांमागे) धावत असतात, तर काही लोक वासना, इच्छांपासून पळ काढतात. म्हणजेच बहुतांश लोकांचा 'काम' या संकल्पनेबद्दल असणारा दृष्टिकोन अतिशय टोकाचा असतो. नारदांनी असे काहीही केले नाही. त्यांनी कामदेवांचे स्वागत केले आणि त्यांचा सत्कार करून त्यांना सादर परत पाठवले. म्हणजेच ते कामग्रस्तही झाले नाहीत आणि त्यांनी कामाचा द्वेषही केला नाही. त्यांना माहीत होते, की कामदेवाशी संघर्ष केला तरी ते त्याच्या जाळ्यात अडकतील आणि त्याच्यापासून

पलायन केले तरीही त्यातच अडकतील. म्हणूनच त्यांनी मध्यम मार्ग निवडला आणि कामदेवाच्या जाळ्यात अडकवू पाहणाऱ्या सर्व शक्यता एकदमच नष्ट केल्या.

माणूसही त्याच्या कामना नियंत्रित करण्यासाठी त्यांचे दमन करू लागला, त्यांना दडपून टाकू लागला तर ती दडपशाही फार काळ टिकत नाही. त्याची सारी शक्ती, ऊर्जा कामनांना दडपण्यातच खर्च होत असते. त्याचे मन वारंवार कामनांचे चिंतन करत असते आणि तो त्यांना मनातून हाकलून देण्यासाठी धडपडत असतो. कामनांची ओळख, त्यांच्यापासून मुक्ती मिळवण्याचा योग्य मार्ग समजून न घेतल्यामुळे, मन आधीपेक्षाही अधिक प्रबलतेने कामनापूर्ती करू लागते. आपल्या इच्छा पूर्ण करून घेऊ लागते.

जे लोक खवय्ये असतात, त्यांनी कोणत्याही समजेशिवाय उपवास केला तर ते योग्य प्रकारे उपवास करूच शकणार नाहीत. कारण त्या दिवशी त्यांनी प्रत्यक्षात काही खाल्ले नाही तरी त्यांच्या मनात मात्र खाण्यासंबंधी अनेक विचार येत असतात. उपवास सोडल्यावर कायकाय खावे, याचेच विचार चालू असतात. परिणामी, उपवास सुटला की ते अन्नावर तुटून पडतात. खरे तर उपवास का करतात? तर अधूनमधून आपल्या पचनसंस्थेला आराम मिळावा, तिचे कार्य सुधारावे आणि मन शांत ठेवून भक्तीमध्ये लीन राहता यावे म्हणून; पण होते उलटेच. उपवासाच्या दिवशीही आपले मन भजनाऐवजी भोजनातच रमते. मग उपवास सोडल्यावर नेहमीपेक्षा जास्त आणि चविष्ट अन्न सेवन केल्यामुळे पचनक्रियेवर ताण येतो. त्यामुळे पोट बिघडते. जे लोक उपवास-क्रिया नीट समजून घेऊन करतात, ते अशा चुका करत नाहीत. त्यामुळे त्यांना उपवासाचा लाभ मिळतो.

कामना : गरज की चैन?

विश्वमोहिनीला पाहताच नारदांच्या मनात तिला प्राप्त करून घेण्याची इच्छा निर्माण झाली. माणसाची ही सहज प्रवृत्ती असते. त्याने जर एखादी आकर्षक गोष्ट पाहिली आणि जर ती त्याच्याकडे नसेल, तर ती आपल्याला मिळावी, अशी इच्छा त्याच्या मनात जागृत होते. जोपर्यंत त्याला अशी अप्राप्य आकर्षक गोष्ट दिसत नाही, तोपर्यंत त्याचे मन शांत आणि शुद्ध असते. पण ती गोष्ट दिसताच त्याच्या मनात विचार येऊ लागतात, 'मलाही हे मिळाले तर... माझ्या बाबतीतही असे घडले तर...' खरे तर असे कोणतेही दृश्य पाहताच, मनात त्याविषयी काही विचार येण्यापूर्वीच त्याने सजग व्हायला हवे. आधी सजगता नसेल तर त्याने निदान नंतर तरी सजग होऊन स्वतःला विचारावे 'ही गोष्ट माझी गरज आहे की चैन? मला खरेच हे हवे आहे का? हेच माझ्या आयुष्याचे

रामायणात अनेक प्रसंगांमध्ये श्रीरामांच्या शांत, संयमी स्वभावाविरुद्ध असलेल्या लक्ष्मणाच्या आक्रमक स्वभावाचे दर्शन झालेले आहे. अनेक प्रसंगांत त्याने आपल्या बलाची आणि पराक्रमक्षमतेची गर्जना केली आहे. त्यामुळे काही लोकांना हा लक्ष्मणाचा अहंकार किंवा गर्व वाटू शकतो. पण, एक गोष्ट मात्र लक्षात घेतली पाहिजे, की लक्ष्मण जेव्हा जेव्हा आक्रमक झाला तेव्हा तेव्हा तो स्वतःसाठी नव्हे, तर केवळ श्रीरामांच्या रक्षणासाठी, त्यांच्या सन्मानाच्या रक्षणासाठीच आक्रमक झाला. अन्यथा तो नेहमी श्रीरामांची वाट अनुसरणारा आणि त्यांच्या आज्ञेत राहणारा सेवक म्हणूनच राहिला. कित्येक वेळा शक्य असूनही त्याने स्वतःच्या बळाचा वापर केला नाही. हा त्याचा महान गुण आहे.

आपल्याला लक्ष्याप्रति स्पष्टता येते आणि आपण त्यावर दृढ असतो, तेव्हा आपली निर्णयक्षमता आपोआपच प्रबळ होत जाते. कारण त्या वेळी आपला प्रत्येक निर्णय ध्येयानुवर्तीच असतो. त्याबरोबरच लक्ष्यप्राप्तीसाठी आवश्यक असणारा आत्मविश्वास आणि साहसही आपल्याला प्राप्त होते. मुळात हे सर्व गुण माणसामध्ये असतातच. पण लक्ष्याप्रती असणाऱ्या दृढतेमुळेच ते जागृत होतात. लक्ष्याची शक्तीच गुणांना जागृत करते. माणसाच्या जीवनातील सर्वोच्च लक्ष्य हे रामाची (स्वानुभवाची) प्राप्ती हेच असते. ज्यांना हे लक्ष्य उमगले, जे त्या लक्ष्यावर दृढ आहेत आणि ज्यांच्या भाव, विचार, वाणी, क्रिया या सर्व गोष्टींत एकरूपता साधली गेली आहे, तेच लक्ष्य साधणारे लक्ष्मण होतात. सत्याचे ज्ञान प्राप्त झाल्याने आणि सत्संगामध्ये राहिल्याने त्यांच्यात भक्ती, आत्मविश्वास, साहस, निर्णयक्षमता आणि धैर्य या अन्य गुणांचाही विकास होत जातो.

अभूतपूर्व आज्ञापालक

लक्ष्मण ज्या गुणामुळे श्रीरामांच्या जीवनाचा अविभाज्य भाग बनला, तो म्हणजे 'आज्ञापालन'. श्रीरामांची आज्ञा हे लक्ष्मणाचे सर्वोच्च प्राधान्याचे कर्तव्य असे. श्रीरामांच्या एका इशाऱ्यावर त्याने रावणाच्या बहिणीचे, शूर्पणखेचे नाक कापले. तिचे राक्षसबंधू खर-दूषण राक्षससेना घेऊन श्रीरामांवर आक्रमण करून आले, तेव्हा सीतेला घेऊन सुरक्षित स्थळी जाण्याची आज्ञा श्रीरामांनी लक्ष्मणाला केली. खरे तर युद्धाच्या प्रसंगी श्रीरामांना असे एकटे सोडून जाण्याची लक्ष्मणाची मुळीच इच्छा नव्हती. तरीही त्याने काहीही चर्चा न करता श्रीरामांच्या आज्ञेचे पालन केले.

त्याचप्रमाणे सीता-स्वयंवराच्या वेळी परशुरामांनी केलेल्या अपमानाने क्रोधित होऊन लक्ष्मण आक्रमक झाला. त्या वेळी युद्धजन्य परिस्थिती निर्माण झाली होती.

ध्येय आहे का? ही गोष्ट माझ्या ध्येयप्राप्तीसाठी योग्य आहे की नाही?'

यामुळे पुन्हा कधी अशी काही आकर्षक गोष्ट किंवा दृश्य दिसले, ते प्राप्त करण्याची इच्छा मनात निर्माण झाली तर ती नकळत होते आहे, असे समजा. लगेचच सजग व्हा आणि स्वतःला विचारा, 'खरेच मला या गोष्टीची गरज आहे, की क्षणिक आकर्षणामुळे मला ती हवीशी वाटते आहे?' जर ती गोष्ट तुमच्या ध्येयाच्या हिताची नसेल तर त्वरित ती प्राप्त करण्याची इच्छा रद्द करून म्हणा, 'माझ्या जीवनात प्रत्येक गोष्ट ही दिव्य योजनेनुसारच यावी.' या गोष्टीचा इतका सराव केला पाहिजे, की मायेच्या जगात तुम्ही कुठेही असलात तरी तुमच्या लक्ष्याच्या आड येणाऱ्या कोणत्याही गोष्टीची इच्छा तुमच्या मनात निर्माण होणार नाही. अशा प्रकारे आपल्यामधील प्रत्येक अनावश्यक सवयी आणि इच्छांपासून तुम्ही मुक्त व्हाल.

अहंकार हा भक्तीचा शत्रू

या कथेच्या शेवटी एक अत्यंत आश्चर्यकारक घटना घडते. भगवान विष्णूंचे परमभक्त असलेले नारदमुनी क्रोधाने इतके बेभान होतात, की ते स्वतःच्या आराध्य ईश्वरालाच शाप देतात. यातून क्रोधाची आणि अहंकाराची शक्ती दिसून येते. खरे तर यात आश्चर्य करण्यासारखे काहीच नाही. अहंकार दुखावला गेला, की माणूस क्रोधाने बेभान होतो. त्याला योग्य-अयोग्य समजेनासे होते. तो कोणत्याही थराला जाऊ शकतो. स्वतःचे आणि इतरांचे नुकसान करतो. उदाहरणार्थ, एखादा सत्यप्रेमी सत्यश्रवणासाठी सत्संगामध्ये गेला आणि काही कारणाने त्याचा अहंकार दुखावला गेला तर तो सत्संगामध्ये जाणेच बंद करतो. इथपर्यंत ठीक आहे, पण क्रोधामुळे जर तो सत्संगाच्या विरोधात प्रचार करू लागला आणि सत्संगाचे आयोजन होऊच नये, यासाठी प्रयत्न करू लागला तर हा निव्वळ मूर्खपणा आहे. त्याने असे मुळीच करता कामा नये. नारदमुनींनीही असाच मूर्खपणा केला होता. त्यांनी क्षणभर थांबून घडलेल्या गोष्टीचा विचार केला असता, शोध घेतला असता तर बेभान होऊन असे चुकीचे पाऊल उचलले नसते. नारदांनी भगवान विष्णूंची क्षमा मागितली, कारण त्यांना पश्चात्ताप झाला होता. पण तो ठरला, पश्चात झालेला ताप. त्याने घडलेली गोष्ट तर बदलता येत नाही ना? बैल गेला अन् झोपा केला अशी अवस्था होते. बरेचदा लोक अहंकाराने अंध होऊन विवेक गमावून बसतात. घटना घडली की तिचा काहीएक विचार न करता तत्काळ प्रतिक्रिया देऊन मोकळे होतात... मग त्यांना दुष्परिणामांना तोंड द्यावेच लागते. कारण अशा विवेकहीन वर्तणुकीमुळे नात्यांमध्ये कडवटपणा येतो.

इतिहासामध्ये अशा अविवेकी प्रतिक्रियांमुळे कित्येक युद्धे झाली आहेत. किती विनाश झाला आहे. त्यामुळे कोणत्याही घटनेवर प्रतिक्रिया देण्यापूर्वी तिचा विवेकपूर्ण विचार करणे आवश्यक आहे.

प्रत्येक शापाचे वरदान व्हावे

या कथेच्या शेवटी भगवान विष्णूंनी नारदांनी दिलेला शापही वरदान मानून स्वीकारला. त्यांचा हा विचार आपल्याला खूप मोठी शिकवण देतो. सत्याचा शोध घेणाऱ्या साधकांसाठी सर्व काही सकारात्मकच असते. त्यांना नकारात्मक असे काहीच वाटत नाही. एखादा शापही त्यांचे नुकसान करू शकत नाही, कारण त्यांच्या सकारात्मकतेमुळे त्यांना मिळालेला शापही वरदानात रूपांतरित होतो. त्याउलट, सत्याचा शोध घेतला गेला नाही आणि वरदान सांभाळण्याची समज नसेल तर वरदानही शाप ठरतो. जीवनात घडणाऱ्या सर्व घटनांवर आपले तुलनात्मक मन चांगली-वाईट अशी लेबले लावत असते. खरे तर चांगली-वाईट प्रत्येक घटना आपल्या विकासासाठी एक नामी संधी असते. त्यामुळे प्रत्येक स्थितीला आपण वरदान मानून स्वीकारले पाहिजे.

भगवान विष्णूंना नारदांनी दिलेल्या शापामध्ये सत्य जाणून घेण्याची संधी दिसली. म्हणून त्यांच्यासाठी तो शाप 'वरदान' ठरला. आपल्याला तर रोजच अशा कितीतरी संधी लाभत असतात. थोडा विचार करून पाहा, आतापर्यंत तुम्हांला अशा किती संधी लाभल्या? त्या तुम्हांला ओळखता आल्या का? आणि असत्यापासून तुम्ही सत्याला वेगळे करू शकलात का? म्हणून आपण असत्यामध्ये गुंतायचे नाही. आपले ध्यान सदा सत्यावर केंद्रित असावे. सत्य शोधण्याची संधी अचूक ओळखता आली पाहिजे. भगवान विष्णूंच्या माध्यमातून या कथेत हाच संदेश देण्यात आला आहे, की ईश्वरालादेखील सत्य प्राप्त करण्याची किती तळमळ आहे. सत्यासाठी तळमळण्याची संधी मिळणार आणि सत्यप्राप्तीचा आनंद पुन्हा अनुभवता येणार म्हणून ईश्वर किती उत्साहित झाला आहे. वास्तविक, प्रत्येक भक्ताच्या माध्यमातून ईश्वर स्वतःच तर अनुभव घेत असतो.

हे पुस्तक वाचल्यानंतर आपला अभिप्राय कृपया या पत्त्यावर अवश्य पाठवा.

Tej Gyan Foundation, Pimpri Colony Post Office, P. O. Box 25, Pune - 411 017. Maharashtra (India).

स्वीकार मंत्र मुद्रा

सरश्री : एक अल्प परिचय

सरश्रींचा आध्यात्मिक शोधाचा प्रवास त्यांच्या बालपणापासूनच सुरू झाला होता. हा शोध सुरू असताना त्यांनी अनेक प्रकारच्या पुस्तकांचा अभ्यास केला. त्याचबरोबर आपल्या आध्यात्मिक शोधात मग्न राहून त्यांनी अनेक ध्यानपद्धतींचा अभ्यास केला. त्यांच्या या शोधाने त्यांना अनेक वैचारिक आणि शैक्षणिक संस्थांमध्ये जाण्यासाठी प्रेरित केले. तरीही अंतिम सत्यापासून ते अद्याप दूरच होते.

सत्यप्राप्तीच्या शोधासाठी जास्तीत जास्त वेळ देता यावा, या तीव्र इच्छेने त्यांना, ते करत असलेले अध्यापनाचे कार्य थांबवण्यास प्रवृत्त केले. जीवनाचे रहस्य समजण्यासाठी त्यांनी बराच काळ मनन करून आपले शोधकार्य सातत्याने सुरू ठेवले. या शोधाच्या शेवटी त्यांना 'आत्मबोध' प्राप्त झाला. आत्मसाक्षात्कारानंतर त्यांना जाणवले, की अध्यात्मातील प्रत्येक मार्ग ज्या एका कडीने जोडलेला आहे, ती कडी आहे 'समज' (Understanding).

सरश्री म्हणतात, 'सत्यप्राप्तीच्या सर्व मार्गांचा आरंभ वेगवेगळ्या प्रकारे होतो, परंतु सर्वांच्या शेवटी मात्र एकच समज प्राप्त होते. ही 'समज'च सर्व काही असून, ती स्वतःच स्वतःत परिपूर्ण आहे. आध्यात्मिक ज्ञानप्राप्तीकरिता या 'समजे'चे श्रवणसुद्धा पुरेसे आहे.' हीच 'समज' प्रदान करण्यासाठी सरश्रींनी 'तेजज्ञान फाउंडेशन'ची निर्मिती केली. तेजज्ञान ही आत्मविकासातून आत्मसाक्षात्कार प्राप्त करण्याची परिपूर्ण ज्ञानप्रणाली आहे.

सरश्रींनी अडीच हजारांहून अधिक प्रवचने दिली आहेत आणि शंभरपेक्षा जास्त पुस्तकांची रचना केली आहे. ही पुस्तके दहाहून अधिक भाषांमध्ये अनुवादित केली गेली असून पेंग्विन बुक्स, हे हाउस पब्लिशर्स, जयको बुक्स, हिंद पॉकेट बुक्स, मंजुल पब्लिशिंग हाउस, प्रभात प्रकाशन, राजपाल ॲण्ड सन्स इत्यादी प्रमुख प्रकाशन संस्थांद्वारे प्रकाशित केली गेली आहेत. सरश्रींच्या मार्गदर्शनाने लाखो लोकांच्या जीवनात परिवर्तन घडले आहे. तसेच, संपूर्ण विश्वाची चेतना वाढवण्यासाठी त्यांनी कित्येक सामाजिक कार्यांची सुरुवातही केली आहे.

तेजज्ञान फाउंडेशन परिचय

तेजज्ञान फाउंडेशन हा आत्मविकासातून आत्मसाक्षात्कार प्राप्त करण्याचा एक प्रभावी मार्ग आहे. यासाठी सरश्रींद्वारा एक अनोखी बोधप्रणाली (System for Wisdom) निर्माण करण्यात आली आहे. या प्रणालीला आंतरराष्ट्रीय प्रमाणपत्र ISO 9001:2008 चे निकष पडताळून आणि त्यांच्या मार्गदर्शक सूचनांनुसार सरळ, व्यावहारिक आणि प्रभावी बनवले गेले आहे.

या संस्थेच्या प्रबोधनपद्धतीच्या भिन्नभिन्न पैलूंना (शिक्षण, निरीक्षण आणि गुणवत्ता) स्वतंत्र गुणवत्ता परीक्षकांद्वारे (Quality Auditors) क्रमबद्ध पद्धतीने पडताळले गेले आणि त्यानंतर या पैलूंना ISO 9001:2008 साठी पात्र समजून या बोधपद्धतीला हे प्रमाणपत्र प्रदान करण्यात आले आहे.

या फाउंडेशनचे उद्दिष्ट आहे आपणास नकारात्मक विचारांकडून सकारात्मक विचारांकडे अग्रेसर करणे. सकारात्मक विचारांकडून शुभ विचारांकडे म्हणजे हॅपी थॉट्सकडे (विधायक आणि आनंदी विचारांकडे) प्रगती. शुभ विचारांकडून निर्विचार अवस्थेकडे मार्गक्रमण आणि निर्विचार अवस्थेच्या अंती आत्मसाक्षात्कार प्राप्ती शक्य आहे. 'मी सर्व विचारांपासून मुक्त व्हावे' हा विचार म्हणजे शुभ विचार (हॅपी थॉट्स) आणि 'मी सर्व इच्छांतूनमुक्त व्हावे', अशी इच्छा म्हणजे शुभ इच्छा.

'ज्ञान' या शब्दाचा अर्थ सामान्य ज्ञान असा होतो; परंतु तेजज्ञान म्हणजे ज्ञान व अज्ञान या दोहोंच्या पलीकडचे ज्ञान. पुष्कळ लोक सामान्य ज्ञानाच्या (General Knowledge) माहितीलाच ज्ञान मानतात; परंतु अस्सल ज्ञान आणि नुसती माहिती यांत फार मोठे अंतर आहे. आजमितीला लोक सामान्य ज्ञानाच्या उत्तरांनाच जास्त महत्त्व देतात. अशा ज्ञानाचे विषय म्हणजे कर्म आणि भाग्य, योग आणि प्राणायाम, स्वर्ग आणि नरक इत्यादी. आजच्या युगात सामान्यज्ञान प्राप्त करणारे लोक, आणि असा उपदेश करणारे शिक्षक मोठ्या प्रमाणावर आहेत; परंतु अशा ज्ञानाच्या प्राप्तीने जीवनात काही महत्त्वाचे परिवर्तन घडून येत नाही. असे ज्ञान म्हणजे केवळ बुद्धिविलास आहे किंवा अध्यात्माच्या नावावर चाललेला बुद्धीचा व्यायाम आहे.

सर्व समस्यांवरील उपाय आहे तेजज्ञान. क्रोध, चिंता आणि भय यांपासून मुक्त जीवन म्हणजे तेजज्ञान. शारीरिक, मानसिक, सामाजिक, आर्थिक आणि आध्यात्मिक

प्रगतीचा, सर्वांगीण प्रगतीचा मार्ग आहे तेजज्ञान. तेजज्ञान आपल्या अंतरंगात आहे. इथे या आणि या गोष्टीचा अनुभव घ्या.

आपल्याला असे ज्ञान हवे असेल, जे सामान्य ज्ञानापलीकडे आहे, जे प्रत्येक समस्येवरील उत्तर आहे, जे सर्व प्रकारच्या गृहीत धारणांपासून आपल्याला मुक्त करते, ईश्वरी साक्षात्कार घडवते, जे आपणास अंतिम सत्यात स्थापित करते, तर आता वेळ आली आहे शाब्दिक सामान्यज्ञानातून बाहेर पडून तेजज्ञानाचा अनुभव घेण्याची!

आजवर जपतप, तंत्र-मंत्र, कर्म-भाग्य, ध्यान-ज्ञान, योग-भक्ती असे अनेक मार्ग अध्यात्मात सांगितले गेले आहेत. या सर्व मार्गांनी प्राप्त होणारी अंतिम समज, अंतिम ज्ञान, बोध एकच आहे. अंतिम सत्याच्या जिज्ञासूला, साधकाला शेवटी जी एकच 'समज' प्राप्त होते, ती 'समज' श्रवणानेसुद्धा प्राप्त होऊ शकते. अशा समजप्राप्तीसाठी श्रवण करणे यालाच तेजज्ञान प्राप्त करणे म्हटले गेले आहे. तेजज्ञानाच्या श्रवणाने सत्याचा साक्षात्कार घडतो, ईश्वरी अनुभव मिळतो. हेच तेजज्ञान सरश्री महाआसमानी शिबिरात प्रदान करतात.

तेजज्ञान फाउंडेशनच्या मुख्य शाखा

- **पुणे सेंटर : (रजिस्टर्ड पत्ता)**
  विक्रांत कॉम्प्लेक्स, तपोवन मंदिराजवळ, पिंपरी, पुणे ४११ ०१७
  दूरध्वनी : ०२०-२७४१ १२४०, २७४१ २५७६
- मनन आश्रम, पुणे : सर्व्हे क्रमांक ४३, सणसनगर, नांदोशी गाव, किरकटवाडी फाटा, तालुका हवेली, जिल्हा पुणे ४११ ०२४
  दूरध्वनी : ०२०-२४३२ १९२५, भ्रमणध्वनी : ०९९२१० ०८०६०

तेजज्ञान इंटरनेट रेडिओ

तेजज्ञान इंटरनेट रेडिओद्वारे २४ तास ३६५ दिवस,
सरश्रींच्या प्रवचन आणि भजनांचा लाभ घ्या. त्यासाठी पाहा लिंक
http://www.tejgyan.org internetradio.aspx

नम्र निवेदन

विश्वशांतीसाठी लाखो लोक दररोज सकाळी आणि रात्री ९.०९ मिनिटांनी प्रार्थना करत आहेत. कृपया, आपणही यामध्ये सहभागी व्हावे.

महाआसमानी शिबिर (निवासी)

तुम्हाला सर्वोच्च आनंद हवा आहे? असा आनंद, जो कोणत्याही बाह्य कारणावर अवलंबून नाही... जो प्रत्येक क्षणी वृद्धिंगत होतो. या जीवनात तुम्हांला प्रेम, विश्वास, शांती, समृद्धी आणि परमसंतुष्टी हवी आहे का? शारीरिक, मानसिक, सामाजिक, आर्थिक आणि आध्यात्मिक अशा आयुष्याच्या सर्व स्तरांवर यशस्वी होण्याची तुमची इच्छा आहे का? 'मी कोण आहे' हे तुम्हांला अनुभवाने जाणावेसे वाटते का?

तुमच्या अंतर्यामी अशा सर्व प्रश्नांची उत्तरे जाणण्याची इच्छा आणि 'अंतिम सत्य' प्राप्त करण्याची तृष्णा असेल, तर तेजज्ञान फाउंडेशनतर्फे आयोजित 'महाआसमानी शिबिरा'त तुमचे स्वागत आहे. हे शिबिर आजच्या युगातील आध्यात्मिक गुरू सरश्री यांच्या मार्गदर्शनावर आधारित आहे. सरश्री आजच्या लोकभाषेत अत्यंत सहजपणे आध्यात्मिक समज प्रदान करतात.

महाआसमानी शिबिराचा उद्देश :

विश्वातील प्रत्येक मनुष्याने 'मी कोण आहे', या प्रश्नाचे उत्तर जाणून तो सर्वोच्च आनंदाच्या अवस्थेत स्थापित व्हावा, हाच या शिबिराचा मुख्य उद्देश आहे. प्रत्येकाला असे ज्ञान प्राप्त व्हावे, जेणेकरून त्याने प्रत्येक क्षणी वर्तमानात जगण्याची कला आत्मसात करावी. तो भूतकाळाचे ओझे आणि भविष्याची चिंता यांतून मुक्त व्हावा. प्रत्येकाच्या आयुष्यात कधीही न संपणारा आनंद आणि योग्य समज यावी. शिवाय, प्रत्येकाने समस्या विलीन करण्याची कला आत्मसात करावी. थोडक्यात, मनुष्यजन्माचा उद्देश सफल व्हावा, हाच या शिबिराचा उद्देश आहे. 'मी कोण आहे? मी येथे का आहे? मोक्ष म्हणजे काय? या जन्मातच मोक्षप्राप्ती शक्य आहे का?' असे प्रश्न जर तुच्या मनात असतील, तर त्यांवरील उत्तर आहे -
'महाआसमानी शिबिर'.

महाआसमानी शिबिराचे मुख्य लाभ :

वास्तविक या शिबिराचे लाभ तर असंख्य आहेत; पण त्यांपैकी मुख्य लाभ पुढीलप्रमाणे

- जीवनात शक्तिशाली ध्येय निश्चित होते
- 'मी कोण आहे' हे अनुभवाने जाणता येते (सेल्फ रियलायजेशन)
- मनाचे सर्व विकार विलीन होतात.
- भय, चिंता, क्रोध, बोरडम, मोह, तणाव या नकारात्मक बाबींतून मुक्ती
- प्रेम, आनंद, मौन, समृद्धी, संतुष्टी, विश्वास अशा दिव्य गुणांशी युक्ती
- साधे, सरळ पण शक्तिशाली जीवन जगता येते
- प्रत्येक समस्येचे निराकरण करण्याची कला प्राप्त होते
- 'प्रत्येक क्षणी वर्तमानात जगणे' हा तुचा स्वभाव बनतो

● आपल्यातील सर्व सकारात्मक शक्यता खुलतात
● याच जीवनात मोक्षप्राप्ती होते

महाआसमानी शिबिरात सहभागी कसे व्हाल?

या शिबिरात सहभागी होण्यासाठी तुम्हांला खालील बाबींची पूर्तता करायची आहे -

१) तुमचे वय कमीत कमी अठरा किंवा त्यापेक्षा अधिक असायला हवे.

२) सर्वप्रथम तुम्हाला 'सत्य-स्थापना' (फाउंडेशन ट्रुथ रिट्रीट) शिबिरात सहभागी व्हावे लागेल. या शिबिरात, तुम्ही प्रामुख्याने दोन बाबी शिकाल - प्रत्येक क्षणी वर्तमानात जगण्याची कला कशी आत्मसात करावी आणि निर्विचार अवस्था कशी प्राप्त करावी.

३) प्राथमिक स्तरावर तुम्हाला काही प्रवचने ऐकायची असून, त्यांतून तुम्ही मूलभूत समज आत्मसात कराल आणि महाआसमानी शिबिरात प्रवेश करण्यासाठी तयार व्हाल.

महाआसमानी शिबिर वर्षभरात तीन-चार वेळा आयोजित केले जाते. यात हजारो सत्यशोधक सहभागी होतात. महाआसमानी शिबिराची पूर्वतयारी तुम्ही तेजज्ञान फाउंडेशनच्या नजीकच्या सेंटरवरही करू शकता. महाराष्ट्रात अहमदनगर, सातारा, औरंगाबाद, नाशिक, नागपूर, वर्धा, अमरावती, चंद्रपूर, यवतमाळ, कोल्हापूर, सांगली, रत्नागिरी, लातूर, बीड, नांदेड, परभणी, पनवेल, मुंबई, ठाणे, सोलापूर, पंढरपूर, जळगाव, अकोला, बुलढाणा, धुळे, भुसावळ आणि महाराष्ट्राबाहेर सुरत, अहमदाबाद, बडोदा, नवी दिल्ली, बंगळुरू, बेळगाव, धारवाड, रायपूर, भुवनेश्वर, कोलकाता, रांची, लखनौ, कानपूर, चंदीगढ, जयपूर, चेन्नई, पणजी, म्हापसा, भोपाळ, इंदोर, इटारसी, हरदा, विदिशा, बऱ्हाणपूर या ठिकाणी महाआसमानी शिबिराची पूर्वतयारी करू शकता.

तेजज्ञान फाउंडेशनमध्ये उपलब्ध असणाऱ्या सरश्री लिखित पुस्तकांचे वाचन करून किंवा सरश्रींच्या प्रवचनांच्या सीडीज ऐकूनही तुम्ही या शिबिराची पूर्वतयारी करू शकता. याशिवाय, तुम्ही टीव्ही, रेडिओ किंवा यू-ट्युबवरील सरश्रींच्या प्रवचनांचा लाभही घेऊ शकता. पण लक्षात घ्या, पुस्तकांतील ज्ञान, सीडी, टीव्ही, रेडिओ आणि यू-ट्युबवरील प्रवचने म्हणजे 'तेजज्ञानाची तोंडओळख' आहे; 'संपूर्ण तेजज्ञान' मुळीच नाही. तुम्ही महाआसमानी शिबिरात सहभागी होऊनच तेजज्ञानाचा आनंद घेऊ शकता. तेव्हा आगामी महाआसमानी शिबिरात सहभागी होण्यासाठी आजच संपर्क करा - ०९९२१००८०६०/ ७५, ९०११०१३२०८

महाआसमानी शिबिरस्थान :

हे शिबिर पुण्यातील मनन आश्रम येथे आयोजित केले जाते. येथे तुच्या निवासाची आणि भोजनाची व्यवस्था केली जाते. तुम्हाला काही शारीरिक व्याधी असतील आणि त्यासाठी जर तुम्ही नियमितपणे औषधे घेत असाल, तर शिबिरात येताना ती सोबत बाळगावीत. शिवाय, वातावरणानुसार गरम कपडे, स्वेटर, ब्लँकेटही आणावे. पुणे शहरापासून १७ किलोमीटर अंतरावर निसर्गरम्य परिसरात मनन आश्रम वसलेला आहे. आश्रमात महिला आणि पुरुष यांच्या निवासाची स्वतंत्र व्यवस्था असून येथे जवळपास ८०० लोकांच्या राहण्याची व्यवस्था आहे. आपण हवाईमार्ग, हायवे किंवा रेल्वे अशा कोणत्याही मार्गाने पुण्यात येऊ शकता.

मनन आश्रम :

मनन आश्रम, पुणे, सर्व्हे नं. ४३, सणस नगर, नांदोशी गाव, किरकटवाडी फाटा, तालुका हवेली, जिल्हा पुणे- ४११०२४. फोन : ०९९२१००८०६०

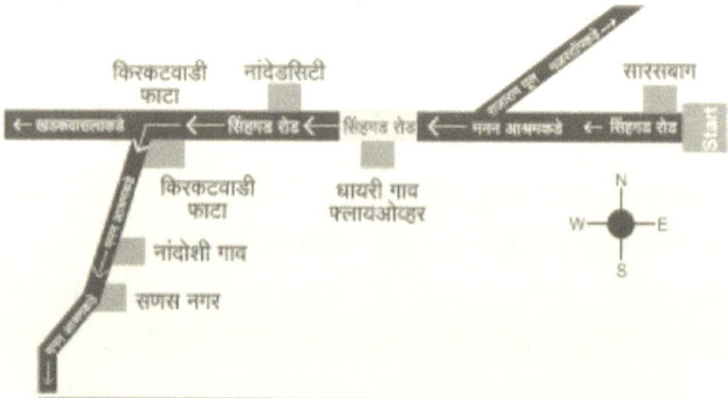

www.ingramcontent.com/pod-product-compliance
Lightning Source LLC
LaVergne TN
LVHW042259051026
849519LV00011B/1200
* 9 7 8 9 3 8 6 2 0 4 2 3 3 *